புத்தர்
ஜாதகக் கதைகள்

அ.லெ. நடராசன்

பரிசல்

பரிசல்

♦ புத்தர் ஜாதகக் கதைகள் ♦ அ.லெ. நடராசன் ♦ முதல் பதிப்பு: மே 2023 ♦ பக்கங்கள்: 286 ♦ வெளியீடு: பரிசல் புத்தக நிலையம் 235, P. பிளாக் MGR முதல் தெரு, MMDA காலனி, அரும்பாக்கம், சென்னை – 600 106. பேச: 9382853646, 8825767500 மின்னஞ்சல்: Parisalbooks2021@gmail.com ♦ அச்சாக்கம்: கம்ப்யூ பிரிண்டர்ஸ் சென்னை – 600 086.

Buddar Jathaga kathaigal ♦ A.L. Nadarajan ♦ First Edition: May 2023 ♦ Pages: 286 ♦ Published by Parisal Putthaga Nilayam, No. 235, ‘P’ Block MGR First Street, MMDA Colony, Arumbakkam, Chennai - 600 106. Mobile: 93828 53646, 8825767500 Email: Parisalbooks2021@gmail.com ♦ Printed at: Compu Printers, Chennai - 86.

Rs. 300

ISBN: 978-93-91949-82-2

உள்ளே

1. இரு வியாபாரிகள்	5
2. தண்ணீரின் அருமை	15
3. நாணயமான வியாபாரி	20
4. செத்துப்போன சுண்டெலி	25
5. ஒரு படி அரிசி விலை என்ன?	30
6. தெய்வத்தை நிகர்த்தவர்கள்	34
7. உண்மை வெல்லும்	41
8. நரை மயிர்	44
9. துறவே இன்பம் தரும்	47
10. இரு மான்கள்	50
11. அரசனும் மான்களும்	53
12. பெண் மோகம்	60
13. சுவைக்கு அடிமையாகாதே	62
14. கற்றுக்கொள்ளப் பிரியமில்லாதவன் கதி	65
15. உபாயங்களைக் கற்ற மான்	67
16. இரண்டும் சரி	70
17. வினைப்பயன்	71
18. நேர்த்திக் கடன்	74
19. குழாய்ப் பிரம்பு	75
20. நரகவாதனையிலிருந்து தப்ப முடியாது	79
21. நான்கு தீய நெறிகள்	81
22. போர்க் குதிரை	86
23. குதிரை குளிக்க மறுக்கிறது	90
24. பேச்சால் ஏற்பட்ட விளைவு	93
25. யானையும் நாயும்	96
26. ஏ போக்கிரி	99
27. கறுப்புக் காளை	103
28. பொறாமை கொள்ளாதே	107
29. நன்மை செய்க	109
30. நாணம் இல்லாதவன்	121
31. ஒற்றுமையே பலம்	123
32. காம வேட்கை	126
33. ஊழிக்கால அற்புதம்	128
34. முன் எச்சரிக்கை	131

35. முதியோரைப் போற்று	133
36. கொக்கும் நண்டும்	136
37. புதையலும் அடிமையும்	141
38. மாரனின் வல்லமை	144
39. தலைக்கனமுள்ளவன்	148
40. காகமும் புறாவும்	156
41. பாம்பொடு பழகாதே	161
42. அசட்டுப் பிள்ளை	164
43. குரங்குகளின் முட்டாள்த்தனம்	166
44. நவரத்தின மழை	168
45. துறவியின் ஆத்திரம்	174
46. நேர்த்திக்கடன்	176
47. இளவரசன் நல்லான்	180
48. மிடாக் குடியர்கள்	190
49. நச்சுமரம்	192
50. மனிதர்களில் சிங்கம்	195
51. தங்கப் புதையல்	200
52. முதலையும் குரங்கும்	201
53. பூதமும் குரங்கும்	204
54. தொடர்ந்து முரசை அடிக்காதே	208
55. பெண்களின் காமவெறி	210
56. பெண்களின் வஞ்சனை	216
57. நன்றி மறந்த பெண்கள்	226
58. தெரிந்துகொள்ள முடியாதவர்கள் பெண்கள்	232
59. பொதுவழி போன்றவர்கள் பெண்கள்	234
60. பெண் மோகம் ஞானிகளையும் பீடிக்கும்	236
61. சகோதரனின் அருமை	241
62. யாருக்கும் தீங்கு செய்யாதே	244
63. மண்வெட்டி முனிவர்	246
64. சோம்பேறியின் செயல்	251
65. நன்றி கெட்ட கயவர்கள்	254
66. கொடிய இளவரசன்	259
67. ஒற்றுமையே பலம்	267
68. மழை பெய்யச் செய்தார்	269
69. நான் பயப்படுவது இல்லை	271
70. பலியிட வேண்டாம்	273
71. கருமி திருந்தினான்	277

1. இரு வியாபாரிகள்

ஒரு காலத்தில் காசி நாட்டில் வாரணாசி நகரில், பிரம்மதத்தன் என்னும் அரசன் ஒருவன் இருந்தான்.

அப்போது போதிசத்துவர் வணிகக் குடும்பம் ஒன்றில் பிறந்து இருந்தார். வளர்ந்து தகுதி அடைந்த அவர் வாணிபத்தில் ஈடுபட்டார்.

ஐநூறு வண்டிகளில் சரக்குகளை ஏற்றிக்கொண்டு கிழக்கு திசையிலிருந்து மேற்குத் திசைக்குப் பயணம் செய்தார். பிறகு மேற்குத் திசையில் இருந்து கிழக்குத் திசைக்குப் பயணம் செய்தார்.

அப்போது வாரணாசி நகரில் வாலிப வியாபாரி ஒருவன் இருந்தான். அவன் திறமை இல்லாதவன். பொருள் வசதியும் அவனிடம் போதாது.

ஒரு சமயம் போதிசத்துவர் வாரணாசியில் விற்கும் விலை உயர்ந்த சரக்குகளைக் கொள்முதல் செய்துகொண்டார். ஐநூறு வண்டிகளில் அந்தச் சாமான்களை ஏற்றிக்கொண்டார். அதை விற்பதற்குக் கிழக்கு திசை நகரங்களுக்குப் புறப்பட ஆயத்தமானார். இதே சமயம் திறமையற்ற அந்த வாலிப வியாபாரியும் போதிசத்துவருடன் வியாபாரத்துக்குப் புறப்பட ஆயத்தமானான்.

போதிசத்துவர் யோசித்தார்: "என்னுடன் திறமையற்ற இந்த வாலிப வியாபாரியும் சேர்ந்து கொண்டால் ஆயிரம் சரக்கு

வண்டிகளுடன் சாலைப் பிரயாணம் செய்வது சிரமமாய் இருக்கும். விறகும் தண்ணீரும் போதிய அளவு கிடைக்காது. ஆட்களுக்குப் போதிய உணவு கிடைக்காது. எருதுகளுக்குப் புல் கிடைப்பதும் சிரமம். ஆகவே, முதலில் அவனாவது போக வேண்டும், அல்லது நானாவது போக வேண்டும். அதுதான் நல்லது" என்று தீர்மானித்தார்.

அந்த இளம் வியாபாரியை அழைத்துவரச் சொன்னார். அவனிடம் தமது கருத்தைச் சொன்னார்.

'நாம் இருவரும் சேர்ந்து பிரயாணம் செய்வது சாத்தியமாய் இராது. முதலில் நீ கிளம்பு, அல்லது நான் கிளம்புகிறேன்' என்று சொன்னார்.

அந்த வாலிப வியாபாரி யோசித்துப் பார்த்தான். "நான் முதலில் கிளம்புவதால் பல வசதிகளுக்கு வாய்ப்பு உண்டு. முதலில் செல்வதால் பாதை கரடு முரடாய் இராது. மாடுகளுக்குத் தாராளமாகப் புல் கிடைக்கும். ஆட்களுக்கு வேண்டிய உணவுப் பொருள்களும் நன்றாகக் கிடைக்கும். தண்ணீர் கலங்கி இராது. இது மட்டுமல்லாமல் முதலில் வியாபாரம் செய்வதால் தக்கபடி பேரம் பேசி வியாபாரம் செய்ய முடியும்" என்று எண்ணினான்.

எனவே "ஐயனே! நானே முதலில் புறப்படுகிறேன்" என்று அந்த வாலிப வியாபாரி போதிசத்துவரிடம் சொன்னான்.

போதிசத்துவரோ கடைசியாகப் பிரயாணம் செய்வதுதான் தமக்கு நன்மை பயக்கும் என நினைத்தார்.

"முதலில் பிரயாணம் செய்தால் கரடுமுரடான சாலையில் செல்லவேண்டி இருக்கும். முன்னே சென்ற எருது காய்ந்த புல்லைத் தின்றுவிட்டிருக்கும், அதனால் எனது மாடுகளுக்குப் புதிதாக முளைத்த இளம்புல் கிடைக்கும். அதேபோல ஆட்களுக்கு உணவுப் பொருள்களும் புதியதாகக் கிடைக்கும். தண்ணீர் கிடைக்காது போனால் முதலில் பயணம் செய்தவர்கள் வழியில் கிணறுகள் தோண்டி இருப்பார்கள். அந்தக் கிணறுகளிலிருந்து குடிக்கத் தண்ணீர் எடுத்துக் கொள்ளலாம். பேரம் பேசி வியாபாரம் செய்வது படுதொல்லையான வேலை.

முதலில் வியாபாரம் செய்தவர்கள் பேரம் பேசி விலையை நிர்ணயித்து இருப்பார்கள். நம்முடைய வியாபாரத்தையும் எளிதில் முடித்துக்கொள்ளலாம்.

இவ்வாறு நினைத்த போதிசத்துவர், "அன்பனே! நீயே முதலில் புறப்படு" என்று சொன்னார்.

'சரி. நானே முதலில் புறப்படுகிறேன்" என்று அந்த வாலிப வியாபாரி சம்மதித்தான். வண்டிகளைப் பூட்டச் செய்து அவன் பயணமானான்.

நீண்ட தூரம் பிரயாணம் செய்து மனித சஞ்சாரம் இல்லாத காட்டுப் பிரதேசத்தை அடைந்தான். தொல்லைகள் தொடங்கும் மிகவும் சங்கடமான பிரதேசத்தை நெருங்கினான்.

பிரயாணம் செய்யும் மனிதனுக்கு ஐந்து வகையான தொல்லைகள் உண்டாகின்றன. திருடர்கள் தொல்லை, கொடிய விலங்குகளின் தொல்லை, தண்ணீர் கிடைக்காத தொல்லை, பூதங்களின் தொல்லை, உணவு கிடைக்காத தொல்லை.

இப்படி ஐந்து விதமாக நேரும் தொல்லைகளில், வாலிப வியாபாரி தனது பயணத்தின்போது பூதங்களின் தொல்லையிலும், தண்ணீர் பஞ்சத் தொல்லையிலும் சிக்கிக்கொள்ள நேர்ந்தது.

இன்னும் அறுபது காததூரம் கடக்க வேண்டும். இடையில் பாலைவனப் பிரதேசம் இருக்கிறது. இதை மனதில் கொண்டும் இளம் வியாபாரி தனது வண்டியில் இருந்த பெரிய பாத்திரங்களில் தண்ணீரை நிரப்பிக்கொண்டு பயணமானான்.

பாலைவனத்தின் மத்திய பாகத்தை வாலிப வியாபாரி அடைந்தான். அப்போது அங்கு வசிக்கும் பூதம் வாலிப வியாபாரியின் வண்டிகளைப் பார்த்துவிட்டது. "இந்த ஆட்கள் வண்டிகளில் தண்ணீரைக் கொண்டு வருகிறார்கள். முதலில் அந்தத் தண்ணீரைக் கொட்டும்படிச் செய்ய வேண்டும். தண்ணீர் இல்லாமல் தவித்து அவர்கள் மூர்ச்சித்து விடுவார்கள். அந்தச் சமயத்தில் எல்லாரையும் நான் விழுங்கி விடுவேன்' என்று தனக்குள் சொல்லி மகிழ்ந்து கொண்டது.

இவ்வாறு எண்ணி மகிழ்ந்த பூதம் ஆற்றல் மிக்க மந்திர வலிமையால் மயிலைக் காளைகள் பூட்டிய மனத்தைக் கவரும் வண்டி. ஒன்றை உருவாக்கிற்று.

வில், அம்பு, வாள், கேடயம் ஆகியவற்றை ஏந்திய நிலையில் பத்துப் பன்னிரண்டு பூதங்களை உடன் அழைத்துக் கொண்டது.

தலையில் தாமரை மலர்களையும் வெள்ளை அல்லி மலர்களையும் அது சூடிக்கொண்டு இருந்தது. தலையும் உடலும் சொட்டச் சொட்ட நீரால் நனைந்திருந்தது. வண்டிச் சக்கரங்களில் சேறு படிந்திருந்தது.

அந்தப் பூதத்துக்கு முன்னும் பின்னும் வந்த சிப்பந்திகளின் தலையும் ஆடைகளும் நனைந்திருந்தன. சேற்றுடன் சேர்ந்து நீர் சொட்டும் பசும் தண்டுகளை அவைகள் கடித்துத் தின்றன.

வியாபாரக் கூட்டத்தார் பயணம் செய்யும்போது ஒரு நடைமுறையைக் கடைபிடிப்பது வழக்கம். எதிர்க்காற்று வீசினால், அவர்கள் அனைவரும் முன் அணியில் வளையமாகச் சூழ்ந்து கொண்டு புழுதி வந்து அதிகம் தாக்காதபடி பாதுகாப்புடன் பயணம் செய்வார்கள். பின்புறத்தில் காற்று அடித்தால் அப்போது பின்புறத்தில் கூட்டமாகச் சூழ்ந்து கொண்டு பயணம் செய்வார்கள்.

வாலிப வியாபாரி பயணம் செய்தபோது எதிர்வாடையில் காற்று வீசிற்று. அவன் தன் சகாக்களுடன் முன் வரிசையில் போய்க்கொண்டிருந்தான்.

வியாபாரியின் வண்டிகள் அண்மையில் வந்ததும் தனது வண்டியைப் பூதம் அப்பால் ஒதுக்கி நிறுத்திக்கொண்டது. வியாபாரியை அன்புடன் வரவேற்றது. ‘எங்கே போகிறாய்?’ என்று விசாரித்தது.

வியாபாரக் கூட்டத்தின் தலைவனான வாலிப வியாபாரி தனது வண்டியை ஒதுக்கிக்கொண்டு மற்ற வண்டிகள் போக வழிவிட்டான்.

ஒதுங்கி நின்ற தலைவன் “ஐயா! நாங்கள் வாரணாசியில் இருந்து வருகிறோம். உங்கள் தலையிலும் கைகளிலும் தாமரைப் பூக்களும், அல்லிப் பூக்களும் இருப்பதைப் பார்க்கிறேன். உங்கள்

ஆட்கள் பசுந்தண்டுகளைக் கடித்துத் தின்கிறார்கள். உங்கள் உடம்பு சொட்டச் சொட்ட நனைந்து இருக்கிறது. வழியில் நல்ல மழை பெய்கிறதா? அல்லது தாமரை மலர்களும் அல்லி மலர்களும் பூக்கும் தடாகங்கள் உள்ளனவா?" என்று பூதத்தைக் கேட்டான்.

என்ன நீ இப்படிக் கேட்கிறாய்? அங்கே தூரத்தில் கறுப்பாகவும் பசுமையாகவும் காட்டுப் பகுதி ஒன்று தெரிகிறது பார். அதைக் கடந்து அப்பால் நீ சென்றால் தண்ணீரைத் தவிர்த்து காட்டில் எதுவும் தென்படாது. எப்பொழுதும் மழை பெய்த வண்ணம் இருக்கும். குளங்களில் நீர் நிரம்பி இருக்கும். ஏரிகளில் தாமரை மலர்களும் அல்லி மலர்களும் பூத்துக் குலுங்கும்" என்றது பூதம்.

பக்கத்திலே போய்க்கொண்டிருக்கும் வண்டிகளின் வரிசையைப் பார்த்து "இவை எங்கே போகின்றன?" என்று கேட்டது.

இன்ன இடத்துக்குப் போகின்றன என்றான் வாலிப வியாபாரி.

'வண்டிகளில் என்னென்ன சரக்குகள் உள்ளன?'

இன்னின்ன சரக்குகள் உள்ளன என்றான் வியாபாரி.

"கடைசி வண்டி மெதுவாக நகர்கிறதே, அதில் என்ன பாரம் ஏற்றப்பட்டு உள்ளது?" என்று கேட்டது பூதம்.

"அதில் தண்ணீர் ஏற்றப்பட்டு இருக்கிறது" என்றான் வாலிப வியாபாரி.

"இது வரைக்கும் நீங்கள் தண்ணீர் ஏற்றிக்கொண்டு வந்தது நல்ல காரியம்தான். இனி நீங்கள் கடக்க இருக்கும் வழிகளில் எல்லாம் தண்ணீர் நிறையக் கிடைக்கின்றது. ஆகவே தண்ணீரைக் கொட்டிவிடுங்கள். பயணம் எளிதாய் இருக்கும்" என்றது பூதம்.

வியாபாரி பூதத்தை வியப்புடன் பார்த்தான்.

"வழியில் நீண்ட நேரம் தாமதித்து விடாதீர்கள். இனி தாமதம் செய்ய வேண்டாம்" என்று தொடர்ந்து சொல்லிற்று பூதம்.

"ஆகட்டும்" என்று தலையை ஆட்டினான் வாலிப வியாபாரி.

'நான் வருகிறேன்' என்று என்று சொல்லிவிட்டுப் பூதம் அங்கிருந்து கிளம்பிற்று. சிறிது தூரம் சென்று திரும்பிப் பார்த்தது. வாலிப வியாபாரி கண்ணுக்குத் தெரியவில்லை. அடுத்த கணம் அந்தப் பூதம் மறைந்துவிட்டது. தான் வசிக்கும் இடத்துக்குத் திரும்பிவிட்டது. அங்கே தங்கிற்று.

அப்பாவி வியாபாரி பூதம் சொன்னபடி செய்தான். ஒரு சிரங்கை கூட மீதம் வைத்துக்கொள்ளாமல் தண்ணீர் முழுவதையும் கொட்டினான். தண்ணீர் அண்டாக்களையும் உடைத்துவிட்டான். பிறகு வண்டிகள் புறப்படட்டும் என்று கட்டளை இட்டான்.

வழியில் ஒரு துளி தண்ணீர்கூடக் கிடைக்கவில்லை. ஆட்கள் எல்லாம் தாகத்தால் சிரமப்பட்டுக் களைத்துப் போனார்கள். பொழுது சாயும்வரை அவர்கள் தொடர்ந்து பயணம் செய்தார்கள்.

இருட்டுவதற்கு முன் ஒரு இடத்தில் மாடுகளை வண்டிகளிலிருந்து அவிழ்த்து விட்டார்கள். வண்டிகளை வளையமாகச் சுற்றி நிறுத்தினார்கள்.

மாடுகளுக்குக் குடிக்கத் தண்ணீர் இல்லை. அரிசியைச் சமைக்கவும் எதுவும் இல்லை. சோர்ந்துபோன ஆட்கள் தரையில் படுத்துத் தூங்கிவிட்டார்கள்.

நன்கு இருட்டியதும் பூதங்கள் தங்கள் நகரிலிருந்து புறப்பட்டு வந்து ஆட்களையும் மாடுகளையும் கொன்றன. அவற்றின் மாமிசத்தை எல்லாம் தின்றன. எலும்புகளை மட்டும் போட்டுவிட்டுத் திரும்பிவிட்டன.

வியாபாரக் கூட்டத்தாரின் மொத்த அழிவுக்கும் அந்த அப்பாவி வாலிப வியாபாரிதான் முழுக் காரணம் ஆனான்.

அவனுடைய எலும்புகள் நாலா திசைகளிலும் சிதறிக் கிடந்தன. ஐநூறு வண்டிகளில் ஏற்றி இருந்த சரக்குகள் மட்டும் பாதுகாப்பாக அப்படியே இருந்தது.

வாலிப வியாபாரி புறப்பட்டுப் போன ஆறு வாரங்களுக்குப் பின்னர் போதிசத்துவர் புறப்பட்டார். ஐநூறு சரக்கு வண்டிகளுடன் புறப்பட்ட அவர் காட்டுப் பாங்கான பிரதேசத்தின் புறவாயிலை அடைந்தார்.

அங்கே அண்டாக்களில் போதிய போதிய அளவு தண்ணீர் நிரப்பிக்கொண்டார். பிறகு முரசை முழக்கி, தனது ஆட்களை எல்லாம் ஓர் இடத்தில் கூட்டினார்.

"எனது அனுமதி இன்றி ஒரு சிரங்கைத் தண்ணீர்கூடச் செலவு செய்யக் கூடாது. காட்டில் நச்சு மரம் இருக்கும். இதுவரை சாப்பிட்டுப் பழக்கமில்லாத பழம், காய், பூ எதையும் என்னைக் கேட்காமல் நீங்கள் சாப்பிடக் கூடாது" என்று எச்சரித்து வைத்தார்.

இவ்வாறு எச்சரித்த பின் வனாந்திரப் பிரதேசத்துக்குள் ஐநூறு வண்டிகளையும் போகச் செய்தார்.

காட்டின் நடுப் பகுதியைப் போதிசத்துவர் அடைந்த சமயம் முன்னைப் போலவே பூதம் மனித வடிவில் போதிசத்துவர் முன்னர் தோன்றிற்று. வாலிப வியாபாரியிடம் சொன்னது போலத் தண்ணீரைக் கொட்டும்படிச் சொல்லிற்று.

வந்திருப்பது பூதம் என்பதைப் போதிசத்துவர் தெரிந்து கொண்டார்.

"இது தண்ணீர் இல்லாத பாலைவனம். துளிகூடத் தண்ணீர் அகப்படாது. இந்த ஆளின் கண்கள் சிவப்பாய் இருக்கின்றன. வம்பனாய் இருப்பான்போல் தோன்றுகிறது. இவனுடைய நிழல் பூமியில் படியவில்லை. எனக்கு முன்னால் பயணம் செய்த அப்பாவி வாலிபன் இந்தப் பூதத்திடம் அகப்பட்டுக்கொண்டு இருக்கிறான். தண்ணீரைக் கொட்டச் செய்து அவனும் அவன் ஆட்களும் சோர்ந்து களைப்புற்ற பின் அவர்கள் எல்லாரையும் இந்தப் பூதம் தின்றுவிட்டது. எனது கெட்டிக்காரத்தனத்தையும் செயல் திறமையையும் இது தெரிந்துகொள்ளவில்லை" என்று எண்ணிக்கொண்டார்.

ஆகவே அவர் பூதத்தைப் பார்த்து அதட்டினார். "இங்கிருந்து போய்விடு" என்று விரட்டினார்.

"நாங்கள் வியாபாரிகள். எங்களிடம் இருக்கும் தண்ணீரை நாங்கள் கீழே கொட்டமாட்டோம். நிச்சயம், தண்ணீர் கிடைக்கும் என்ற நம்பிக்கை ஏற்பட்ட பின்னர்தான் வண்டிப் பாரத்தைக் குறைக்க நாங்கள் தண்ணீரைக் கீழே கொட்டுவோம்" என்று சொன்னார்.

இதைக் கேட்ட பூதம் தம்முடைய பாச்சா போதிசத்துவரிடம் பலிக்காது என்பதைப் புரிந்து கொண்டது. பேசாமல் திரும்பிவிட்டது.

பூதம் போன பின் போதிசத்துவரைச் சேர்ந்த ஆட்கள் அவரைச் சூழ்ந்து கொண்டார்கள்.

"ஐயனே! அங்கே தூரத்தில் தெரிகிற கரும்பச்சைக் காட்டுக்கு அப்பால் எப்பொழுதும் மழை பெய்வதாக அதோ போகும் மனிதர்கள் எல்லாரும் சொல்கிறார்கள். தலைகளில் தாமரை மலர்களையும், கைகளில் அல்லிப் பூக்களையும் அவர்கள் வைத்திருந்தார்கள். பச்சைத் தண்டை அவர்கள் தின்றுகொண்டு இருந்தார்கள். தலையிலும் உடுப்பிலும் சொட்டச் சொட்டத் தண்ணீர் வடிந்துகொண்டு இருந்தது. ஆகவே நம்மிடம் இருக்கும் தண்ணீரைக் கொட்டிவிட்டால் பாரம் குறைந்து வண்டிகளை எளிதாய் ஓட்டிப்போகலாம்" என்று சொன்னார்கள்.

இவ்வாறு அவர்கள் சொன்னதைக் கேட்ட போதிசத்துவர் சிரித்தார். "இந்த வனாந்திரத்தில் குளம் இருப்பதாக உங்களில் யாராவது கேள்விப்பட்டது உண்டா?" என்று அவர்களைத் திருப்பிக் கேட்டார்.

"ஐயனே! நாங்கள் கேள்விப்பட்டது இல்லை. அதனால் தான் இதைத் தண்ணீர் இல்லாத பாலைவனம் என்று சொல்வது உண்டு" என்று சொன்னார்கள்.

"முன்னே இருக்கும் காட்டுப் பகுதியில் மழை பெய்வதாகச் சிலர் சொன்னார்கள் அல்லவா? அப்படியானால் மழைக் காற்று எவ்வளவு தூரத்துக்கு வீசும்?" என்று போதிசத்துவர் கேட்டார்.

"ஒரு காத தூரம் வரை வீசும்" என்று கேள்விப்பட்டிருக்கிறோம்.

“மழைக்காற்று வீசுவது உங்களில் யாருக்காவது தெரிகிறதா?”

“தெரியவில்லையே ஐயா!”

“மழைமேகம் ஏதாவது உங்கள் கண்களுக்குத் தென்படுகிறதா?”

“எந்த மழை மேகத்தையும் நாங்கள் காணவில்லை.”

“மின்னல் அடித்தால் எவ்வளவு தூரத்துக்குத் தெரியும்?”

“மூன்று நான்கு காதங்கள் வரை தெரியும்.”

“மின்னல் அடிப்பதை யாராவது பார்த்தீர்களா?”

“பார்க்கவில்லை ஐயா.”

“இடி முழக்கம் எவ்வளவு தூரம் வரை கேட்கும்?”

“இருண்டு மூன்று காதம் வரை கேட்கும் ஐயனே!”

“உங்களில் யாராவது இடிமுழக்கத்தைச் செவிமடுத்தீர்களா?”

“இல்லை ஐயனே!”

“நீங்கள் சந்தித்தவர்கள் மனிதர்கள் அல்லர். பூதங்கள். தண்ணீரைக் கொட்டிவிட்டு நாம் களைப்புற்றிருக்கும் சமயம் நம்மைத் தின்பதற்கு வந்தன.

“நமக்கு முன்னே பயணம் செய்த வியாபாரி ஒரு அப்பாவி. எதையும் நம்புபவன். பூதங்களின் சொல்லைக் கேட்டு அவன் தண்ணீரைக் கீழே கொட்டி இருப்பான். அவனையும் அவனுடைய ஆட்களையும் பூதங்கள் விழுங்கி இருக்கக்கூடும். அவனுடைய சரக்கு வண்டிகள் ஐநூறும் அப்படியே நிற்கும். அவற்றை இன்று நாம் காண நேரும். ஒரு துளி தண்ணீரைக் கூட வீணாக்காமல் பயணத்தைத் துரிதப்படுத்துங்கள்” என்று சொன்னார்.

அதன்படி அவர்கள் வேகமாகப் புறப்பட்டுச் சென்றபோது சரக்குகளுடன் ஐநூறு வண்டிகள் நிற்பதைக் கண்டார்கள். ஆட்களின் எலும்புகளும், மாட்டின் எலும்புகளும் அங்கும் இங்கும் சிதறிக்கிடந்தன.

அங்கு ஓய்வு எடுத்துக்கொள்ளத் தீர்மானித்தார் போதிசத்துவர். மாடுகளை அவிழ்த்துவிடச் செய்தார். வண்டிகளை வளையம் போல சுற்றி நிறுத்தி வைத்தார். மாடும் மனிதர்களும் சிறிது முன்னதாகச் சாப்பிட ஏற்பாடுகள் செய்தார்.

பிறகு மனிதர்களையும் மாடுகளையும் வளையத்துக்கு நடுவே படுத்துக் கொள்ளச் செய்தார். அவரும் இன்னும் பத்துப் பேர்களும் வாளை உருவிக் கையில் வைத்துக் கொண்டு காவல் புரிந்தனர்.

இரவுப் பொழுதில் மூன்று சாமங்கள் கழிந்துவிட்டன. பொழுது புலர்வதற்காகக் காத்து இருந்தார்கள்.

பொழுது புலர்ந்ததும் மாடுகளுக்குத் தீவனம் வைக்கச் செய்தார். இன்னும் தேவையானவற்றையும் எடுத்துக் கொண்டார்.

மோசமான நிலையில் இருந்த தமது வண்டிகளுக்குப் பதிலாக நல்ல வண்டிகளை மாற்றிக்கொண்டார். அதேபோல சாதாரண சரக்குகளைப் புறக்கணித்துவிட்டு நல்ல சரக்குகளை, விலையுயர்ந்த சரக்குகளை மாற்றிக்கொண்டார். போக வேண்டிய இடத்துக்குப் போய்ச் சேர்ந்தார்.

தம்மிடம் இருக்கும் சரக்குகளை எல்லாம் இரண்டு மூன்று மடங்கு இலாபத்துக்கு விற்றார்.

தமது ஆட்களில் யாரும் குறையாதபடி கவனமாகப் பார்த்துக்கொண்டு பத்திரமாக ஊர் திரும்பினார்.

2. தண்ணீரின் அருமை

ஒரு சமயம் காசி நாட்டை பிரம்மதத்தன் என்னும் அரசன் ஆண்டு வந்தான், அதன் தலைநகரான வாரணாசியில் பிரமதத்தன் அரண்மனை இருந்தது.

அப்போது போதிசத்துவர் வாரணாசியில் ஒரு வியாபாரக் குடும்பத்தில் பிறந்திருந்தார். வயது வந்து தக்க பருவத்தை அடைந்ததும் வியாபாரத்தில் ஈடுபட்டார். ஐநூறு மாட்டு வண்டிகளில் சரக்குகளை ஏற்றிக்கொண்டு வியாபாரம் செய்யக் கிளம்பினார்.

இந்தப் பிரயாணத்தில் அறுபது காதம் பரப்புள்ள மணற் பாங்கான ஒரு பாலைவனத்தை அவர் கடக்க வேண்டி யிருந்தது.

அந்தப் பாலைவனத்தின் மணல் மாவுபோல இருந்தது. கையில் அள்ளி மூடினால்கூட சிறிய விரல் இடுக்குகள் வழியாக அந்த மணல் கீழே விழுந்துவிடும். அவ்வளவு நுண்மையாக இருந்தது அந்தப் பாலைவனத்து மணல்.

சூரியன் உச்சியை அடையும் சமயம் அந்த மணல் நெருப்பாகக் கொதிக்கும். யாரும் அந்த மணல் மீது நடக்க முடியாது.

எனவே அந்தப் பாலைவனத்தைக் கடக்க வேண்டியவர்கள் முன் ஜாக்கிரதையுடன் இருக்க வேண்டும். விறகு, எண்ணெய், தண்ணீர் போன்றவற்றையும் தேவையான இதர சாமான் களையும் வண்டியில் உடன் எடுத்துச் செல்ல வேண்டும்.

இரவு நேரத்தில் மட்டுமே பாலைவனத்தில் பிரயாணம் செய்வார்கள்.

பொழுது புலர்ந்ததும் பிரயாணத்தை நிறுத்திவிடுவார்கள். வண்டிகளை வளையமாகச் சுற்றி நிறுத்துவார்கள். வண்டிகளின் மேலே விரிப்பைக் கூடாரம் போல விரித்துக் கட்டிக் கொள்வார்கள். வெய்யிலுக்கு முன்பாகவே சமைத்துச் சாப்பாட்டை முடித்துக்கொள்வார்கள். பிறகு அந்தக் கூடார நிழலில் தங்கி ஓய்வு எடுத்துக்கொள்வார்கள்.

பொழுது சாய்ந்ததும் மாலைச் சாப்பாட்டை முடித்துக் கொள்வார்கள். வெப்பம் தணிந்து தரை குளிர்ந்ததும் மாடுகளை வண்டியில் பூட்டிப் பயணத்தைத் தொடங்குவார்கள்.

இந்தப் பாலைவனத்தில் பிரயாணம் செய்வது, கடலில் பிரயாணம் செய்வது போன்றது. கண்ணுக்கு எட்டிய தூரம் வரை மணல், மணல், மணல் என்று மணலாகவே காட்சி அளிக்கும். இதில் பிரயாணம் செய்வதற்கு வானத்து நட்சத்திரங்களைப் பார்த்து திசையைச் சொல்லும் வழிகாட்டியின் துணை மிகவும் அவசியம். வழிகாட்டி இல்லாது போனால் இந்தப் பாலைவனத்தைக் கடப்பது என்பது முடியாத காரியம்.

இங்கு நட்சத்திரங்களைப் பார்த்து வழி காட்டுபவனுக்கு "பாலைவன மீகாமன்" என்று பெயர்.

போதிசத்துவரும் மீகாமன் துணை கொண்டுதான் பயணம் செய்தார்.

"இன்னும் ஏழு காதம் பாலைவனத்தில் கடக்க வேண்டியிருந்தது. இன்று இரவுப் பொழுதில் பாலைவனத்தைக் கடந்துவிடலாம்" என்று அவர் தனக்குத் தானே சொல்லிக் கொண்டார்.

இரவு சாப்பாட்டை முடித்துக்கொண்டு தம் சகாக்களுடன் பயணப்பட ஆயத்தமானார். மாடுகளுக்குச் சிரமம் கொடுக்க வேண்டாம் என்று கைவசம் இருந்த விறகுகளை வீசி எறியச்செய்தார். தண்ணீரையும் கீழே கொட்டச் சொன்னார். இதன் பிறகு மற்ற வண்டிகளில் மாடுகளைப் பூட்டிக்கொண்டு பயணமானார்கள்.

முதல் வண்டியில் பாலைவன மீகாமன் அமர்ந்து நட்சத் திரங்களைப் பார்த்து வழிகாட்டிக்கொண்டு சென்றான். எப்படியோ அயர்ந்து தூங்கிவிட்டான்.

மீகாமன் தூங்கியதும் மாடுகள் சரியான வழியில் செல்லவில்லை. திசை மாறிவிட்டன. அவை வந்த வழியிலேயே திரும்பிவிட்டன. இரவு முழுதும் அவை தவறான வழியில் சென்று கொண்டிருந்தன.

பொழுது புலரும் சமயம் பாலைவன மீகாமன் 'சட்' என்று விழித்துக்கொண்டான். தலைக்கு மேலே இருக்கும் நட்சத்திரங்களைக் கவனித்தான். அவனுக்குத் தூக்கிவாரிப்போட்டது.

"வண்டிகளைத் திருப்புங்கள்" என்று கூப்பாடு போட்டான்.

வண்டி ஓட்டிகள் அதன்படி வண்டிகளைத் திருப்பி வரிசையாக நிறுத்தினார்கள். கிழக்கு வெளுத்தது. பொழுதும் புலர்ந்துவிட்டது.

"நாம் நேற்று கூடாரம் அடித்துத் தங்கி இருந்த இடம் அல்லவா இது!" என்று பீதியுடன் இரைந்தார்கள்.

இவ்வாறு இரைந்த அவர்கள் மாடுகளை அவிழ்த்து விட்டார்கள். வளையமாக வண்டிகளை நிறுத்தினார்கள். நிழலுக்காக விரிப்பை மேலே கட்டினார்கள்.

ஒவ்வொரு வண்டிக்காரனும் சோர்ந்துபோய்விட்டான். வண்டிக்குக் கீழே மிகுந்த கவலையுடன் உட்கார்ந்து கொண்டான்.

இதைக் கவனித்தார் போதிசத்துவர். "நாம் சும்மா இருந்தால் எல்லாரும் தண்ணீர் இல்லாமல் இறந்து போய் விடுவார்கள்" என்று சொல்லிக்கொண்டார். மெல்ல முன்னும் பின்னும் நடந்தார்.

அதிகாலை நேரம். சூரியன் இன்னும் நன்றாக உதிக்கவில்லை. அதனால் குளிர் இருந்தது. சுற்றும் முற்றும் பார்த்தார். தூரத்தில் தொகுதி தொகுதியாக தர்ப்பைப்புல் வளர்ந்திருந்தது தெரிந்தது. அவசர அவசரமாக அங்கு சென்றார்.

"கீழே தண்ணீர் இல்லாவிட்டால் இந்தப் புல் இங்கே வளர்ந்திருக்காது. நிச்சயமாக வளர்ந்திருக்காது" என்று தீர்மானித்தார்.

ஆகவே மண்வெட்டியையும் கடப்பாரையையும் கொணரச் செய்தார். அந்த இடத்தைத் தோண்டச் சொன்னார்.

அறுபது அடி ஆழம் தோண்டிய பிறகும் தண்ணீர் காணவில்லை. மாறாகப் பாறைதான் தென்பட்டது. இதைப் பார்த்து அனைவரும் அதிர்ச்சி அடைந்தார்கள். மண் வெட்டியையும் கடப்பாரையையும் கீழே போட்டார்கள். இனி என்ன ஆகுமோ? என்ற கவலையுடன் சோர்ந்து உட்கார்ந்து விட்டார்கள்.

ஆனால் போதிசத்துவர் களைக்கவில்லை. தைரியத்தை இழக்கவில்லை. கீழே இறங்கிப் பாறைமீது நின்றார். கீழே தண்ணீர் இருக்கும் என்ற நம்பிக்கை அவருக்கு உறுதியாக இருந்தது.

குனிந்து பாறை மீது காது வைத்து உற்றுக்கேட்டார். அடியில் நீரோட்டம் இருப்பதை உணர்ந்தார். அதை மீண்டும் உறுதிப்படுத்திக் கொண்டார். மிகுந்த நம்பிக்கையுடன் மேலே வந்தார்.

வேலைக்காரப் பையனைப் பார்த்தார். "பையா! சும்மா இருந்தால் தண்ணீர் இல்லாமல் நாம் அனைவரும் அழிந்து போவோம். ஆகவே மனதைத் தைரியப்படுத்திக்கொள். கடப் பாரையைக் கையில் எடுத்துக்கொள். பள்ளத்தில் இறங்கு. கடப்பாரையால் பாறையைப் பிள!" என்று உத்தர விட்டார்.

எஜமானரின் கட்டளைப்படி வாலிபன் செய்தான், மற்றவர்கள் ஊக்கம் குன்றித் திகைத்துப்போய் உட்கார்ந்து கொண்டிருந்தார்கள். அந்த வாலிபன் மட்டும் போதிசத்துவர் ஆணைப்படி உற்சாகத்துடன் பாறையைப் பலங்கொண்ட மட்டும் குத்தினான். தொடர்ந்து குத்திக்கொண்டே இருந்தான். 'மடார்' என்று ஒரு பயங்கர சத்தம் கேட்டது. தண்ணீரை மறைத்துத் தடுத்துக்கொண்டிருந்த பாறை பிளந்து விழுந்தது.

என்ன ஆச்சரியம்! அடுத்த கணம் பனைமரம் உயரத்துக்குத் தண்ணீர் பீறிட்டு அடித்தது. அதைப் பார்த்து வியாபாரிகள் ஆனந்தக் கூத்தாடினார்கள். 'ஆ! ஊ!' என்று கத்தினார்கள். எல்லாரும் தாகம் தீரும்மட்டும் தண்ணீரைப் பருகினார்கள். அதில் ஆனந்தமாகக் குளித்தார்கள்.

தங்களிடம் தேவைக்கு மேல் இருந்த மண்வெட்டியின் கைப்பிடிகள், நுகத்தடிகள் இவற்றை எல்லாம் திரட்டினார்கள். அவற்றைப் பிளந்து விறகுகளாகச் செய்தார்கள். அவற்றைக் கொண்டு சமைத்தார்கள். வயிறு நிறையச் சாப்பிட்டார்கள். மாடுகளுக்கும் தீவனம் வைத்தார்கள். தண்ணீர் காட்டினார்கள். மாலைப் பொழுது வந்தது. கிணறு தோண்டிய இடத்தில் ஒரு கொடியை நட்டார்கள். பயணத்தைத் தொடங்கினார்கள்.

தாங்கள் அடைய வேண்டிய இடத்தை அடைந்தார்கள்.

வழக்கத்துக்கு மாறாக இரண்டு மூன்று மடங்கு லாபத்துக்கு சரக்குகளை விற்றார்கள். பண்டமாற்றம் செய்து கொண்டார்கள்.

இதன் பின்னர் தங்கள் சொந்த ஊர் திரும்பினார்கள். எஞ்சிய தங்கள் வாழ்நாளை சௌகரியமாகக் கழித்தார்கள்.

போதிசத்துவர் தானங்கள் செய்வதிலும் தருமங்கள் செய்வதிலும் தம் வாழ்நாளைக் கழித்தார். இறுதிக் காலம் எய்தியதும் மற்றவர்களைப் போலவே அவரும் காலமானார். தகுதிக்கு உரிய மதிப்பையும், உயர்ந்த இடத்தையும் பெற்றார்.

3. நாணயமான வியாபாரி

ஐந்து கற்ப காலத்துக்கு முன்பு ஒரு சமயம் சேரி நாட்டில் போதிசத்துவர் பிறந்து இருந்தார். தட்டுமுட்டுச் சாமான்கள் விற்கும் கன்னனாக அவர் இருந்தார். அவரை எல்லாரும் சேரிவான் என்று அழைத்தார்கள்.

மற்றும் ஒரு கன்னார் கூட்டத்திலே தட்டுமுட்டுச் சாமான்கள் விற்கும் இன்னொரு ஆள் இருந்தான். அவனையும் மக்கள் சேரிவான் என்று அழைத்தார்கள். தேவ தாரகை என்னும் ஆற்றைக் கடந்து அந்தபுரம் என்னும் நகருக்கு இவன் வந்தான்.

கன்னார் இருவரும் நகரத்தை இரு பிரிவாகப் பிரித்துக் கொண்டு, ஒவ்வொருவரும் தத்தமக்கு ஒதுக்கப்பட்ட தெருக்களில் வியாபாரம் செய்து வந்தார்கள்.

அந்த நகரத்திலே நலிந்து போன குடும்பம் ஒன்று இருந்தது. ஒரு காலத்தில் இந்தக் குடும்பத்தைச் சேர்ந்தவர்கள் பெரிய வியாபாரிகளாய் விளங்கினார்கள். மிகுந்த செல்வச் செழிப்புடன் வாழ்ந்தார்கள்.

நமது கதை நடைபெறும் காலத்தில் இந்தக் குடும்பத்தில் இருந்த ஆண்மக்கள் எல்லாரும் இறந்து போனார்கள். ஒரு கிழவியும் அவள் பேத்தியும் மட்டுமே எஞ்சி இருந்தார்கள். கூலிவேலை செய்து இருவரும் வயிறு வளர்த்தார்கள்.

இவர்கள் வீட்டிலே தங்கத் தட்டு ஒன்று இருந்தது. குடும்பத் தலைவனாக இருந்த வியாபாரி அந்தத் தங்கத்தட்டிலே

சாப்பிடுவது வழக்கம். நீண்டகாலம் பயன்படுத்தாமல் போன காரணத்தால் அந்தத் தங்கத் தட்டில் அழுக்குப் பிடித்து இருந்தது. மற்ற தட்டுமுட்டுச் சாமான்களுடன் அதுவும் சேர்ந்து கிடந்தது. அது தங்கத் தட்டு என்பது வீட்டுப் பெண்கள் இருவருக்கும் தெரியாது. அதைப் பித்தளைத் தட்டு என்றே அவர்கள் எண்ணினார்கள். விற்க ஏதாவது ஓட்டை உடைசல் சாமான் இருக்கிறதா என்று கூவிக்கொண்டே பேராசைக்காரக் கன்னான் அவர்கள் வீட்டுப் பக்கமாக வந்தான்.

அப்போது "பாட்டி! பாட்டி! காதுக்குப் போட்டுக் கொள்ள ஏதாவது தொங்கட்டான் வாங்கிக்கொடு" என்று கேட்டாள் பேத்தி.

"நம்மிடம் காசு எதுவும் இல்லையே, எதை அம்மா விற்பது? காசு இருந்தால்தானே தொங்கட்டான் வாங்கலாம்" என்றாள் பாட்டி.

"நமக்குப் பயன்படாமல் பழைய தட்டு ஒன்று கிடக்கிறது. அதை விற்றுவிடலாம்" என்றாள் பேத்தி.

கிழவி கன்னானை வீட்டுக்குள் கூப்பிட்டாள். வந்ததும் அவனை உட்காரச் சொல்லி "இந்தத் தட்டை எடுத்துக் கொண்டு உன் சகோதரிக்கு ஏதாவது கொடு" என்று சொல்லி, தட்டை அவனிடம் கொடுத்தாள்.

கன்னான் தட்டை வாங்கித் திருப்பித் திருப்பிப் பார்த்தான். தங்கத் தட்டாய் இருக்குமோ என்ற ஐயம் அவனுக்கு உண்டாயிற்று. ஆகவே தட்டின் ஓரத்தில் ஊசியைக் கொண்டு கீறிப் பார்த்தான். அது சுத்தமான தங்கத் தட்டு என்பது தெரிந்துவிட்டது. பெண்களை ஏமாற்றும் எண்ணத்துடன் "இந்தத் தட்டு அரைக்காசு கூடப் பெறாது" என்று சொல்லி, தட்டைத் தரையில் எறிந்துவிட்டு வீட்டைவிட்டு அவன் எழுந்து போய்விட்டான்.

இது சமயம் செய்துகொண்டிருக்கும் ஒப்பந்தப்படிப் போதிசத்துவர் இந்தத் தெருவுக்கு வியாபாரத்துக்கு வந்தார். ஒதுக்கிய பகுதிக்கு உரிய கன்னான் முதலில் வியாபாரத்தை முடித்துக்கொண்டுவிட்டால் பிறகு மற்றவன் அந்தப் பகுதிக்கு வியாபாரம் செய்ய வரலாம் என்பது ஒப்பந்தம்.

அந்த ஒப்பந்தப்படி கிழவி வீட்டுப் பக்கமாக வந்த போதிசத்துவர், "ஓட்டை உடைசல் சாமான்கள் வாங்குகிறது, ஓட்டை உடைசல் சாமான்கள் வாங்குகிறது" என்று கூவினார்.

இப்போது பேத்தி தன் பாட்டியிடம் தனக்கு ஏதாவது வாங்கித் தருமாறு கேட்டாள். அதற்குப் பாட்டி "அந்தக் கன்னான் வேண்டாம் என்று தட்டை எறிந்துவிட்டுப் போய்விட்டானே! கொடுக்க நம்மிடம் வேறு எதுவும் இல்லையே" என்றாள்.

"அந்தக் கன்னான் கெட்டவன்; கடுகடுப்பாய்ப் போனான். இவர் நல்லவராகத் தெரிகிறது அன்பாகப் பேசுகிறார்" என்றாள் பேத்தி.

"அப்படியானால் அவனைக் கூப்பிடு" என்றாள் பாட்டி.

அதன்படி பேத்தி அழைத்ததும் போதிசத்துவர் வீட்டுக்குள் வந்தார். அவரை ஆசனத்தில் அமரச் செய்து கிழவி தங்கத் தட்டை அவரிடம் கொடுத்தாள்.

போதிசத்துவர் தட்டை வாங்கிப் பார்த்தார். அது தங்கத் தட்டு – என்பதைத் தெரிந்துகொண்ட அவர், "அம்மா! இந்தத் தட்டு லட்சம் பணம் விலை போகும். இப்போது என்னிடம் அவ்வளவு பணம் இல்லையே" என்று சொன்னார்.

உடனே அவள் "ஐயா! முன்பு வந்த வியாபாரி இந்தத் தட்டு அரைக் காசுகூடப் பெறாது என்று கூறி வேண்டாம் என்று தட்டைப் போட்டுவிட்டுப் போய்விட்டான். உங்கள் கைபட்டு இந்தத் தட்டுப் பொன்னாக மாறிவிட்டது. உங்களிடம் இருக்கும் பணத்தைக் கொடுத்துவிட்டு இந்தத் தட்டை நீங்கள் எடுத்துக்கொள்ளுங்கள்" என்று சொன்னாள்.

போதிசத்துவரிடம் அந்தச் சமயம் ஐநூறு காசுகளும் அந்த அளவு மதிப்புள்ள சாமான்களும் இருந்தன. எனவே அவர் கிழவியிடம் "எனது தராசையும் பையையும் எட்டுக் காசுகளையும் வைத்துக்கொண்டு என்னிடம் இருப்பதையெல்லாம் உனக்குத் தந்துவிடுகிறேன்" என்று சொல்லி, தட்டை வாங்கிக்கொண்டார். ஐநூறு காசுகளையும் அந்த அளவு மதிப்புள்ள சாமான்களையும் கிழவியிடம் கொடுத்தார்.

பிறகு அவளிடம் விடை பெற்றுக்கொண்டு விரைவாக ஆற்றங்கரைக்குச் சென்றார். படகு ஓட்டியிடம் எட்டுக் காசுகளைக் கொடுத்து படகில் ஏறிக்கொண்டு அதைச் செலுத்தும்படிச் சொன்னார்.

பேராசைக்காரக் கன்னான் இதுசமயம் கிழவி வீட்டுக்கு வந்து, "அந்தத் தட்டைக் கொண்டு வா, ஏதாவது தருகிறேன்' என்ற சொல்லிக் கேட்டான்.

கிழவி கடும் கோபம் கொண்டாள். "இலட்சம் பணம் பெறக் கூடிய தங்கத் தட்டை நீ அரைக்காசு கூடப் பெறாது என்று சொன்னாய். நேர்மையான வியாபாரி ஒருவர் வந்து ஆயிரம் காசுகள் தந்து அந்தத் தட்டை வாங்கிக்கொண்டு போய்விட்டார்" என்று சொன்னாள்.

கிழவி சொன்னதைக் கேட்டதும் கன்னான் மிகவும் ஆத்திரப்பட்டான். "முற்றும் இலட்சம் பணம் மதிப்புள்ள தங்கத்தட்டு எனக்குக் கிடைக்காதபடி அவன் செய்துவிட்டானே! பெருத்த நஷ்டம் அல்லவா ஏற்பட்டுவிட்டது" என்று அலறினான்.

இந்தப் பெரும் இழப்பை அவனால் தாங்கிக்கொள்ள முடியவில்லை. பைத்தியம் பிடித்தவன் போல் ஆகிவிட்டான். தன்னைக் கட்டுப்படுத்திக் கொள்ள அவனால் முடியவில்லை. தன்னிடம் இருக்கும் காசுகளையும் சாமான்களையும் கதவு அருகே வீசி எறிந்தான். ஆடைகள் அவிழ்ந்து விழுவதைக் கூட அவன் கவனிக்கவில்லை. கையில் தராசுக் கோலை எடுத்துக் கொண்டு போதிசத்துவர் போய் இருக்கும் ஆற்றங்கரைக்கு ஓடினான். ஆற்றைக் கடந்து படகு போய்க்கொண்டிருப்பதைப் பார்த்ததும் படகைத் திருப்பி வருமாறு படகு ஓட்டியைக் கூவி அழைத்தான்.

திருப்பிக்கொண்டு போக வேண்டாம் என்று போதிசத்துவர் தடுத்துவிட்டார்.

படகில் சென்று கொண்டிருக்கும் போதிசத்துவரைப் பெருங்கவலையோடு அவன் பார்த்துக் கொண்டு நின்றான். அவனுக்கு உள்ளம் கொதித்தது. துடித்தது. வாயிலிருந்து இரத்தம் கொட்டிற்று. காய்ந்து போன குளத்தில் களிமண்

வெடிப்பது போல அவன் இதயம் வெடித்துவிட்டது. போதி சத்துவர் மீது கொண்டிருந்த வெறுப்பின் காரணமாக அந்த இடத்திலேயே அவன் இறந்து ஒழிந்தான். இதன் பின்னர் போதி சத்துவர் தான தர்மங்களையும் இதர நற்காரியங்களையும் செய்து நற்கதி அடைந்தார்.

4. செத்துப்போன சுண்டெலி

வாரணாசியிலிருந்து காசி நாட்டை பிரம்மதத்தன் ஆண்ட சமயம் நிதிக்கணக்கன் குடும்பம் ஒன்றில் போதிசத்துவர் பிறந்து இருந்தார். அவரைச் சின்ன நிதிக்கணக்கன் என்று அழைத்தார்கள். அவர் கெட்டிக்காரராயும், திறமைசாலியாயும் இருந்ததோடு சகுனங்கள் பார்ப்பதில் வல்லவராய்த் திகழ்ந்தார்.

ஒரு நாள் அரசருக்குப் பணிவிடைகள் செய்துவிட்டுத் திரும்பியபோது வழியில் சுண்டெலி ஒன்று செத்துக் கிடப்பதை அவர் கண்டார். அதுசமயம் விண்மீன்களின் இருப்பை அவர் உற்றுக் கவனித்தார். விண்மீன்கள் இருப்பைக் கருத்தில் கொண்டு புத்திசாலியான வாலிபன் இந்தச் சுண்டெலியை எடுத்துப்போய் வியாபாரத்தைத் தொடங்குவானாயின் செல்வமும் ஏற்படும், மனைவியும் ஏற்படுவாள் என்று சொல்லிக் கொண்டார்.

நல்ல குடும்பத்தில் பிறந்து இப்போது நசிந்த நிலையில் இருக்கும் வாலிபன் ஒருவன் போதிசத்துவர் சொன்னதை செவிமடுத்தான். காரணம் இல்லாமல் எதையும் இவர் சொல்ல மாட்டார் என்று நினைத்த அவன் செத்துப்போன சுண்டெலியை எடுத்துக்கொண்டு கிளம்பினான். கள்ளுக்கடையில் திரியும் பூனைக்கு உணவாக அதை அவன் விற்றான்.

கிடைத்த ஒரு தம்பிடிக்கு வெல்லக்கட்டியும் ஒரு குடம் தண்ணீரும் வாங்கிக்கொண்டான்.

காட்டில் பூக்களைச் சேகரித்துக்கொண்டு வழியில் பூக்காரர்கள் சிலர் திரும்புவதை அவன் பார்த்தான். ஒவ்வொரு வருக்கும் ஒரு அகப்பை தண்ணீரும் வெல்லக்கட்டியில்

கொஞ்சமும் கொடுத்து, கொஞ்சம் கொஞ்சம் பூக்களை அவர்களிடமிருந்து பெற்றுக்கொண்டான். அந்தப் பூக்களை விற்றுவிட்டு மறுதினம் கொஞ்சம் அதிகமாக வெல்லத் துண்டுகளும் ஒரு பானை நிறையத் தண்ணீரும் எடுத்துப்போனான்.

பூக்காரர்கள் அவற்றைப் பெற்றுக்கொண்டு பாதி அளவு பூக்கள் உள்ள கிளைகளைக் கொடுத்தார்கள். சிறிது நேரத்திற் குள்ளாக அவனுக்கு எட்டுக் காசுகள் கிடைத்தன.

பிறகு ஒரு நாள் காற்றும் மழையும் கலந்து அடித்ததால் அரசனின் பூந்தோட்டத்தில் இருக்கும் மரங்களில் காய்ந்து போன கொம்புகளும் குச்சிகளும் ஒடிந்து கீழே விழுந்தன. காய்ந்த இலைகளும் ஏராளமாகக் கீழே கொட்டின.

பூந்தோட்டத்தை எப்படிச் சுத்தப்படுத்துவது எனத் தெரியாது தோட்டக்காரன் தவித்தான். அப்போது அவனிடம் வாலிபன் ஒருவன் வந்து தான் தோட்டத்தில் கிடக்கும் விறகுகளையும் குச்சிகளையும் அப்புறப்படுத்திவிடுவதாகவும் அப்புறப்படுத்திய விறகும் குச்சிகளும் தன்னைச் சேரவேண்டும் என்றும் சொன்னான்.

தோட்டக்காரனும் அதற்குச் சம்மதித்தான். உடனே சின்ன நிதிக்கணக்கனின் சீடனான அந்த வாலிபன், குழந்தைகள் விளையாடும் திடலுக்குப் போனான். அங்கு விளையாடிக் கொண்டிருந்த குழந்தைகளுக்கு வெல்லத் துண்டுகளை முதலில் கொடுத்தான். அரசனின் பூந்தோட்டத்துக்குள் கிடக்கும் கொம்புகளையும் குச்சிகளையும் தோட்டத்துக்கு வெளியே கொணர்ந்து ஒரு இடத்தில் சேகரமாகக் குவித்துவிடவேண்டும் என்றும் சொன்னான். அதன்படி சிறுவர்கள் செய்து முடித்தார்கள்.

இது சமயம் அரண்மனைக் குயவனுக்கு மட்பாண்டங்களைச் சூளை வைக்க விறகு தேவைப்பட்டது. ஆகவே அவன் வந்து பூந்தோட்டத்தின் முன்னே இருக்கும் விறகுக் குவியலை விலைக்கு வாங்கிக்கொண்டான். சின்ன நிதிகக்கணக்கனின் சீடனுக்கு இதனால் பதினாறு காசுகள் கிடைத்ததோடு ஐந்து குடமும் சில மட்பாண்டங்களும் கிடைத்தன.

அவன் கையில் இப்போது இருபத்துநான்கு காசுகள் இருந்ததால் யோசனை செய்து அவன் ஒரு திட்டம் தீட்டினான். நகருக்கு வெளியே புறப்பட்டுச் சென்றான். அங்கே புல் வெட்டிகள் ஐநூறு பேருக்குக் குடிக்கத் தண்ணீர் கொடுத்தான். மகிழ்ச்சி அடைந்த அவர்கள், “தம்பி! உனக்கு நாங்கள் என்ன உதவி செய்யவேண்டும்?” என்று கேட்டார்கள்.

அதற்கு அவன் “எனக்குத் தேவைப்படும்போது உங்களிடமிருந்து உதவி பெற்றுக்கொள்கிறேன்” என்று சொல்லிவிட்டு நில வியாபாரிகளுடனும் கடல் வியாபாரிகளுடனும் நெருக்கமாகத் தொடர்பு வைத்துக்கொண்டான்.

அப்போது நில வியாபாரி “நாளை ஒரு குதிரை வியாபாரி விற்க ஐநூறு குதிரைகள் கொண்டு வருகிறான்” என்று சொன்னான்.

இதை அறிந்ததும் அந்த வாலிபன் புல்வெட்டிகளை அணுகி, “ஒவ்வொருவரும் எனக்கு ஒரு கட்டுப் புல் கொடுங்கள். நான் விற்று முடிக்கும்வரை உங்களிடம் இருக்கும் புல்கட்டுகளை நீங்கள் விற்கக் கூடாது” என்று கேட்டுக் கொண்டான்.

“சரி” என்று சம்மதித்து ஐநூறு புல் கட்டுகளை அவன் வீட்டில் புல்வெட்டிகள் சேர்த்துவிட்டார்கள். வேறு இடங்களில் புல் கிடைக்காதபடியால் குதிரை வியாபாரிகள் ஆயிரம் காசுகள் கொடுத்து இந்த வாலிப வியாபாரியிடமிருந்து புல்கட்டுகளை வாங்கிக்கொண்டார்கள்.

இது நடந்து சில தினங்களுக்குப் பின்னர் பெரிய வியாபாரக் கப்பல் ஒன்று வந்திருக்கும் செய்தி வாலிபனுக்குக் கிடைத்தது.

உடனே வாலிபன் எட்டுக் காசு வாடகைக்கு நல்ல வண்டி ஒன்றை அமர்த்திக்கொண்டான். தன்னை ஆடம்பரமாக அலங்கரித்துக்கொண்டு வண்டியில் ஏறி துறைமுகத்துக்குப் போனான், பேரம் பேசி அந்தக் கப்பலைக் கடனுக்கு விலைக்கு வாங்கினான். தனது முத்திரை மோதிரத்தைக் கடனுக்கு ஈடாகக் கொடுத்தான். பிறகு பக்கத்திலே ஒரு

கூடாரத்தை நாட்டச் செய்து அதற்குள் சென்று அவன் அமர்ந்துகொண்டான். அதன் பின்னர் தன் சிப்பந்திகளை நோக்கி, 'வியாபாரிகள் வந்தால் ஒவ்வொருவராக மூன்று பேரை மட்டும் அனுப்புங்கள்' என்று சொல்லி வைத்தான்.

சரக்குகளுடன் கப்பல் வந்திருப்பது தெரியவந்து நூறு வியாபாரிகள் சரக்குகள் கொள்முதல் செய்ய வந்தார்கள். அப்போது பெரிய வியாபாரி ஒருவர் சரக்குகள் அனைத்தையும் வாங்கிவிட்டார் என்னும் செய்தி தெரியவந்தது.

வியாபாரிகள் அனைவரும் வாலிபரைச் சந்திக்கச் சென்றார்கள். முன்பு செய்திருந்த ஏற்பாட்டின்படி ஒவ்வொருவராக மூன்று பேர்கள் மட்டுமே சந்திக்க அனுமதி கிடைத்தது.

வந்த நூறு பேர்களில் ஒவ்வொருவரும் வாலிபனிடம் தனித்தனியே ஆயிரம் காசுகள் கொடுத்தார்கள். பிறகு முழு வதையுமே வாங்கிக்கொள்வதற்கு மேலும் ஒவ்வொருவரும் ஆயிரம் காசுகள் கொடுத்தார்கள். சின்ன நிதிக்கணக்கனின் சீடனுக்கு இப்படி மொத்தம் இரண்டு இலட்சம் காசுகள் கிடைத்தன. அவற்றை எடுத்துக்கொண்டு, வாலிபன் வாரணாசி திரும்பினான்.

சின்ன நிதிக்கணக்கனுக்குத் தனது நன்றியறிதலைத் தெரிவித்துக்கொள்ள லட்சம் காசுகளை எடுத்துக்கொண்டு வாலிபன் போனான்.

"இவ்வளவு பணமும் உனக்கு எவ்வாறு கிடைத்தது?" என்று நிதிக்கணக்கன் கேட்டான்.

"நீங்கள் சொன்ன அறிவுரையைப் பின்பற்றி நான்கு மாதங்களில் இவ்வளவு செல்வத்தையும் சம்பாதித்தேன்" என்று வாலிபன் சொன்னான். சுண்டெலியை விற்றதில் இருந்து இறுதிவரை நடந்ததை விவரித்தான்.

இவற்றை எல்லாம் கேட்ட பின்னர் சின்ன நிதிக்கணக்கர் சிந்திக்கலானார். இந்த வாலிபன் மற்றவர்கள் கையில் சிக்கிக்கொள்ள இடம் கொடுத்தல் கூடாது. ஆகவே வயது வந்த தன் புதல்வியை அவனுக்கு மணம் முடித்து வைத்து குடும்பச் சொத்துக்களை எல்லாம் அவனிடம் ஒப்படைத்தார்.

நிதிக்கணக்கர் காலமான பின்னர், அந்த நகருக்கு வாலிபனே நிதிக்கணக்கன் ஆனான்.

இதன் பின்னர் போதிசத்துவர் காலமான பின் தனது நற்செயல்களுக்கு ஏற்ப நற்கதியை அடைந்தார்.

5. ஒரு படி அரிசி விலை என்ன?

காசி நாட்டு வாரணாசி நகரில் இருந்து கொண்டு ஒரு சமயம் பிரம்மதத்தன் ஆண்டு வந்தான், அப்போது போதிசத்துவர் விலை நிர்ணயிப்பவராக இருந்து வந்தார். குதிரை, யானை போன்றவற்றையும், ரத்தினங்கள், தங்கம் போன்றவற்றையும் மதித்து அவர் விலை நிர்ணயம் செய்வார். தான் நிர்ணயிக்கும் விலையைச் சொந்தக்காரர்களுக்கு அவர் கொடுக்கச் செய்வது வழக்கம்.

அரசனோ மிகுந்த பேராசைக்காரன். "விலை நிர்ணயிப்பவன் சொல்லுகிறபடி விலையைக் கொடுத்து வந்தால் எனது நிதிச்சாலையே காலியாகிவிடும், விலையை நிர்ணயிப்பதற்கு வேறு ஒரு ஆளை நியமிக்க வேண்டும்" என்று தனக்குத்தானே சொல்லிக்கொண்டான்.

இந்த எண்ணத்தோடு சாளரக் கதவைத் திறந்து முற்றத்தை அரசன் கவனித்தபோது முட்டாள் குடியானவன் ஒருவன் அங்கு நின்றான். தான் நியமிக்க இருக்கும் பதவிக்கு இந்த ஆள் பொருத்தமானவன் என்று அரசன் நினைத்தான்.

ஆகவே ஆள் அனுப்பி அந்தக் குடியானவனை அழைத்து வரச் செய்து "விலை நிர்ணயிப்பவன் வேலையை ஏற்றுக் கொள்ள உனக்குச் சம்மதமா?" என்று கேட்டான்.

"சரி" என்று அந்தக் குடியானவன் சம்மதித்தான்.

ஆகவே அரசாங்கத்தின் நிதிச்சாலையைப் பாதுகாக்க இந்த முட்டாள் குடியானவனை அரசன் நியமித்தான். அந்த முட்டாள் விலை நிர்ணயம் செய்யும்போது தரத்துக்குத்

தக்கபடி யானை குதிரைகளுக்கு விலை நிர்ணயம் செய்யாமல், தன் மனம் போன போக்கில் விலை நிர்ணயம் செய்தான். அதனால் அவன் நிர்ணயித்த விலைக்கு அதிகமாக ஒரு சல்லிக் காசுகூட வியாபாரிகளுக்குக் கிடைக்கவில்லை.

இது சமயம் வடதேசத்துக் குதிரை வியாபாரி ஒருவன் விற்பதற்கு ஐநூறு குதிரைகளைக் கொணர்ந்து இருந்தான். புதிதாக நியமிக்கப்பட்ட விலை நிர்ணயிப்பவனை அழைத்து வரச் செய்து குதிரைகளின் விலையை நிர்ணயிக்கும்படி அரசன் கட்டளையிட்டான்.

ஐநூறு குதிரைகளுக்கும் மொத்தமாக அந்த முட்டாள் ஒரு படி அரிசி என்று விலை நிர்ணயம் செய்தான். அந்த விலையைக் குதிரைக்காரனுக்குக் கொடுக்கும் படியும் குதிரைகளை லாயத்துக்கு ஓட்டிச் செல்லும்படியும் அரசன் உத்தரவிட்டான்.

குதிரை வியாபாரி முந்தைய விலை நிர்ணயிப்பவனிடம் சென்று நடந்தவற்றைச் சொன்னான். என்ன செய்யலாம் என்று யோசனை கேட்டான்.

"ஏதாவது அவனுக்கு லஞ்சம் கொடுங்கள்" என்று முந்தைய விலை நிர்ணயிப்பவன் சொன்னான். "குதிரைகளின் விலை ஒரு படி அரிசிதான் என்று நாங்கள் தெரிந்து கொண்டோம். ஆனால் ஒரு படி அரிசி விலை என்ன என்பதை நாங்கள் தெரிந்து கொள்ள விரும்புகிறோம். அரசரின் முன்னிலையில் அரிசியின் விலையைச் சொல்ல முடியுமா? என்று கேளுங்கள்; ஆம் முடியும் என்று அவன் பதில் சொன்னால் அவனை அரசனிடம் அழைத்துச் செல்லுங்கள். நானும் அப்போது அங்கு இருக்கிறேன்" என்று சொன்னார்.

போதிசத்துவர் சொன்னபடி குதிரை வியாபாரி செய்தான். புதிய விலை நிர்ணயிப்பவனுக்கு லஞ்சம் கொடுத்துவிட்டு, "ஒரு படி அரிசியின் விலை மதிப்பு உங்களுக்குத் தெரியுமா?" என்று கேட்டான்.

"ஆம். தெரியும்" என்று அவன் பதில் சொன்னதும், உடனே அவனை அரண்மனைக்கு அழைத்துப் போனான். அங்கு போதிசத்துவரும் இதர அமைச்சர்களும் இருந்தார்கள்.

அரண்மனையை அடைந்த குதிரை வியாபாரி அரசனை வணங்கிவிட்டு, "அரசே! ஐநூறு குதிரைகளின் விலை மதிப்பு ஒரு படி அரிசி என்பதை நான் ஆட்சேபிக்கவில்லை. ஆனால் அரசர் பெருமான் கருணைகூர்ந்து ஒரு படி அரிசியின் விலை மதிப்பு எவ்வளவு என்பதைப் புதிய விலை நிர்ணயிப்பவன் மூலம் தெரிந்துகொள்ள வேண்டுகிறேன்" என்று சொன்னான்.

உடனே என்ன நடந்திருக்கிறது என்பதை அறியாத அரசன் "விலை நிர்ணயிப்பவனே! ஐநூறு குதிரைகளின் விலை மதிப்பு என்ன?" என்று கேட்டான்.

"ஒரு படி அரிசி" என்று அவன் பதில் சொன்னான்.

உடனே அரசன் "நிரம்ப நல்லது. ஐநூறு குதிரைகளின் மதிப்பு ஒரு படி அரிசி என்றால், ஒரு படி அரிசியின் விலை மதிப்பு என்ன?" என்று கேட்டான்.

அதற்கு அவன் "அரசே! வாரணாசி நகரமும் அதன் சுற்றுப்புறங்களும் ஒரு படி அரிசிக்கு ஈடாகும்" என்று அந்த முட்டாள் பதில் சொன்னான்.

இந்தப் பதிலைக் கேட்டதும் மந்திரிகள் கைகொட்டிச் சிரித்தார்கள். "இந்தப் பூமியும் இதில் இருக்கும் அரசும் விலை மதிக்க முடியாதவை என்று இதுவரை எண்ணி இருந்தோம். ஆனால் வாரணாசி அரசும் அதை ஆளும் அரசரும் ஒரு படி அரிசி மதிப்பு உடையவர்கள் என்பது எங்களுக்கு இப்போது புரிந்துவிட்டது. விலை நிர்ணயிப்பவன் திறமைதான் என்னே! விலை நிர்ணயிக்கும் பதவிக்கு இவர் வந்து எவ்வளவு காலம் ஆயிற்று? உண்மையில் நமது அரசருக்கு மிகவும் பொருத்தமானவன் விலை நிர்ணயிப்பவன்" என்று ஏளனமாகச் சொன்னார்கள்.

உடனே போதிசத்துவர் கீழ்வரும் பாடலைச் சொன்னார்:

"ஒருபடி அரிசியின் மதிப்பு என்ன என்று கேட்கிறீர்கள்.
வாரணாசியும் அதன் சுற்றுப்புறமும் ஆகும்.
ஆயினும் ஐநூறு குதிரைகளும் ஒரு படி அரிசியின் மதிப்பே.
இது விநோதமானதாக இல்லையா!"

இதைக் கேட்டு அரசன் நாணம் அடைந்தான். போதிசத்து வரை மீண்டும் விலை நிர்ணயிக்கும் பதவியில் அமர்த்தினான்.

தனக்கு உரிய காலம்வரும்வரை போதிசத்துவர் வாழ்ந்தார். பிறகு நற்கதியை அடைந்தார்.

6. தெய்வத்தை நிகர்த்தவர்கள்

வாரணாசியிலிருந்துகொண்டு காசி நாட்டை பிரம்மதத்தன் ஆண்டு வந்தான். அது சமயம் போதிசத்துவர் ஒரு அரசனுக்கு மகனாய்ப் பிறந்து இருந்தார். இளவரசனின் பெயர் மகிமராசா. இளவரசன் ஓடியாடித் திரியும் பருவத்தில் அரசனுக்கு இரண்டாவது மகன் ஒருவன் பிறந்தான். அந்தக் குழந்தைக்கு அரசன் சந்திரன் என்று பெயர் சூட்டினான்.

சந்திரன் ஓடியாடித் திரியும் பருவத்தில் அவனுடைய தாய் காலமாகிவிட்டாள்.

ஆகவே அரசன் மற்றொரு அரச குமாரியைத் திருமணம் செய்து கொண்டான். அவள் அரசனுக்கு இன்பத்தையும் மகிழ்ச்சியையும் கொடுத்தாள். அவர்களிடையே காதல் உணர்வு முதிர்ந்து வந்தது.

இது சமயம் இரண்டாவது அரசிக்கு ஒரு மகன் பிறந்தான். இதனால் அரசன் அளவற்ற மகிழ்ச்சியை அடைந்தான். இளவரசனுக்குச் சூரியன் என்று பெயர் சூட்டினான். மகிழ்ச்சியால் பூரித்துப் போன அவன் அரசி யிடம் "குழந்தையின் சார்பாக ஏதாவது வரம் கேள்" என்று சொன்னான்.

அதற்கு அரசி தனக்கு இப்போது வரம் தேவையில்லை என்றும், தேவைப்படும்போது தான் பெற்றுக் கொள்வதாகவும் கூறினாள்.

பிறகு அவள் புதல்வன் சூரியன் வளர்ந்து பெரியவனாகி, தக்க பருவத்தை எய்தியதும், அந்த அரசி, அரசனிடம்

"அரசே! குழந்தை பிறந்த சமயம் எனக்கு ஒரு வரம் தருவதாக வாக்களித்தீர்கள். என் புதல்வன் சூரியனை இந்த நாட்டுக்கு அரசன் ஆக்குங்கள்" என்று சொன்னாள்.

அதற்கு அரசன் "அது முடியாத காரியம். அக்கினிக் கொழுந்து போல பிரகாசமான மூத்த புதல்வன் இருக்கும் போது இது எப்படிச் சாத்தியம் ஆகும்?" என்று கேட்டான்.

அரசன் மறுத்ததை அரசி ஏற்கவில்லை. தன் புதல்வனை நாட்டுக்கு அரசனாக்க வேண்டும் என்று அடிக்கடி அவள் நச்சரித்தாள்.

அரசனால் பொறுத்துக்கொள்ள முடியவில்லை. தன் மூத்த புதல்வர்கள் இருவருக்கும் தன் இளைய மனைவி தீங்கு செய்யக் கூடும் என்று அவன் அஞ்சினான்.

ஆகவே, தன் மூத்த புதல்வர்கள் இருவரையும் அழைத்து, "குழந்தைகளே! குழந்தை சூரியன் பிறக்கும்போது, அவன் தாய்க்கு நான் ஒரு வரம் அளித்தேன். இயல்பாகவே பெண்கள் கெட்ட சுபாவமுள்ளவர்கள். தன் புதல்வனுக்கு ராஜ்யம் வேண்டும் என்று அவள் கேட்கிறாள். ஆகவே அவள் உங்களுக்கு ஏதாவது தீங்கு செய்யக் கூடும். நீங்கள் இப்பொழுது காட்டுக்குப் போய்விடுங்கள். நான் காலமான பிறகு நாடு திரும்பி, நமது மரபுப்படி நாட்டை ஆளுங்கள்" என்று சொல்லிக் கண்ணீர் வடித்து அழுதான்.

பிறகு இரு புதல்வர்களையும் உச்சி மோர்ந்து, அனுப்பி வைத்தான்.

தந்தைக்கு நல்வாழ்த்துக் கூறி, விடைபெற்றுக்கொண்டு இளவரசர் இருவரும் புறப்பட்டபோது, முற்றத்தில் விளையாடிக் கொண்டிருந்த இளவரசன் சூரியன் அவர்கள் இருவரும் அரண்மனையிலிருந்து கிளம்புவதைப் பார்த்து விட்டான். தானும் அவர்களுடன் வருவதாகச் சொல்லி, அவனும் அவர்களுடன் சேர்ந்து போய்விட்டான்.

மூவரும் இமயமலைப் பிரதேசத்தை அடைந்தார்கள். அப்போது போதிசத்துவர் சாலையிலிருந்து ஒதுங்கி, ஒரு மரத்தடி நிழலில் அமர்ந்துகொண்டு, இளவரசன் சூரியனைக் கூப்பிட்டு "அன்பான சூரியா! அதோ ஒரு குளம் தெரிகிறது

பார். அங்கு விரைந்து சென்று, குளித்துவிட்டுத் தண்ணீர் குடி, எங்கள் இருவருக்கும் தாமரை இலையில் கொஞ்சம் தண்ணீர் கொண்டு வா" என்று சொன்னார்.

இந்தக் குளம் வேசவனன் என்னும் தேவனின் ஆதிக்கத்தில் உள்ள குளம். அவன் நீர்த் தேவதையிடம் இந்தக் குளத்தை ஒப்படைத்து "கடவுளுக்கு ஒப்பினவர் யார் என்பதை அறியாத யாரும் இந்தக் குளத்தில் இறங்கினால், அவர்களை உள்ளே இழுத்துப் போய் நீ விழுங்கி விடலாம். குளத்துக்குள் இறங்காதவர்களிடம் உனது ஆதிக்கம் செல்லுபடி ஆகாது" என்று சொல்லி ஒப்படைத்தான். ஆகவே, இந்தக் குளத்துக்குள் யார் இறங்கினாலும் அவர்களைப் பிடித்து கடவுளுக்கு ஒப்பினவர் யார் என்று அந்த நீர்த்தேவதை விசாரிக்கும். பதில் சொல்லத் தெரியாதவர்களை அது விழுங்கிவிடும்.

இந்த விவரம் தெரியாத இளவரசன் சூரியன், குளத்துக்குள் இறங்கினான். நீர்த் தேவதை அவனைப் பிடித்துக்கொண்டு "கடவுளுக்கு நிகரானவர் யார் என்பது உனக்குத் தெரியுமா?" என்று வினவிற்று.

"ஆம். தெரியும். சூரியனும் சந்திரனும்தான் தெய்வத்துக்கு நிகரானவை" என்று அவன் பதில் சொன்னான்.

"நீ சொல்வது சரியில்லை. தெய்வத்துக்கு நிகரானவர்கள் யார் என்பது உனக்குத் தெரியவில்லை" என்று சொல்லி அவனை இழுத்துப் போய் தண்ணீருக்குள் இருக்கும் தனது வீட்டுக்குள் அது சிறை வைத்துவிட்டது.

தண்ணீர் கொண்டுவரப்போன தம்பி, நெடு நேரமாகியும் திரும்பாததைக் கண்டு, போதிசத்துவர் தம்பி, சந்திரனைக் குளத்துக்கு அனுப்பினார்.

அவனையும் நீர்த்தேவதை பற்றிக்கொண்டு, "உண்மையில் தெய்வத்துக்கு நிகரானவர் யார்? கூறு" என்று கேட்டது.

"சொர்க்கத்தின் நான்கு திசைகளும்தான் தெய்வத்துக்கு நிகர்" என்று அவன் பதில் சொன்னான்.

"நீ சொன்ன பதில் சரி இல்லை" என்று கூறி, அவனையும் தண்ணீருக்குள் இழுத்துப் போய் சிறை வைத்துவிட்டது நீர்த்தேவதை.

இரண்டாம் முறை போன தம்பியும், திரும்பத் தாமதிப்பதை அறிந்த போதிசத்துவர் அவர்களுக்கு ஏதோ நேர்ந்திருக்கும் என நினைத்தார். ஆகவே, அவரும் புறப்பட்டுச் சென்றார். தம்பிகளின் அடிச்சுவடுகள் நீருக்குள் சென்றிருப்பதைக் கவனித்தார். ஆகவே, இந்தக் குளம் நீர்த்தேவதைகள் சஞ்சரிக்கும் குளம் என்பதைத் தெரிந்துகொண்டார். எனவே வாளையும் வில்லையும் கையில் தயாராக வைத்துக் கொண்டு அவர் காத்திருந்தார்.

போதிசத்துவர் நீருக்குள் இறங்கமாட்டார் என்பதைத் தெரிந்துகொண்ட நீர்த்தேவதை, காட்டுவாசி போல வடிவம் எடுத்துக்கொண்டு, போதிசத்துவரை அணுகி, "அன்பனே! நீ களைப்புற்று இருப்பது போல் தோன்றுகிறது. குளத்தில் இறங்கி, நீராடி நீர்பருகிவிட்டு தாமரை மலர்களால் உன்னை அலங்கரித்துக் கொள்வதுதானே. அப்படிச் செய்தால் பயணத்தைத் தொடர்வது உனக்கு சௌகரியமாய் இருக்குமே?" என்று கூறிற்று.

"தன்னுடன் பேசுவது நீர்த்தேவதை என்பதைப் போதிசத்துவர் தெரிந்துகொண்டார்" "என் சகோதரர்களைப் பிடித்துக் கொண்டது நீதானா?" என்று கேட்டார்.

"ஆம்" என்று தேவதை பதில் சொல்லிற்று.

"ஏன்?' என்று கேட்டார் போதிசத்துவர்.

"இந்தக் குளம் எனக்குச் சொந்தமானது."

"அனைவருக்கும் அப்படித்தானா?" என்று கேட்டார் போதிசத்துவர்.

"உண்மையாகக் கடவுளுக்குச் சமமானவர்கள் யார் என்று சொல்லத் தெரிந்தவர்களைத் தவிர்த்து, மற்றவர்கள் அனைவரையும் நான் என்பால் இழுத்துக் கொண்டு விடுவேன்." என்று தேவதை பதில் சொல்லிற்று. "கடவுளுக்கு ஒப்பானவர் யார் என்பது உனக்குத் தெரியுமா?"

"ஆம் தெரியும். கடவுளுக்கு ஒப்பானவர்கள் யார் என்பது உனக்குத் தெரிய வேண்டுமா?"

“ஆம். தெரிய வேண்டும். சொல் நான் கேட்கிறேன்”

தொடங்க நான் விரும்புகிறேன். ஆயினும் பிரயாண அலுப்பும் புழுதியும் எனக்கு உள்ளன” என்று போதிசத்துவர் சொன்னார்.

போதிசத்துவரை நீர்த்தேவதை நீராட்டி வைத்தது. உண்ண உணவும் பருக நீரும் கொடுத்தது. மலர்களால் அவரை அலங்கரித்தது. நறுமணத்தை உடம்பில் தெளித்தது. மண்டபத்தில் பெரிய இருக்கை ஒன்றை எடுத்துப் போட்டது.

போதிசத்துவர் இருக்கையில் அமர்ந்துகொண்டார். நீர்த்தேவதை அவர் காலடியில் அமர்ந்தது.

“நான் சொல்வதைக் கவனமாய்க் கேள். கடவுளுக்குச் சமமானவர்கள் யார் என்பதை நான் சொல்லுகிறேன்” என்று சொல்லிவிட்டு, கீழ்வரும் பாடலை அவர் சொன்னார்.

> **பாவத்துக்கு அஞ்சுபவர்கள் கடவுளுக்கு நிகரானவர்கள். நல்லவற்றில் நாட்டமுள்ளவர்கள், தூயவர்களாய் மகிழ்ச்சி யுடன் இருப்பார்கள்.**

இந்த விளக்கத்தைக் கேட்டதும் நீர்த்தேவதை மகிழ்ச்சி அடைந்தது. போதிசத்துவரை நோக்கி, “நீர் ஞானமுடையவராய்த் திகழ்கிறீர். உம் சகோதரர்களில் ஒருவனை நான் விடுவிக்கிறேன். யாரை நான் அழைத்து வரவேண்டும்?” என்று அது வினவிற்று,

‘இருவரிலும் இளையவனை’

“அறிஞரே! கடவுளுக்கு நிகரானவர் யார் என உமக்குத் தெரிந்திருந்த போதிலும் அந்த அறிவுக்கு ஏற்ப நீர் நடக்கவில்லையே” என்றது தேவதை.

“ஏன் அப்படிச் சொல்லுகிறாய்?”

“வயதுக் கிரமத்துக்கு மதிப்புக் கொடுக்காமல், இளையவனை அழைத்து வருமாறு சொல்லுகிறீரே அதனால்தான்” என்று சொல்லிற்று தேவதை.

அதற்கு போதிசத்துவர் "தேவதையே! கடவுளுக்கு நிகரானவர்களை நான் அறிந்தவன் மட்டுமல்ல; அவர்களுக்கு நிகராக நடப்பவன்" என்று பதில் சொன்னார். "இந்தச் சிறுவனின் காரணமாகத்தான் நாங்கள் காட்டுக்கு வர நேர்ந்தது. இவனுடைய தாயார் இவனுக்கு ராஜ்யத்தைக் கொடுக்க வேண்டும் என்று எங்கள் தந்தையிடம் கேட்டாள். கொடுக்க மறுத்த அவர் காட்டில் தஞ்சம் புகுமாறு எங்களை அனுப்பி வைத்தார். இந்தச் சிறுவன் திரும்பும் விருப்பம் இல்லாது எங்களுடன் வந்தான். காட்டில் பூதம் அவனை விழுங்கிவிட்டது என்று சொன்னால், என் கூற்றை எவரும் நம்பமாட்டார்கள். இந்த அவதூறுக்கு அஞ்சித்தான் இளையவனைக் திருப்பித் தருமாறு கேட்கிறேன்" என்று சொன்னார்.

"ஞானியே! உமது கூற்று சிறப்புடையது; சிறப்புடையது. நீர் கடவுளுக்கு நிகரானவர்களைத் தெரிந்துகொண்டு இருப்பதோடு மட்டும் அன்றி, கடவுளுக்குச் சமமாகவும் நடந்து கொள்கிறீர்" என்று கூறிவிட்டு, மகிழ்ச்சி அடைந்த அந்தத் தேவதை, போதிசத்துவரின் இரு தம்பிகளையும் அழைத்து வந்து அவரிடம் ஒப்படைத்தது.

அப்போது போதிசத்துவர், அந்த நீர்த்தேவதையிடம் முன் பிறவியில் நீ செய்த தீய செயல்களின் விளைவாக, பிற உயிர்களின் ஊனையும் குருதியையும் உண்டு நீ வாழ நேர்ந்திருக்கிறது. இந்தப் பிறவியிலும் அதே தீமைகளை தொடர்ந்து நீ செய்து வருகிறாய். நீ செய்யும் தீய செயல்கள் நரக வாதனையிலிருந்தும் இதர துயரங்களிலிருந்தும் உன்னை விடுவிக்க மாட்டா. ஆகவே இன்று முதல் தீய செயல்களைத் தவிர்த்துவிட்டு நல்ல செயல்களைச் செய்து வா" என்று கூறினார்.

பூதத்தின் இயல்பை இவ்வாறு மாற்றியபின், அதன் பாது காப்பில் வாழ்ந்த அவர், விண்மீன்களைப் பார்த்து, தன் தந்தை காலமாகிவிட்டதை தெரிந்துகொண்டார்.

நீர்த்தேவதையையும் தன்னுடன் அழைத்துக்கொண்டு, வாரணாசியை அடைந்தார். அரசை வசப்படுத்திக் கொண்டு, சந்திரனை அரசப் பிரதிநிதியாகவும், சூரியனைப் படைகளுக்குத் தளபதியாகவும் நியமித்துக் கொண்டார்.

நீர்த்தேவதைக்கு மனோரம்மியமான இடத்தைக் கொடுத்து, அதில் வாழச் செய்தார். மாலைகள், மலர்கள், உணவு முதலியவற்றைக் கொடுக்கச் செய்தார்.

நேர்மையாக நாட்டைப் பரிபாலித்தார். பிறகு தான் செய்த நற்செயல்களுக்கு இசைய நற்கதியை அடைந்தார்.

குறிப்பு: இந்த சாதகக் கதையில் இராமாயணக் கதையின் சாயலும், மகாபாரதத்திலுள்ள நச்சுப் பொய்கை என்பதன் சாயலும் கலந்து இருப்பது கவனிக்கத்தக்கது.

7. உண்மை வெல்லும்

வாரணாசி நகருக்கு பிரம்மதத்தன் அரசனாய் இருந்த போது, ஒரு சமயம் அவன் பெரிய உத்தியான வனத்துக்குப் போனான். மலர்களையும் கனிகளையும் தேடி வந்த அவன் அங்கும் இங்கும் சுற்றிய போது பாட்டுப் பாடிக்கொண்டு, சுள்ளிகள் பொறுக்கும் ஒரு பெண்ணைப் பார்த்தான். அவள்மீது அதிக மோகம் கொண்ட அவன், அவளை அடைந்து மகிழ்ந்தான். அதன் விளைவாக அவள் கருவுற்றாள்.

போதிசத்துவர் அவள் வயிற்றில் கருவாக உருவாகி இருந்ததால், அது இந்திரனின் வஜ்ராயுதம் போல அதிக கனமாக இருந்தது. தான் தாயாகப் போவதைத் தெரிந்து கொண்ட அவள், இது விவரத்தை அரசனிடம் தெரிவித்தாள்.

உடனே அரசன் தன் கையில் அணிந்திருந்த முத்திரை மோதிரத்தை அவளிடம் கழற்றிக்கொடுத்து, "பெண்ணே! உனக்குப் பெண் குழந்தை பிறந்தால், இந்த மோதிரத்தை விற்று, குழந்தையை வளர்த்துக்கொள். ஆண் குழந்தை பிறந்தால், குழந்தையையும் மோதிரத்தையும் எடுத்துக்கொண்டு என்னிடம் வா" என்று சொல்லியபின் அங்கிருந்து போய் விட்டான்.

பேறு காலம் நெருங்கியதும் அந்தப் பெண் போதிசத்து வரைப் பெற்றாள். போதிசத்துவர் வளர்ந்து சிறுவனாகி, ஓடியாடி விளையாடித் திரிந்தார். அப்போது, "என் தந்தை என்னை அடிக்கவே மாட்டார்" என்னும் குரல் போதிசத்துவர் காதில் விழுந்தது.

அ.லெ. நடராசன் ◆ 41

இதைக் கேட்டதும் போதிசத்துவர் தன் தாயிடம் சென்று, "என் தந்தை யார் அம்மா?" என்று கேட்டார்.

"மகனே! வாரணாசியின் அரசர்தான் உன் தந்தை" என்று தாய் பதில் சொன்னாள்.

"அதற்கு என்ன அம்மா சான்று" என்று கேட்டான் மகன்.

"மகனே! என்னைவிட்டுப் பிரிந்து செல்லும்போது, தனது முத்திரை மோதிரத்தை அவர் என்னிடம் தந்துவிட்டுப் போனார். பெண் பிறந்தால், இந்த மோதிரத்தை விற்று அவளை வளர்க்கப் பயன்படுத்து. ஆண் குழந்தை பிறந்தால் மோதிரத்தையும் குழந்தையையும் என்னிடம் எடுத்துக்கொண்டு வா" என்று சொல்லிச் சென்றார்.

'அம்மா! அப்படியானால் என்னை நீ ஏன் என் தந்தையிடம் அழைத்துப் போகாமல் இருக்கிறாய்?" என்று கேட்டான் மைந்தன்.

மகன் பிடிவாதமாய் இருப்பது தெரிந்ததும், அவனை அழைத்துக்கொண்டு அரண்மனைக்கு அவன் தாய் போனாள். தாங்கள் வந்திருப்பதை அரசனிடம் தெரிவிக்கச் சொன்னாள்.

அரசன் வருமாறு சொன்னதும் உள்ளே சென்று அரசனைச் சந்தித்து வணங்கிவிட்டு, "அரசே! இதோ உங்கள் புதல்வன்" என்று அந்தப் பெண் சொன்னாள்.

அழைத்து வந்திருப்பது தன் புதல்வன்தான் என்பது தெரிந்து இருந்தும் அவையினர் முன்னே தன் புதல்வன் என்பதை ஏற்றுக்கொள்ள அரசன் வெட்கப்பட்டான். "இவன் என் புதல்வன் அல்லன்" என்று மறுத்துச் சொன்னான்.

"இதோ உங்கள் முத்திரை மோதிரம் இருக்கிறது. நன்கு நினைவுபடுத்திப் பாருங்கள்." என்று அவள் கூறினாள்.

"இது எனது முத்திரை மோதிரம் அன்று" என்றான் அரசன்.

உடனே "ஐயா! எனது வார்த்தைகளை மெய்ப்பிக்க வேறு சான்று இல்லை, சத்தியத்திடம் முறையிட்டுக் கொள்வதைத் தவிர்த்து, எனக்கு வேறுவழி தெரியவில்லை" என்று

கருதிய அவள் "இந்தக் குழந்தைக்கு நீரே தந்தை என்பது உண்மையாயின் இந்தக் குழந்தை ஆகாயத்திலேயே நிற்கட்டும். இல்லையாயின் கீழே விழுந்து அது இறந்து போகட்டும்" என்று சொல்லி, குழந்தையின் காலைப் பிடித்து அதை ஆகாயத்தில் வீசி எறிந்தாள்.

ஆகாயத்தின் நடுவில் சப்பணம் போட்டுக்கொண்டு குழந்தை அமர்ந்தது. கீழ்வரும் பாடலைத் தன் தந்தைக்கு அந்தக் குழந்தை சொல்லிற்று.

"பேரரசே! நான் உங்கள் புதல்வன்.
என்னை வளர்க்க முன்வாருங்கள்.
அரசன் மற்றவர்களைப் பாதுகாக்கிறான்; தன் புதல்வனைப் பாதுகாப்பது மேலும் கடமையாகும்"

ஆகாயத்தின் நடுவில் அமர்ந்து போதிசத்துவர் உண்மை பேசுகிறார் என்பது தெரிய வந்ததும், அரசன் எழுந்து, தனது இரு கைகளையும் நீட்டி "மகனே! மகனே! என் அருகேவா. என்னைத் தவிர்த்து வேறு யாரும் வளர்ப்பவர்கள் இல்லை; போஷிப்பவர்கள் இல்லை" என்று சொன்னான்.

போதிசத்துவரை ஏற்பதற்கு ஆயிரம் கைகள் மேலே உயர்ந்தன. போதிசத்துவர் தன் தந்தையின் கைகள் மீதே இறங்கினார். அரசனுடைய மடியில் அமர்ந்து கொண்டார்.

அரசன் அவரை அரசப் பிரதிநிதியாக நியமித்தான். தாயைப் பட்டத்து அரசியாக ஆக்கினான்.

தந்தை காலமான பின்னர் சாத்தவாகனன் என்னும் பெயரில், போதிசத்துவர் ஆட்சிக்கு வந்தார். சாத்தவாகனன் என்றால் விறகு சுமப்பவன் என்று பொருள்.

நேர்மையாக நாட்டை ஆண்ட அவர், மரணத்திற்குப் பின்னர் நற்கதியை அடைந்தார்.

குறிப்பு: இந்தக் கதையில் சகுந்தலை கதையின் சாயல் இருப்பது கவனிக்கத்தக்கது.

8. நரை மயிர்

ஒரு சமயம் விதேக நாட்டிலுள்ள மிதிலை நகரில் மக்கதேவன் என்று ஒரு அரசன் இருந்தான். அவன் மிகவும் நல்லவன். அதனால் நாட்டை மிக்க நேர்மையுடன் அவன் பரிபாலித்தான். எண்பத்து நான்கு ஆயிரம் ஆண்டுகள் அவன் அரசியல் அலுவல்களில் தொடர்ந்து ஈடுபட்டு இருந்தான். அரசப் பிரதிநிதியாக நாட்டைப் பரிபாலித்தான். அரசனாக இருந்து நாட்டை ஆண்டான்.

இப்படி நீண்ட காலம் ஆண்ட அந்த அரசன் தன் நாவிதனிடம் "எனது தலையில் எப்பொழுதாவது நரை தென்படுமானால், என்னிடம் உடனே நீ சொல்லு" என்று சொல்லிவைத்தான். அதன் பின்னர் நாவிதன் தொடர்ந்து பல ஆண்டுகள் கவனித்தும், அரசன் தலையில் நரை தென்படவில்லை. பிறகு ஒரு நாள் அடர்த்தியான கருப்பு மயிர்களுக்கு ஊடே, நரைமயிர் ஒன்று இருப்பதை நாவிதன் பார்த்தான். உடனே அரசனிடம் அதை அவன் தெரிவித்தான்.

அப்போது அரசன் "நண்பனே! அந்த நரையைப் பிடுங்கி எடுத்து எனது உள்ளங்கையில் வை" என்று கூறினான்.

நாவிதன் தங்கச் சிமிட்டாவால் அந்த நரையைப் பிடுங்கி எடுத்து அரசனின் உள்ளங்கையில் வைத்தான்.

இந்த அரசன் மேலும் எண்பத்து நான்கு ஆயிரம் ஆண்டுகள் வாழ இருப்பவன். இருப்பினும் ஒரு நரையைப் பார்த்ததும், அவன் உணர்ச்சி வயப்பட்டுப் போனான். தனது தலைமாட்டில் எமன் வந்து நிற்பது போலவும் அல்லது எரிகிற குடிசை ஒன்றில் தான் அகப்பட்டுக் கொண்டது போலவும்

அவன் நினைத்துக் கொண்டான். "முட்டாள் மக்கதேவா! தீய பண்புகளிலிருந்து, உன்னை நீ விடுவித்துக் கொள்வதற்கு முன்னர், நரை உனக்கு வந்துவிட்டதே" என்று தனக்குத் தானே கூறிக்கொண்டான்.

நரை தோன்றிவிட்டதை நினைந்து நினைந்து அவன் மனம் புழுங்கி வருந்தினான். உடம்பு முழுதும் வியர்த்துக் கொட்டியது. பொறுக்க முடியாத அளவுக்கு உடை புழுக்கத்தைக் கொடுத்தது. இன்றே துறவறத்தை மேற்கொள்ள வேண்டும் என்று அவன் நினைத்தான்.

இலட்சம் நாணயம் வருவாய் உள்ள ஒரு கிராமத்தை நாவிதனுக்கு வழங்கினான். இதன் பின்னர் தன் மூத்த புதல்வனை அழைத்து வரச் செய்து, "மகனே! எனக்கு நரை தோன்றிவிட்டது. நான் முதியவன் ஆகிவிட்டேன். மானுட இன்பத்தை உள்ளம் பூரிக்க அனுபவித்து முடித்த நான் இனி தெய்வீக இன்பத்தை அனுபவிக்க நாட்டம் கொண்டுள்ளேன். துறவறத்தைத் தழுவுவதற்கு உரிய தருணம் வந்துவிட்டது. அரசப் பொறுப்பை நீ ஏற்றுக்கொள். நான் மக்கதேவனின் மாஞ்சோலைக்குச் சென்று, துறவியாகிவிடுகிறேன்" என்று சொன்னான்.

அரசன் துறவு வாழ்க்கையைத் தழுவுவதாகக் கூறியதும், அமைச்சர்கள் அவனை அணுகி, எதற்காக நீங்கள் துறவறத்தைத் தழுவுகிறீர்கள்?" என்று கேட்டார்கள்.

நரை மயிரை அவர்களிடம் காட்டிப் பின்வரும் பாடலை அரசன் சொன்னான்.

எனது தலையில் நரைகள் தோன்றிவிட்டன. எனது உயிரைக்
கவரும் மரணத்தின் மரணத்தின் தூதர்கள் வந்துவிட்டனர்.
உலக வாழ்க்கையை விட்டுவிடுவதற்கு இதுவே தருணம்.
மன அமைதியில் நாட்டமுள்ள நான் துறவு மேற்கொள்ளப்
போகிறேன்.

இவ்வாறு சொல்லியபின் அன்றைய தினமே, அரசுப் பொறுப்பை விடுத்து, அந்த அரசன் துறவியாகிவிட்டான். மக்கதேவனின் மாஞ்சோலையில் மேலும் எண்பத்து நான்கு ஆயிரம் ஆண்டுகள் வாழ்ந்தான். இறக்கும் போது அவனுக்குக்

கண்பார்வை சரியாய் இருந்தது. மறுபிறவியில் அவர் பிரம்மலோக வாசியானார்.

பிரம்மலோக வாழ்வு முடிந்ததும், நிமி என்னும் பெயரில் மீண்டும் அவர் மிதிலைக்கு அரசரானார். சிதறிக்கிடந்த குடும்பத்தை ஒன்று சேர்த்தார். பிறகு அதே மாஞ்சோலையில் துறவியானார். நான்கு நெறிகளிலும் தேர்ச்சி பெற்று, மீண்டும் பிரம்ம லோகத்துக்கு அவர் போய்ச் சேர்ந்தார்.

குறிப்பு : நரைத்த தலைமுடியைப் பார்த்து தயரதன் துறவு பூண ஆசைப்பட்டதாக வரும் நிகழ்ச்சியை இந்தக் கதை நினைவுபடுத்துகிறது.

9. துறவே இன்பம் தரும்

பிரமதத்தன் வாரணாசியை ஆண்டபோது, ஒரு சமயம், போதிசத்துவர், வடக்கே பணக்கார பிராமண குடும்பத்தில் பிறந்தார். காமத்தால் தீமை விளைவதையும், துறவினால் நன்மை ஏற்படும் என்பதையும் அறிந்த அவர், காம உணர்ச்சிகளை உதறிவிட்டு, இமய மலை சென்று துறவியானார். எட்டு நெறிகளிலும் தேர்ச்சி பெற்றார். ஐநூறு பேர்கள் அடங்கிய பெரிய சீடர் கூட்டம் ஒன்று அவருக்கு இருந்தது.

மழைக்காலம் தொடங்கியதும் சீடர்களுடன் இமய மலையை விட்டு அவர் கிளம்பினார். வழிநெடுக உள்ள ஊர்களிலும் நகரங்களிலும் பிச்சை ஏற்று உண்டு, கடைசியாக வாரணாசி நகரை அடைந்தார்.

அங்கே அரசனின் உத்தியான வனத்தில் தங்கினார். அரசனும் அவருக்குத் தாராளமாக உதவினான். தேவைப்படும் வசதிகளை எல்லாம் செய்து கொடுத்தார்.

மழைக்காலம் நான்கு மாதங்களை அங்கு கழித்த பின்னர், அரசனிடம் விடைபெற்றுக்கொண்டு போதிசத்துவர் புறப்பட எண்ணினார். இதை அரசனிடம் அவர் கூறியபோது, "பெருமை வாய்ந்தவரே! உங்களுக்கு வயது அதிகமாகி விட்டது. மீண்டும் ஏன் இமயமலை திரும்ப விரும்புகிறீர்கள்? உங்கள் சீடர்களை அங்கே அனுப்பிவிட்டு இங்கேயே நீங்கள் தங்கலாமே" என்று அரசன் விண்ணப்பித்துக் கொண்டான்.

எனவே, ஐநூறு சீடர்களையும், தன் முதிய சீடர் ஒருவரின் பொறுப்பில் விட்டு, "இவர்கள் அனைவரையும் அழைத்துக்

கொண்டு, நீ இமயமலைக்குப் போ. நான் இங்கேயே தங்குகிறேன்." என்று போதிசத்துவர் சொன்னார்.

இந்தப் பழைய சீடர் முன்பு அரசராய் இருந்தவர். துறவறத்தைத் தழுவுவதற்காக அரசைக் கைவிட்டவர். முறைப்படி செய்யவேண்டிய சடங்குகளை எல்லாம் செய்து, மனத்தை ஒருமுகப்படுத்தி எட்டு நெறிகளில் சித்தி பெற்றவர்.

இமயமலைச் சாரலில் மற்ற துறவிகளுடன் அவர் வாழ்ந்து வந்தபோது, தன் குருவைப் பார்க்க வேண்டும் என்ற விருப்பம் அவருக்குத் தீவிரமாக உண்டாயிற்று. ஆகவே அவர் சகசீடர்களை நோக்கி "நீங்கள் இங்கே திருப்தியுடன் இருங்கள் நான் சென்று நம் குருவுக்கு வணக்கத்தைச் செலுத்திவிட்டுத் திரும்புகிறேன்" என்று புறப்பட்டுச் சென்றார்.

குருவைச் சந்தித்து, செலுத்த வேண்டிய மரியாதையைச் செலுத்தினார். அங்கே விரித்திருந்த பாயில் குருவுக்குப் பக்கத்தே படுத்துக்கொண்டு ஓய்வு எடுத்துக்கொண்டார்.

இந்தச் சமயம் துறவியைச் சந்திக்கும் பொருட்டு அரசன் உத்தியான வனத்துக்கு வந்தான். முனிவருக்கு வணக்கம் செலுத்திவிட்டுப் பக்கத்திலே அமர்ந்தான்.

பழைய சீடர் எழாமல் படுத்திருந்த படியே "என்ன ஆனந்தம்! என்ன ஆனந்தம்" என்று ஆர்வத்துடன் கூறினார்.

முன்பு பார்த்திருந்த போதிலும் மரியாதைக்காக எழாமல் படுத்து இருக்கும் பழைய சீடர்மீது அதிருப்தி கொண்ட அரசன் போதிசத்துவரிடம் "பெரியீர்! இந்தச் சீடர் வயிறு முட்டச் சாப்பிட்டு இருப்பார்போல் தெரிகிறது. அதனால்தான் ஆர்வத்தோடும் மகிழ்ச்சியோடும் கூவிக்கொண்டு இருக்கிறார்" என்று சொன்னான்.

அதற்குப் போதிசத்துவர் "ஐயனே! இந்தத் துறவியும் உன்னைப் போல் முன்பு அரசனாக இருந்தவர். முன்பு தான் அரசனாய் இருந்த காலத்தில் பகட்டாகவும் படாடோபமாகவும் தான் வாழ்ந்ததையும், இப்போது தான் ஆனந்தத்தில் திளைத்து இருப்பதைப்போல், முன்பு தான் ஆனந்தமாய் வாழ முடியாமல் போனதையும் அவர் நினைத்துப் பார்க்கிறார். துறவு வாழ்க்கை ஆனந்தத்தைக் கொடுக்கும் என்பதையும்

அந்த ஆனந்தம், ஞானத்தை நல்கும் என்பதையும் நினைத்து, உணர்ச்சிப்பூர்வமாக இவ்வாறு கூறுகிறார்"

இவ்வாறு சொல்லிவிட்டு, அரசனை உண்மையை அறியச் செய்யும் பொருட்டு, கீழ்வரும் பாடலைப் போதிசத்துவர் சொன்னார்.

எவர் தன்னைப் பாதுகாத்துக்கொள்ளவில்லையோ,
பாதுகாப்புக்கு உட்படுத்திக்கொள்ளவில்லையோ
அவர் ஆனந்தமாக வாழ்கிறார்;
அடிமைத்தனத்திலிருந்தும் காம உணர்வுகளிலிருந்தும்
அவர் விடுபட்டுவிடுகிறார்.

இந்தப் போதனைகளால் திருப்தி அடைந்த அரசன் வணக்கம் செலுத்திவிட்டு அரண்மனை திரும்பினான்.

தன் குருவினிடம் விடை பெற்றுக்கொண்டு சீடரும் இமயமலை திரும்பினார்.

போதிசத்துவர் அங்கேயே வாழ்ந்து, ஞான உணர்வு பெற்றுக் காலமானார். பிரம்மலோகத்தில் அவர் மீண்டும் பிறந்தார்.

10. இரு மான்கள்

மகத நாட்டில் ராஜ கிருக நகரில் அரசன் ஒருவன் ஆட்சி செலுத்தி வந்தான். அப்போது போதிசத்துவர் மானாகப் பிறந்து இருந்தார். வளர்ந்து பெரியமான் ஆனபின், போதி சத்துவ மான் ஆயிரம் மான்களுக்குத் தலைவனாகத் திகழ்ந்தது. அந்த மானுக்கு இரு ஆண் குட்டிகள் இருந்தன. ஒரு குட்டியின் பெயர் அதிர்ஷ்டக்காரன். இன்னொரு குட்டியின் பெயர் கறுப்பன்.

முதுமையை எய்திய பெரியமான், தனது இரு குட்டிகளுக்குத் தலைமைப் பதவியைப் பகிர்ந்து கொடுத்தது. கறுப்பனுக்கு ஐநூறு மான்களையும், அதிர்ஷ்டக்காரனுக்கு ஐநூறு மான்களையும் பிரித்துக் கொடுத்தது. அவற்றைக் கண்காணிக்கும் பொறுப்பை ஒப்படைத்தது.

அறுவடை காலத்தில் கதிர்கள் அடர்த்தியாக வளர்ந்து இருக்கும் காட்டில் வசிக்கும் மான்களுக்கு அந்தக் காலம் அபாயமானது ஆகும். பயிர்களைத் தின்னும் மான்களைக் கொல்லும் பொருட்டு, குடியானவர்கள், குழிகள் தோண்டி வைப்பார்கள்; கண்ணி வைப்பார்கள்; வலைகளை விரித்து வைப்பார்கள்; கூண்டுக்குள் சிக்கச் செய்வார்கள். இன்னும் வேறு உபாயங்களாலும் மான்களைப் பிடிப்பார்கள். இதனால் பல மான்கள் உயிரை இழக்கும்.

இதை அனுபவத்தில் அறிந்த போதிசத்துவ மான், தனது இரு புதல்வர்களையும் தன்பால் அழைத்துவரச் செய்து, "என் அருமைக் குழந்தைகளே, இந்த அறுவடைக் காலத்தில் பயிர்கள் அடர்த்தியாக வளர்ந்து இருக்கும். இந்தக் காலத்தில் ஏராளமான மான்கள் ஆபத்தில் சிக்கிக்கொண்டு, இறப்பது

உண்டு. அதனால் வயதான நாங்கள் ஒரு தனி இடத்துக்குப் போய் தங்குவது உண்டு. ஆனால் நீங்கள் இருவரும் உங்கள் மந்தையுடன் மலைப்பிரதேசத்தில் இருக்கும் காட்டுக்குப் போய்விடுங்கள். அறுவடை முடிந்ததும் திரும்புங்கள் என்று சொல்லிற்று.

“நல்லது அப்பா! அப்படியே செய்கிறோம்“ என்று சொல்லி, இரு மான்களும் தங்கள் தங்கள் மந்தையுடன் புறப்பட்டுப் போயின.

இந்தப் பருவத்தில் மான்கள் குன்றுகளுக்குப் போவதையும் பிறகு அவை அங்கிருந்து திரும்புவதையும் மனிதர்கள் அறிவார்கள். ஆகவே அவை போகும் வழிகளில் இருக்கும் புதர்களில் பதுங்கி இருந்து ஏராளமான மான்களை அவர்கள் அம்பு எய்து கொல்வார்கள்.

கறுப்பன் என்னும் முட்டாள் மானுக்கு இந்த விவரம் தெரியாது. எந்த நேரத்தில் பிரயாணம் செய்ய வேண்டும். எந்த இடத்தில் தங்க வேண்டும் என்ற விவரங்களும் அதற்குத் தெரியாது. அதிகாலையிலும் அந்திமாலையிலும் சிற்றூர்கள் இருக்கும் வழிகளிலே அது தனது மந்தையுடன் பிரயாணம் செய்வது உண்டு. மனிதர்கள் பதுங்கி இருந்து கொண்டும், வெளிப்படையாக நின்றுகொண்டும், கறுப்பனின் மந்தையைச் சேர்ந்த எராளமான மான்களைக் கொன்றுவிட்டார்கள். தனது முட்டாள்தனமான நடத்தையின் விளைவாக தனது மந்தையைச் சேர்ந்த மான்களில் ஏராளமானவற்றைக் கறுப்பன் இழந்துவிட்டது. உயிரை இழக்காது எஞ்சிய சில மான்களுடன் அது காடுபோய்ச் சேர்ந்தது.

அதிர்ஷ்டக்காரன் என்பது எச்சரிக்கையும், புத்திசாலித் தனமும் வாய்ந்த மான். கிராமப்புறப் பக்கம் அது அணுகுவதேயில்லை. அதிகாலையிலோ அந்திமாலையிலோ நண்பகலிலோ அது பிரயாணம் செய்வது இல்லை. நள்ளிரவில் மட்டுமே அது பிரயாணம் செய்தது. அதனால்தன் மந்தை மான்கள் எதையும் அது இழக்கவில்லை.

நான்கு மாதங்கள் வரை அவை காட்டிலே தங்கின. அறுவடைக் காலம் முடியும் வரை குன்றுகளை விட்டு அவை இறங்கவில்லை.

கறுப்பன் திரும்பும் போது பழைய முட்டாள்த்தனத்தையே செய்து, தனது மந்தையைச் சேர்ந்த மான்களில் ஒன்று கூட பாக்கி இல்லாமல் இழந்துவிட்டு, தான் மட்டும் தனியே தனது இருப்பிடம் திரும்பிற்று.

ஆனால் அதிர்ஷ்டக்காரன் என்னும் மானோ, தனது மந்தையில் எந்த மானையும் இழக்காமல் ஐநூறு மான்களுடன் திரும்பிற்று.

தன் பிள்ளைகள் இரண்டும் திரும்பி இருப்பதை அறிந்த போதிசத்துவமான், பின்வரும் பாடலைப் புனைந்து பாடிற்று.

நேர்மையானவன்; அன்பானவன் அதற்கு உள்ள வெகுமதியைப் பெறுவான். அதிர்ஷ்டக்காரன், தனது மந்தையை முழுதும் அழைத்து வந்து விட்டான். ஆனால் கறுப்பனோ, மந்தை முழுவதையும் இழந்துவிட்டான்.

இவ்வாறு கூறியே தன் இரு புதல்வர்களைப் போதிசத்துவர் வரவேற்றார். பிறகு நெடுங்காலம் வாழ்ந்து தனது தகுதிகளுக்கு ஏற்ற நிலையை அவர் அடைந்தார்.

11. அரசனும் மான்களும்

ஒரு காலத்தில் பிரம்மதத்தன் வாரணாசியை ஆட்சி செய்தபோது, போதிசத்துவர் ஒரு மானாகப் பிறந்திருந்தார். அந்த மானின் நிறம் பொன் மயமாய் இருந்தது. இரு கண்களும் உருண்டையாய் இருந்ததோடு, இரத்தினம் போல் பிரகாசித்தன. வாய், பிரகாசமான சிவப்பு நிறத்தில் இருந்தது. குளம்புகள் நான்கும் அரக்கு நிறத்தில் இருந்தன. வால் அடர்த்தியாய் இருந்தது. வாலிபக் குதிரைக் குட்டிபோல அந்த மான் விளங்கிற்று. ஐநூறு மான்களுக்குத் தலைமை தாங்கி போதிசத்துவமான் காட்டில் வசித்து வந்தது. ஆலமரத்து மான் என்று அதற்குப் பெயர்.

அதே காட்டில் மற்றொரு மானும் ஐநூறு மான்களுக்குத் தலைமை தாங்கி வசித்து வந்தது. அந்த மானும் போதிசத்துவ மான் போலப் பொன்மயமாய் இருந்தது. அதற்குக் கிளைபிரிவு மான் என்று பெயர்.

வாரணாசி நகரத்து அரசனுக்கு வேட்டையாடுவதில் விருப்பம் அதிகம். சாப்பிடும்போதெல்லாம் அவனுக்கு இறைச்சி இருந்தாக வேண்டும். அதனால் நகர மாந்தரையும், நாட்டு மக்களையும் உடன் அழைத்துக்கொண்டு அவன் வேட்டையாடக் கிளம்புவது வழக்கம். அதனால் அவர்களின் தொழில்கள் பாதிப்புக்கு உள்ளாயின. அரசன் கொடுக்கும் இந்தத் தொல்லையிலிருந்து எவ்வாறு விடுபடுவது என்று நாட்டு மக்களும், நகரமாந்தரும் சிந்திக்கலானார்கள். "இந்த அரசன் நமது வேலைகள் அனைத்துக்கும் இடைஞ்சலாய் இருக்கிறான். அரசனுடைய உத்தியான வனத்திலேயே

அ.லெ. நடராசன் ◆ 53

மான்களுக்குத் தீவனமும் தண்ணீரும் கிடைக்க ஏற்பாடு செய்து, மான்களை விரட்டி வந்து உத்தியான வனத்திலேயே தங்கச் செய்துவிடலாம். பிறகு அவற்றை அரசனிடம் ஒப்படைத்து விட்டால் தொல்லை ஒழியும்" என்று ஒரு முடிவுக்கு வந்தார்கள்.

அதன்படி அரசனுடைய உத்தியான வனத்தில் புல் நிறைய வளரச் செய்து, தண்ணீருக்கும் வசதி செய்தார்கள். உத்தியான வனத்தின் கதவுகளை அகலத் திறந்து வைத்துவிட்டு, கம்புகள் தடிகள் ஆகியவற்றையும் இதர ஆயுதங்களையும் எடுத்துக் கொண்டு, காட்டுக்குச் சென்று, மான்களை ஒரு மந்தையாகச் சேர்த்தார்கள். அதில் ஆலமரத்து மானும் அதன் மந்தையும் கிளைப் பிரிவு மானும் அதன் மந்தையும் அகப்பட்டுக் கொண்டன. பிறகு அந்த மான்களை எல்லாம் உத்தியான வனத்துக்குள் சேர்த்து வாயிலை மூடிவிட்டார்கள்.

பிறகு அவர்கள் எல்லாரும் அரசரிடம் சென்று "அரசே எப்பொழுதும் வேட்டையாட அழைத்துப்போய் எங்கள் தொழில்களுக்கு இடைஞ்சலாய் இராதீர்கள். காட்டிலிருந்து நிறைய மான்களை விரட்டி வந்து, உங்கள் உத்தியான வனத்துக்குள் நாங்கள் அடைத்திருக்கிறோம். உங்கள் உணவுக்கு மான்கள் தடை இல்லாமல் இனிக் கிடைக்கும்" என்று சொன்னார்கள்.

உடனே அரசன் உத்தியான வனத்துக்குச் சென்று பார்த்தான். அங்கே நிறைய மான்கள் இருப்பதையும் அவற்றில் இரண்டு மான்கள் பொன் நிறத்தில் இருப்பதையும் அவன் கண்டான். அந்த இரு மான்களையும் யாரும் கொல்லக்கூடாது என்று அவன் தடை விதித்தான்.

சில சமயம் அரசனே உத்தியான வனத்துக்குச் சென்று, ஒரு மானைக் கொன்று, அரண்மனைக்குக் கொண்டு வருவான்; சில சமயம்; சமையல்காரன் சென்று, மானைக் கொன்று எடுத்துவருவான்.

வில்லைப் பார்த்தவுடனே உயிருக்குப் பயந்து மான்கள் துள்ளிக் குதிக்கும். இரண்டு மூன்று காயங்கள் பட்டவுடன் மயக்கமடைந்து சோர்ந்து கீழே விழுந்துவிடும். பிறகு அதைக் கொன்று சமையல்காரர்கள் எடுத்துப் போவார்கள்.

இந்த நிலையை அறிந்த ஆலமரத்து மான், கிளைப்பிரிவு மானைத் தன்பால் அழைத்து வரச் செய்து, "நண்பனே! ஏராளமான மான்கள் அழிவுக்கு உட்படுகின்றன. எந்த மானும் சாவிலிருந்து தப்பமுடியாது; காயமுற்று மான்கள் அவதிப் படாமல் நாம் ஏதாவது ஒரு ஏற்பாடு செய்தாக வேண்டும். நாள் ஒன்றுக்கு பலிக்கு ஒரு மானை மட்டும் முறைவைத்து அனுப்புவோம். ஒரு நாளைக்கு எனது மந்தையிலிருந்தும், அடுத்த நாளைக்கு உனது மந்தையிலிருந்தும் ஒவ்வொரு மானை அனுப்பலாம். சீட்டுப் போட்டுக் குலுக்கி எடுத்து, அந்த மானைப் பலிக்களத்துக்கு அனுப்பலாம்; இப்படிச் செய்து வந்தால் மற்ற மான்களுக்குக் காயம் ஏற்படுவதை நாம் தவிர்க்கலாம்" என்று யோசனை சொல்லிற்று.

இதற்குக் கிளை பிரிவுமான் இணங்கிற்று. அதன்படி சீட்டுக் குலுக்கி எடுத்து, பெயர் வரும் மானை பலிக்களத்துக்கு அவை அனுப்பி வந்தன.

அந்த மான் சென்று பலிக் கட்டையில் தலையை வைத்துப் படுத்துக்கொள்ளும். சமையல்காரன் வந்து அந்த மானை வெட்டி எடுத்துப் போய்க் கறி சமைப்பான்.

இப்படி நடந்து வந்தபோது ஒரு நாள் ஒரு பெண்மான் முறை வந்தது, அது தன் தலைவனாக விளங்கும் கிளைப் பிரிவுமானிடம் சென்று, "தலைவரே! நான் கருவுற்று இருக்கிறேன். குட்டியை ஈன்றபின் இரு முறை பலியாகும் வாய்ப்பு எங்களுக்கு உண்டாகும். ஆகவே இந்த முறை நான் பலிக்களம் போவதை நிறுத்தி வையுங்கள்" என்று வேண்டிற்று.

"இதற்கு, கிளைப்பிரிவு மான் சம்மதிக்கவில்லை. உனது முறை வந்துவிட்டதால் அதன் விளைவுகளிலிருந்து நீ தப்ப முடியாது. ஆகவே போய்விடு" என்று அலட்சியமாகப் பதில் கூறிற்று.

கிளைப்பிரிவுமான் சலுகை காட்டாது என்பதைத் தெரிந்து கொண்ட பெண்மான் போதிசத்துவ மானிடம் போய் தனது பரிதாப நிலையைக் கூறிற்று.

அதற்கு, போதிசத்துவ மான், "நல்லது நீ போய்விடு. நீ செல்வதற்குப் பதிலாக நான் வேறு ஒரு ஏற்பாடு செய்கிறேன்" என்று பதில் சொல்லி அனுப்பிவிட்டது.

பிறகு தானே பலிக்களத்துக்குச் சென்று பலிக்கட்டையில் தனது தலையை வைத்துப் படுத்து இருந்தது.

பொன்நிற மானைப் பார்த்ததும், சமையற்காரன் அதிர்ச்சி அடைந்து போனான். ஆகவே அவன் அந்த மானிடம் "உன்னைக் கொல்லக் கூடாது என்பது அரசரின் உத்தரவு ஆயிற்றே" என்று சத்தம் போட்டான். "நீ வந்து இப்படிப் படுத்து இருப்பதன் நோக்கம் யாது?' என்று கத்தினான். பிறகு இது விவரத்தைச் சொல்ல அரசனிடம் ஓடினான்.

சமையற்காரன் கூறியதைக் கேட்டதும் அரசன் தேரில் ஏறிக்கொண்டு விரைவாக பலிக்களத்தை அடைந்தான். அரசனுடன் பலர் கூட்டமாகச் சென்றார்கள்.

அரசன் போதிசத்துவ மானைப் பார்த்ததும், "நண்பனே! மான்களுக்கு அரசனே! உனது உயிருக்கு நான் அபயம் அளித்து இருக்கிறேனே! அப்படி இருக்கும்போது, நீ ஏன் வந்து பலி கட்டையில் தலையை வைத்துப் படுத்து இருக்கிறாய்?" என்று வினவினான்.

அதற்குப் போதிசத்துவமான் "பெருமானே! பூரண கர்ப்பமாய் இருக்கும் பெண்மானின் முறை வந்தது. தான் குட்டியை ஈனும்வரை தனது முறையைத் தவிர்க்குமாறு அந்த மான் என்னிடம் வேண்டிற்று. அதற்குப் பதிலாக வேறு ஒரு மானைப் பலிக்கு அனுப்ப மனம் இன்றி, என்னைப் பலி கொடுக்க எண்ணிக்கொண்டு நான் வந்து பலிபீடத்தில் தலையை வைத்துப் படுத்து இருக்கிறேன். வேறு ஒரு காரணமும் இல்லை' என்று பதில் சொல்லிற்று.

உடனே அரசன் பெரிதும் மகிழ்ச்சி அடைந்து, "இரக்கம், அன்பு, தருமசிந்தை ஆகியன உன்னிடம் இருப்பதைப் போல மனிதர்களிடம் இல்லை. உனது நடத்தையால் நான் அகமகிழ்ந்தேன். நீ எழுந்திரு. உனக்கும் அந்தப் பெண்மானுக்கும் நான் அபயம் அளிக்கிறேன்" என்று சொன்னான்.

"மனிதர்களுக்கு அரசே! நாங்கள் இருவரும் உயிர் பிழைத்துக்கொண்டால் மற்ற மான்கள் கதி என்னவாகும்?" என்று போதிசத்துவமான் வினவிற்று.

"மற்ற மான்களுக்கும் நான் அபயம் அளிக்கிறேன்"

"உத்தியான வனத்திலுள்ள மான்களுக்கு அபயம் அளித்தாயிற்று – மகிழ்ச்சி. காட்டில் வாழும் மான்களின் கதி?" என்று வினவிற்று போதிசத்துவமான்.

"அவற்றுக்கும் அபயம் அளிக்கிறேன்"

"அரசே! மான்களின் உயிர்களுக்கு அபயம் அளித்தாயிற்று. மற்ற நான்கு கால் பிராணிகளின் கதி?"

"நான்கு கால் பிராணிகளுக்கும் அபயம் அளித்துள்ளேன்."

"நான்கு கால் பிராணிகளுக்குப் பாதுகாப்பு தந்து விட்டீர்கள்? அதன்பிறகு பறவைகளின் கதி என்னவாகும்?"

"பறவைகளுக்கும் அபயம் தந்தேன்"

"பறவைகளுக்குப் பாதுகாப்பு தந்துவிட்டீர்கள், நீர்வாழ் மீன்களின் கதி?"

"மீன்களுக்கும் அபயம் தந்தேன்"

எல்லா உயிர்களுக்கும் பாதுகாப்புத் தேடிக்கொண்ட பின்னர், போதிசத்துவமான் எழுந்து, "அரசே! ஐந்து போதனைகளை நிலைநாட்டுவதற்கு முயலுங்கள். பெருமை வாய்ந்த மன்னரே! நேர்மையாக ஒழுகுங்கள், பெற்றோர், குழந்தைகள், உள்ளூர்காரர், அயலூர்காரர், நாட்டுப்புற மக்கள், நகரவாசிகள் ஆகியோரிடம் பரிவோடு நடந்து கொள்ளுங்கள். அப்படி நீங்கள் நடந்துகொள்வீர்களே யானால், இந்த உடம்பு கரைந்து போனதும் மேல் உலகத்தில் நீங்கள் பேரானந்தமாக வாழ்வீர்கள்" புத்தரைப் போன்ற கருணையோடும் காம்பீரியத்தோடும், இந்தப் போதனைகளை, போதிசத்துவமான் செய்தது.

இந்தப் போதனைகளைத் தொடர்ந்து செய்யும் பொருட்டு, உத்தியான வனத்திலேயே அந்த மான் சில தினங்கள் தங்கிற்று. பிறகு தனது சிப்பந்திமான்களை அழைத்துக்கொண்டு, போதிசத்துவமான் காட்டுக்குத் திரும்பிற்று.

அழகிய தாமரை மொட்டு ஒன்று மலர்வதைப் போல பெண்மான் அழகிய குட்டி ஒன்றை ஈன்றது. அந்த குட்டி கிளைப்பிரிவு மானுடன் ஓடியாடி விளையாடித் திரிந்தது.

இதைக் கவனித்த அதன் தாய் “குழந்தாய்! அந்த மானோடு சேர்ந்து திரியாதே. ஆலமரத்து மானின் மந்தையுடன் சேர்ந்து விளையாடு” என்று சொல்லிவிட்டு, அறிவுரைகள் கூறும் நோக்கத்துடன் பின்வரும் பாடலை அது கூறிற்று.

ஆலமரத்து மான் கூட்டத்துடன் சேர்ந்து திரி. கிளைப்பிரிவு மானின் கூட்டத்தைத் தவிர்த்துவிடு.
ஆலமரத்து மான் கூட்டத்துடன் வாழ்ந்தால், சாவின் அழைப்பு நீண்ட நாட்களுக்குப் பின் வரும். கிளைப்பிரிவு மானின் கூட்டத்துடன் வாழ்ந்தால், சாவு விரைவில் வந்துவிடும்.

அரசன் பாதுகாப்பு அளித்திருப்பதால், அந்த மான் பயிர்களைத் தின்னலாயிற்று. அரசன் அபயம் அளித்து இருப்பதனால், மான்களை அடிக்கவோ விரட்டவோ யாருக்கும் துணிவு உண்டாகவில்லை. ஆகவே, எல்லாரும் ஒன்றுகூடி, அரசனிடம் சென்று முறையிட்டுக் கொண்டார்கள். அதற்கு அரசன், “ஆலமரத்து மானுக்கு நான் வாக்குறுதி அளித்திருக்கிறேன். அதனால், நான் ராஜ்யத்தை இழந்தாலும் இழப்பேனேயன்றி, வாக்குறுதி தவறி நடக்கமாட்டேன். நீங்கள் போய்விடுங்கள்! என் ராஜ்யத்தில் வாழும் எவரும் மான்களுக்குத் தீங்கு செய்ய நான் அனுமதியேன்” என்று தெரிவித்தான்.

இந்த விவரம் ஆலமரத்து மானுக்குத் தெரியவந்தது. அது தனது மான் மந்தையைக் கூப்பிட்டு, “பிறருடைய பயிர்களை இன்று முதல் நீங்கள் தின்னக் கூடாது என்று கட்டளை இட்டது.

இவ்வாறு கட்டளையிட்டபின், பயிர் சந்பந்தப்பட்ட ஆள்களுக்குப் பின்வரும் செய்தியை போதிசத்துவமான் அனுப்பிற்று. “இன்று முதல் எந்தக் குடியானவனும் பயிர்களுக்கு வேலிபோட வேண்டாம். தின்னக்கூடாது என்பதற்கு ஒரு அடையாளத்தை மட்டும் கட்டிப் போடவும்.”

இந்தத் தகவல் வந்ததும், குடியானவர்கள் தங்கள் பயிர்களுக்கு வேலி போடவில்லை. அடையாளக் கயிறுமட்டும் கட்டிப்போட்டார்கள்.

அது முதல் தலைவனின் சொல்லுக்குக் கட்டுப்பட்டு எந்த ஒரு மானும் பயிர்களைத் தின்னவில்லை. போதிசத்துவ மானின் பேச்சுக்கு அடங்கி அவை நடந்து கொண்டன.

தனது மந்தைக்கு இவ்வாறு உபதேசம் செய்ததோடு மட்டும் போதிசத்துவ மான் நிற்கவில்லை; தனது நீண்ட ஆயுட்காலம் முழுதும், சொன்ன சொல்லைத் தவறாது கடைபிடித்து அது ஒழுகிற்று. அதன் விளைவாக அது மேலான கதியை அடைந்தது.

போதிசத்துவரின் உபதேசப்படி அரசனும் தனது ஆயுள் காலம் முழுதும் நன்மையான காரியங்களைச் செய்து வாழ்க்கை நடத்தினான், தான் செய்த செயல்களுக்கு ஏற்ற நற்கதியை அவன் அடைந்தான்.

12. பெண் மோகம்

ஒரு சமயம் ராஜக்கிருக நகரிலிருந்துகொண்டு, மகத நாட்டை அரசன் ஒருவன் ஆண்டுவந்தான். பயிர்கள் நன்கு விளைந்திருக்கும் பருவத்தில் மான்களுக்கு அதிக ஆபத்து நேருமாதலால், அப்போது அவை காட்டுக்குப் போய்விடுவது உண்டு.

மலைக்காட்டில் வாழும் ஆண்மான் ஒன்று ஒரு பெண்மான் மீது அபார மோகம் கொண்டு, அதைப் பின்தொடர்ந்து ஒரு கிராமத்து அருகே வந்துவிட்டது. அந்தப் பெண்மான் கிராமத்து அருகே வாழும் மான். காட்டிலிருந்து தன்னைத் தொடர்ந்து வரும் ஆண்மானிடம், "என்னுடன் சேர்ந்து கிராமங்களுக்கு நீ வந்தால் ஆபத்தில் நீ சிக்கிக்கொள்வாய். ஆகவே என்னைப் பின்தொடர வேண்டாம்" என்று கூறிற்று.

மான்கள் குன்றுகளிலிருந்து இறங்கும் சமயம் எது என்பதை அறிந்த மகதநாட்டு மக்கள் புதரில் பதுங்கி இருப்பது வழக்கம். மான் சோடி வரும் வழியில் வேடன் ஒருவன் பதுங்கிப் படுத்துக் கிடந்தான்.

மோப்பத்தால் மனிதன் படுத்துக் கிடப்பதைப் பெண்மான் தெரிந்துகொண்டுவிட்டது. ஆகவே ஆண்மான் முதலில் போகட்டும் என்ற எண்ணத்துடன் பெண்மான் பதுங்கிப் பதுங்கி மெல்ல மெல்ல அதன் பின்னே போயிற்று.

வேடன் ஆண்மானைப் பார்த்ததும் ஒரு அம்பை எய்து அதைக் கொன்றுவிட்டான். இதைப் பார்த்ததும் பெண் மான் துள்ளி ஓடி, காற்றைப்போல் கடிய வேகத்தில் மறைந்துவிட்டது.

தான் மறைந்திருந்த இடத்திலிருந்து வேடன் வெளிப்பட்டு வந்து, ஆண்மானின் தோலை உரித்துவிட்டு, அதன் சுவையான

ஊனை நெருப்பில் வாட்டித் தின்றான். பிறகு தண்ணீரைப் பருகிவிட்டு, மானின் உடலை ஒரு தடியில் மாட்டிக்கொண்டு, குழந்தைகள் தின்னும் பொருட்டு, இரத்தம் சொட்டச் சொட்ட அதைத் தனது வீட்டுக்கு எடுத்துப்போனான்.

இந்தக் காலத்தில் போதிசத்துவர் அந்தச் சோலையில் ஒரு தேவதையாக வசித்து வந்தார். இது குறித்து அவர் பின்வருமாறு எண்ணினார். "தாயோ தந்தையோ ஆண்மானின் சாவுக்குக் காரணமாய் இருக்கவில்லை. அந்த முட்டாள் மானின் மோகம்தான் அதை அழித்துவிட்டது" என்ற எண்ணம் அவருக்கு உண்டாயிற்று.

தொடக்கத்தில் மோகம் பேரானந்தத்தைக் கொடுக்கிறது. துயரத்தில் அது முடிவு அடைகிறது. கரங்களை இழக்க நேருவதுடன், ஐந்துவிதமான உபாதைகளுக்கும் பந்தத்துக்கும் ஒருவனை அது உட்படுத்துகிறது. ஒருவரின் சாவுக்குக் காரணமாய் இருப்பது, இகழ்ச்சிக்கும் காரணம் ஆகிறது. எந்த நாட்டில் பெண்ணின் ஆட்சியும் செல்வாக்கும் இருக்கிறதோ, அந்த நாடு இகழ்ச்சிக்கு உட்படும். பெண்களின் ஆதிக்கத்துக்கு உட்பட்ட ஆடவர்கள் இகழ்ச்சிக்கு இலக்காவார்கள்" என்று சொன்னார்.

போதிசத்துவரின் இந்த நல்லுரைகளைக் கேட்டதும், அந்தச் சோலையில் வாழும் இதர தேவதைகள் அவரைப் பெரிதும் பாராட்டின. நறுமணங்கள் மலர்கள் ஆகியவற்றைக் கொடுத்து அவரைக் கொண்டாடின.

இந்த மூன்று கருத்துக்களையும் போதிசத்துவர் பாடலாகச் செய்தார். இந்த மூன்று இகழ்ச்சிகளையும் சேர்த்து அவர் பாடலாகப் பாடியபோது, அந்தப் பாட்டால் அந்தச் சோலையே எதிரொலித்தது.

காதல் என்னும் அம்பு, ஆடவனுக்குத் துயரத்தைக்
கொடுக்கிறது. அது தொலையட்டும்.
பெண்களின் ஆதிக்கம் மிகுதியாக இருக்கும் நாடு
நாசமாகட்டும்.
பெண்ணுக்கு இணங்கி நடக்கும் முட்டாள் நாசமாகட்டும்.

புத்தரின் கருணையும் திறமையும் மேலான உண்மையை எதிரொலிக்கின்றன.

13. சுவைக்கு அடிமையாகாதே

பிரம்மதத்தன் வாரணாசியை ஆண்டபோது, ஒரு சமயம் சஞ்சயன் என்னும் தோட்டக்காரன் ஒருவன் அவனிடம் வேலைபார்த்தான். அரசனது உத்தியான வனத்துக்கு ஒரு சமயம் கலைமான் ஒன்று வந்தது. அது தோட்டக்காரச் சஞ்சயனை முதன்முறை பார்த்ததும் பயந்து ஓடிவிட்டது. பயந்தாங்கொள்ளியான கலைமானை, தோட்டக்காரன் பயமுறுத்த முயலவில்லை.

அதனால் அந்தக் கலைமான் பலமுறை தோட்டத்துக்கு வந்து பழகிவிட்டது.

உத்தியான வனத்திலிருந்து நாள்தோறும் மலர்களும் பழங்களும் பறித்துப்போய், அரசனுக்குத் தோட்டக்காரன் கொடுப்பது வழக்கம். அப்போது ஒருநாள் அரசன் அந்தத் தோட்டக்காரனிடம் "உத்தியான வனத்தில் ஏதாவது புதுமை உண்டா?" என்று கேட்டான்.

"ஆம். அரசே! கலைமான் ஒன்று வந்து உத்தியான வனத்தில் சுற்றித் திரிகிறது" என்று தோட்டக்காரன் பதில் சொன்னான்.

"உன்னால் அந்த மானைப் பிடிக்க முடியுமா?" என்று அரசன் வினவினான்.

"கொஞ்சம் தேன் தந்தால், அந்த மானைப் பிடித்து அரண்மனைக்கே கொண்டுவந்து விடுகிறேன்" என்று கூறினான் தோட்டக்காரன்.

தோட்டக்காரனுக்குக் கொஞ்சம் தேன் கொடுக்கும்படி அரசன் உத்தரவிட்டான். அதன்படி கிடைத்த தேனைப் பெற்றுக்கொண்டு உத்தியான வனத்துக்கு அவன் போனான். கலைமான் அடிக்கடி வந்து சஞ்சரிக்கும் இடத்தில் வளரும் புல்லில் தேனை அவன் தெளித்து வைத்தான். பிறகு ஒரு இடத்தில் மறைந்து கொண்டான்.

மான்வந்து தேன் தெளித்திருந்த புல்லை தின்றது. அன்று முதல் சுவைக்கு அடிமையாகிப் போய், வேறு இடங்களுக்குப் புல் மேயப் போகாமல், தேன் தெளித்திருக்கும் இடத்துக்கே வந்து அது புல்மேயலாயிற்று.

மானை மயக்குவதில் வெற்றி பெற்ற தோட்டக்காரன், அதன் முன்னர் தோன்றத் தொடங்கினான். முதல் இரண்டு மூன்று நாள் பயந்து பயந்து மான் ஓடிவிட்டது. பிறகு அடிக்கடி தோட்டக்காரனைச் சந்திக்க நேர்ந்ததால், பயம் தெளிந்து அது ஓடாமல் நிற்கலாயிற்று. தோட்டக்காரன் கொடுத்த புல்லையும் அச்சமின்றித் தின்னலாயிற்று.

மானுக்கு நம்பிக்கை பிறந்துவிட்டது என்பதைத் தெரிந்து கொண்ட தோட்டக்காரன், அதைத் தந்திரமாக அரண்மனைக்குள் செலுத்த ஏற்பாடு செய்தான். வழிநெடுகிலும் ஒடிந்த கிளைகளை வரிசையாகப் போட்டான். ஒரு குடுக்கையில் நிறையத் தேனை ஊற்றி அதைத் தனது தோள்மீது தொங்க விட்டுக் கொண்டான். புல்லைக் கத்தையாக இடுப்பில் கட்டிக்கொண்டான். தேன் தடவிய புல்லை கைப்பிடி அளவு மானின் முன்னே போட்டுக்கொண்டே போனான். மான் அதைத் தின்றுகொண்டே தோட்டக்காரனைத் தொடர்ந்து போயிற்று. அரண்மனைக்குள் நுழையும் வரை இவ்வாறு தோட்டக்காரன் செய்துகொண்டே போனான். அரண்மனைக்குள் மான் நுழைந்ததும், வாயிலை மூடிவிட்டான்.

அரண்மனைக் கூடத்துக்குள் நுழைந்த மான் அங்கே ஆட்கள் அதிகமாக இருப்பதைக் கண்டு மருண்டுபோய், அங்கும் இங்கும் துள்ளித் துள்ளிக் குதித்தது.

மாடத்திலிருந்து கூடத்துக்கு இறங்கிவந்த அரசன், மருண்டு நடுங்கும் மானைப் பார்த்தான். "கலைமான் ஒரு கோழைப்

பிராணி. மனிதர்கள் அதிகம் இருப்பதைப் பார்த்துவிட்டால், ஒரு வாரம் வரை அந்தப் பக்கமே அது தலைகாட்டாது. எந்த இடத்தில் அதற்கு அச்சம் ஏற்படுகிறதோ, அங்கே ஆயுட்காலம் வரை அது போகாது. சுவைக்கு அடிமையாகிவிட்ட இந்த விலங்கு, காட்டை விட்டு வந்து இத்தகைய இடங்களில் தாமதிக்கிறது. நண்பர்களே! சுவைக்கு அடிமையாவதைப் போல் கீழ்மையானது எதுவும் இல்லை" என்று சொல்லி விட்டு, இந்தப் போதனை அடங்கிய பாடலை அவர் கூறினார்.

மனிதனை அடிமைப்படுத்துவதில் சுவையைப் போல் மோசமானது வேறு எதுவும் இல்லை.
வீட்டிலும் சரி, நண்பர்கள் இல்லத்திலும் சரி, சுவைக்கு அடிமையாதல் கூடாது.
சுவைக்கு அடிமையான காரணத்தால்தான் காட்டுக் கலைமான் சஞ்சயனிடம் அகப்பட்டுக்கொள்ள நேர்ந்தது.

இந்த வார்த்தைகளைச் சொல்லியபின், கலைமானை அவர் காட்டுக்கு அனுப்பிவிட்டார்.

14. கற்றுக்கொள்ளப் பிரியமில்லாதவன் கதி

பிரம்மதத்தன் வாரணாசியை ஆண்ட சமயம், போதிசத்துவர் ஒரு மானாகப் பிறந்து காட்டில் வசித்தார். அந்த மான் பல மான்களுக்குத் தலைவனாகத் திகழ்ந்தது.

போதிசத்துவ மானுக்கு, தங்கை மான் ஒன்று இருந்தது. அதற்கு ஒரு ஆண்குட்டி இருந்தது. தன் குட்டியைப் போதிசத்துவ மானிடம் அழைத்து வந்து "அண்ணா! என் மகன் உங்கள் மருமகப்பிள்ளை. இவனுக்கு மானின் பழக்க வழக்கங்களை நீங்கள் கற்றுக்கொடுங்கள்" என்று சொல்லிற்று.

உடனே போதிசத்துவ மான் தன் மருமகனிடம் "இன்ன நாளில் இன்ன நேரத்துக்கு என்னிடம் வந்துவிடு. நான் உனக்குக் கற்றுத்தருகிறேன்" என்று கூறிற்று.

போதிசத்துவ மான் குறிப்பிட்ட தினத்தன்று, மருமகப் பிள்ளைமான் அதனிடம் போகவில்லை.

அங்கும் இங்கும் அந்த மான் ஏழு நாட்கள் வரை சுற்றித் திரிந்ததே தவிர, மானின் பழக்கவழக்கங்களைக் கற்றுக் கொள்ள அதற்கு விருப்பம் இல்லை. இதன் விளைவாக அது ஒருநாள், வேடன் வைத்த கண்ணியில் சிக்கிக் கொண்டது.

இது சமயம் அந்த மானின் தாய் போதிசத்துவ மானிடம் வந்து அண்ணா! மானின் பழக்க வழக்கங்களை என் புதல்வனுக்கு நீங்கள் கற்றுக் கொடுக்கவில்லையா? என்று வினவிற்று.

"கற்றுக்கொள்ள விருப்பம் இல்லாத உன் மகனைக் குறித்து என்னிடம் எதுவும் கேளாதே. மானின் பழக்கவழக்கங்களைக் கற்றுக்கொள்ள உன் புதல்வன் விரும்பவில்லை" என்று போதிசத்துவ மான் பதில் சொல்லிற்று.

பொறுப்பு இல்லாது ஆபத்தில் சிக்கிக்கொண்டு, சாவின் பிடிப்பில் தத்தளிக்கும் அந்த மானுக்கு, அறிவுரைகள் கூற போதிசத்துவ மான் விரும்பவில்லை. இந்தப் பாடலை போதிசத்துவ மான் கூறிற்று.

எட்டு குளம்புகள் உள்ள மான் வேகமாக ஓடமுடியும்.
பாதுகாப்புக்குக் கிளைகளுடன் கொம்புகள் உள்ளன.
ஏழுவித உபாயங்களால் மான் தப்பித்துக்கொள்ள முடியும்.
காகராதீயனுக்கு இனி நான் கற்பிக்க முடியாது.

தன் போக்கில் திரிந்து கண்ணியில் அகப்பட்டுக்கொண்ட குட்டிமானை, வேடன் கொன்றான். அதன் இறைச்சியை வீட்டுக்கு எடுத்துச் சென்றான்.

15. உபாயங்களைக் கற்ற மான்

ஒரு சமயம் ராஜக்கிருக நகரில் இருந்துகொண்டு, மகத நாட்டை அரசன் ஒருவன் ஆண்டு வந்தான்.

அப்போது போதிசத்துவர் ஒரு ஆண்மானாகப் பிறந்து காட்டில் வசித்து வந்தார். மான் மந்தைக்குத் தலைவராக அவர் விளங்கினார்.

போதிசத்துவ மானுக்கு தங்கை மான் ஒன்று இருந்தது. அது தன் புதல்வனைப் போதிசத்துவ மானிடம் அழைத்து வந்து, "உங்கள் மருமகப்பிள்ளையாகிய என் புதல்வனுக்கு மானின் உபாயங்களை நீங்கள் கற்றுக்கொடுங்கள்" என்று கூறிற்று.

"கற்றுக் கொடுக்கிறேன்" என்று போதிசத்துவ மான் சம்மதித்தது. அது குட்டி மானிடம், "பையா! இப்பொழுது நீ திரும்பிவிடு. இன்ன மாதம் இன்ன தேதியன்று இங்கு வந்து சேர். உனக்கு உபாயங்களை நான் கற்றுத் தருகிறேன்" என்று கூறிற்று.

தன் மாமா சொன்ன சரியான நேரத்துக்குக் குட்டிமான் போதிசத்துவ மானிடம் வந்து சேர்ந்தது. அதற்கும் போதிசத்துவமான் உபாயங்களை எல்லாம் கற்றுக் கொடுத்தது.

உபாயங்களைக் கற்றுக்கொண்ட மான் காட்டில் அலைந்து திரிந்தபோது, வேடன் ஒருவன் வைத்த கண்ணியில் அது சிக்கிவிட்டது. தான் கண்ணியில் அகப்பட்டுக் கொண்டதை அறிவிக்கும் முறையில் அது ஓலமிட்டுக் கதறிற்று.

இதை அறிந்த மந்தைமான்கள் இதன் தாயிடம் சென்று விவரத்தைக் கூறின. ஆகவே தாய்மான் தன் சகோதரனிடம் சென்று "தங்களிடம் உபாயங்களைக் கற்றுக்கொண்ட என் புதல்வன் கண்ணியில் அகப்பட்டுக்கொண்டுவிட்டான்" என்று கூறிற்று.

போதிசத்துவ மான் தாய் மானுக்குத் தைரியம் சொல்லிற்று. "நீ பயப்பட வேண்டாம். உன் புதல்வன் மீது தவறு இல்லை. மான்கள் கற்றுக்கொள்ள வேண்டிய உபாயங்களை அவன் நன்கு கற்றுக்கொண்டு இருக்கிறான். ஆகவே நீ மகிழ்ச்சி அடையத்தக்க விதத்தில் உன்னிடம் அவன் திரும்பிவிடுவான்" என்று தைரியம் சொல்லிற்று. அதன் பின்னர் கீழ்வரும் பாடலையும் அது கூறிற்று.

பக்கவாட்டிலும் முதுகுப்பக்கமும் படுத்துக்கொள்ளும்
உபாயத்தை உன் புதல்வன் கற்றுக்கொண்டு இருக்கிறான்.
எட்டுக் குளம்புகளாலும் ஓடும் பயிற்சியை அவன் கற்றுள்ளான்.
இரவில் காப்பாற்றிக்கொள்ளத் தெரியும்.
தாகத்தால் நலிவடையாது தாங்கிக்கொள்ளும் ஆற்றல்
அவனுக்கு உண்டு.
பூமிமீது படுத்துக்கொண்டால் அவன் இறந்தவன் போலக்
கிடப்பான்.
அடக்கமாக நாசி வழியாக மூச்சு விடுவான். பகைவனை
வஞ்சிப்பதற்கு என் மருமகனுக்கு ஏழு உபாயங்கள் தெரியும்.

மான்கள் தப்பித்துக் கொள்ளும் உபாயத்தைத் தன் மருமக மான் நன்கு கற்றுக்கொண்டு இருக்கிறது என்றும் அதனால் அது தப்பி வந்துவிடும் என்றும் ஆறுதல் சொல்லி போதிசத்துவ மான் தன் தங்கை மானைத் தேற்றிற்று.

இதற்கு இடையில் கண்ணியில் சிக்கிக்கொண்ட வாலிப மான் பக்கவாட்டில் விரைத்துப் படுத்துக் கிடந்தது. அதன் கால்கள் விரைத்து நீட்டிக்கொண்டு இருந்தன. புல்லையும் பூமியையும் தொடும் பாவனையில் அதன் பாதங்கள் மடங்கிக் கிடந்தன. மலமூத்திரம் பெய்து இருந்தது. தலை விழுந்து கிடந்தது. நாக்கு தொங்கிற்று. உடல் முழுதும் ஊனீர் அப்பி இருந்தது. காற்றை உள்ளே இழுத்துத் தாக்குப் பிடித்ததால் உடல் ஊதிப்போய் இருந்தது. கண்கள் மேலிட்டு இருந்தன.

மூச்சைப் பிடித்துக்கொண்டு, மெதுவாக மூச்சை விடலாயிற்று. பார்ப்பதற்கு பிணத்தைப் போலவே அது விரைப்பாய் கிடந்தது. இறைச்சி தின்னும் ஈக்கள் அதன்மீது மொய்த்தன. அங்கும் இங்கும் இரண்டொரு காகங்கள் உட்கார்ந்து இருந்தன.

வேடன் வந்து மானின் வயிற்றைக் கையால் தட்டிப் பார்த்துவிட்டு, 'அதிகாலையில் இது கண்ணியில் சிக்கி இருக்கும்போல் தெரிகிறது. இதன் உடல் கெட்டுவிட்டது." என்று சொல்லி, மானின் கட்டுகளை அவிழ்த்துவிட்டான். "இறந்து கிடக்கும் இடத்திலேயே, இதைத் துண்டங்கள் போட்டு விடலாம். இறைச்சியை வீட்டுக்கு எடுத்துப்போகலாம்" என்று சொல்லி வலையை எடுத்துவிட்டான்.

இதன் பிறகு அந்த அப்பாவி வேடன் இலைகளையும், குச்சிகளையும் சேகரிக்கச் சென்றான்.

இது சமயம் மான் மெதுவாகத் துள்ளி எழுந்து, காற்று துரத்திய மேகம்போல, கடிய வேகத்தில் தன் தாயிடம் போய்ச் சேர்ந்தது.

16. இரண்டும் சரி

ஒரு சமயம் ஒரு மலை அடிவாரத்தில் சிங்கம் ஒன்றும் புலி ஒன்றும் ஒரே குகையில் சேர்ந்து வசித்து வந்தன. அதே சமயம் அந்த மலையடிவாரத்தில் போதிசத்துவர் ஒரு தவசியாக இருந்தார்.

ஒருநாள், நண்பர்களாக இருக்கும் அந்தச் சிங்கத்துக்கும் புலிக்கும் இடையே ஒரு விஷயம் குறித்து வாக்குவாதம் உண்டாயிற்று. "தேய்பிறை காலத்தில்தான் குளிராய் இருக்கும்" என்று புலி கூறிற்று. இல்லை. வளர்பிறை காலத்தில்தான் குளிராய் இருக்கும்" என்று சிங்கம் கூறிற்று.

இது குறித்து அந்த இரு விலங்குகளாலும் எந்த ஒரு முடிவுக்கும் வர முடியவில்லை. அவை இரண்டும் போதிசத்துவரிடம் சென்று தங்கள் தங்கள் கருத்தைக் கூறின.

அவற்றுக்குப் பதில் சொல்லும் முறையில், போதிசத்துவர் பின்வரும் பாடலைக் கூறினார்.

வளர்பிறையாய் இருந்தாலும் சரி தேய்பிறையாய் இருந்தாலும் சரி காற்று அடிக்கும் காலத்தில் குளிராய் இருக்கும். காற்றினால்தான் குளிர் ஏற்படுகிறது. அதனால் இருவர் கூற்றும் சரியே.

இவ்வாறு கூறி, இரு நண்பர்களுக்கும் இடையில் போதிசத்துவர் சமாதானம் செய்து வைத்தார்.

17. வினைப்பயன்

பிரம்மதத்தன் என்னும் அரசன் வாரணாசியை ஆண்ட போது, மூன்று வேதங்களையும் கரைத்துக் குடித்த பிராமணன் ஒருவன் இருந்தான். உலகப் புகழ்வாய்ந்த அந்தப் பிராமணன் சிரார்த்தம் செய்ய எண்ணினான்.

அதன் பொருட்டு வெள்ளாடு ஒன்று வாங்கிவரச் செய்து, தன் சீடர்களிடம் "குழந்தைகளே! இந்த ஆட்டை ஆற்றுக்கு ஓட்டிப்போய் குளிப்பாட்டுங்கள். அதன் கழுத்தில் ஒரு மாலையைச் சுற்றிப் போடுங்கள். தின்னத் தீனி வையுங்கள். இலேசாக அதைத் தேய்த்துவிட்டு, அதை இங்கே திருப்பிக் கொண்டு வாருங்கள்" என்று சொன்னான்.

"நல்லது" என்று சொல்லி, சீடர்கள் ஆட்டை ஆற்றுக்கு ஓட்டிப்போய் குளிப்பாட்டினார்கள். நன்றாக அதைத் தேய்த்துக் குளிப்பாட்டிவிட்டு அறைக்குக் கொணர்ந்தார்கள்.

இந்த வெள்ளாட்டுக்கு முற்பிறவி வாசனை உண்டு. அதனால் இன்று இந்த உலகத் துன்பங்களிலிருந்து தனக்கு விடுதலை கிடக்கப் போவதாக அது மகிழ்ச்சி அடைந்தது. அதனால் மண்குடம் உடைவதுபோல அது சப்தமிட்டுச் சிரித்தது. ஆயினும் தன்னை வெட்டுவதன் மூலம் துயரத்துக்கு உள்ளாகி, இந்தப் பிராமணன் பெரிதும் வருந்த நேருமே என்று அவன் மீது பரிவு கொண்டு, வாய்விட்டு அலறி அழுதது.

இதைக் கவனித்த வாலிபப் பிராமணர்கள் "வெள்ளாடே! முதலில் நீ உரக்கச் சிரித்தாய். பிறகு உரக்க அழுதாய். நீ இப்படிச் சிரித்ததற்கும் அழுததற்கும் காரணம் என்ன?" என்று கேட்டார்கள்.

"இந்த கேள்வியை உங்கள் குரு முன்னர் வைத்து, என்னைக் கேளுங்கள்" என்று ஆடு பதில் சொன்னது.

ஆகவே அந்த ஆட்டை ஓட்டிக்கொண்டு, அவர்கள் தங்கள் குருவிடம் திரும்பினார்கள். ஆட்டின் நடத்தை குறித்து, அவரிடம் சொன்னார்கள்.

விவரம் தெரிய வந்ததும், குரு ஆட்டை நோக்கி "நீ அழுததற்கும் சிரித்ததற்கும் உரிய காரணம் என்ன?" என்று கேட்டார்.

அந்த ஆட்டுக்கு பூர்வ ஜன்ம வாசனை இருந்ததால் அந்தப் பிராமணனிடம் "முற்பிறவியில் உம்மைப்போலவே நானும் பிராமணனாய் பிறந்து இருந்தேன். வேதங்களின் அந்தரங்க வாசகங்களை நான் அறிந்து இருந்தேன். பிதிர்க்களுக்கு சிரார்த்தம் செய்யும் பொருட்டு ஒரு ஆட்டை நான் வெட்டிக் கொன்றேன். ஒரு முறை இப்படி நான் ஆட்டை வெட்டியதற்காக, இன்று வரை எனது தலை ஐநூறு முறை துண்டிக்கப்பட நேர்ந்து உள்ளது. இன்று வெட்டப்பட்டதும், எனது கணக்குத் தீர்ந்துபோவதால் எனக்கு மறுபிறவி கிடையாது. அதனால் எனது துயரங்களுக்கெல்லாம் ஒரு முடிவு வந்துவிட்டதை நினைந்து சிரித்தேன். ஒரு முறை கொன்றதற்காக நான் ஐநூறு முறை வெட்டுதலுக்கு ஆளாகி இருப்பதைப் போலவே, என்னை இன்று வெட்டியபின் அதன் பொருட்டு, உமது தலையும் ஐநூறு தடவை வெட்டப்பட நேருமே என்பதையும் அதன் மூலம் நீர் துயரத்துக்கு உள்ளாகப் போவதையும் நினைந்து நான் அழுதேன்" என்று பதில் கூறிற்று அந்த ஆடு.

இவ்வாறு ஆடு சொன்னதும் அந்தப் பிராமணன் "உன்னை நான் கொல்லப்போவது இல்லை" என்று கூறினான்.

அதற்கு அந்த ஆடு "பிராமணரே! நீர் கூறுவது என்ன? நீர் கொன்றாலும் சரி அல்லது என்னைக் கொல்லாவிட்டாலும் சரி, சாவிலிருந்து இன்று நான் தப்ப முடியாது என்று கூறிற்று.

உடனே அந்தப் பிராமணன் "ஆடே! நீ அஞ்ச வேண்டாம். உன் கூடவே வந்து உன்னை நான் காப்பாற்றுகிறேன்" என்று கூறினான்.

பிராமணன் இப்படிக் கூறியதும் அந்த ஆடு "பிராமணரே! நான் செய்த தீவினைகள் பலமுடையவை அதனால் உமது பாதுகாப்பு பயன்படாது" என்று கூறிற்று.

பிராமணன் அந்த ஆட்டை விட்டுவிட்டான். தன் சீடர்களிடம் "இந்த ஆட்டை யாரும் கொல்லாதபடி நாம் பாதுகாப்பு அளிக்க வேண்டும்" என்று சொன்னான்.

ஆகவே சீடர்கள் ஆட்டைத் தொடர்ந்து அதன் பின்னே சென்றார்கள். விடுதலை அடைந்த ஆடு, ஒரு பாறை மீது இருந்த இலையைக் கடித்துத் தின்னப் போயிற்று.

இது சமயம் இடி ஒன்று இடித்து பாறை மீது விழுந்து அதை இரண்டாகப் பிளந்தது; இலையைத் தின்றுகொண்டிருந்த ஆட்டின் தலையும் அதன் உடலிலிருந்து துண்டிக்கப்பட்டு கீழே விழுந்தது. ஜனங்கள் கூட்டமாக வந்து அதைப் பார்த்தார்கள்.

அப்பொழுது போதிசத்துவர் ஒரு வன தேவதையாகப் பிறந்து, அதே இடத்தில் வசித்தார். தனக்கு இருக்கும் அதீத ஆற்றலால், ஆகாயத்தில் சப்பணம் போட்டுக் கொண்டு அவர் அமர்ந்து இருந்தார். கூட்டம் அவரை நோக்கி மேலே பார்த்தது. "தீய செயல்களின் விளைவை இந்த ஜனங்கள் தெரிந்து கொண்டு இருந்தால், கொலை செய்வதைத் தவிர்ப்பார்கள்" என்று தனக்குத் தானே சொல்லிவிட்டு, கீழ்வரும் பாடலை இனிய குரலில் அவர் கூறினார்.

பிற உயிரைக் கொல்வது துயரத்துக்கும் தண்டனைக்கும் அடிகோலும் என்பதை மக்கள் தெரிந்துகொண்டிருந்தால் பிற உயிரைக் கொல்வதை நிறுத்திவிடுவார்கள். பிற உயிர்களைக் கொல்பவர்கள் பெரிதும் அவதிக்கு உள்ளாவார்கள்.

நரகவேதனை கடுமையாக அனுபவிக்க வேண்டியது இருக்கும் என்று அச்சம் ஏற்படுமாறு, கேட்போருக்கு மகான் போதிசத்துவர் உண்மையை உபதேசம் செய்தார்.

இவ்வாறு உண்மைகளை உபதேசம் செய்தபின்னர், தனது தகுதிக்கு ஏற்ற மேலான தகுதியை அவர் அடைந்தார்.

போதிசத்துவரின் உபதேசங்களைக் கடைபிடிப்பதில் மக்களும் அக்கரை கொண்டார்கள். தருமம் செய்தார்கள்; இதர நற்காரியங்களையும் செய்தார்கள். பிறகு அவர்கள் எல்லாரும் தேவலோகவாசிகள் ஆனார்கள்.

18. நேர்த்திக் கடன்

காசி நாட்டில் இருக்கும் ஒரு சிறு கிராமத்திலே, ஒரு காலத்தில் பிரபு ஒருவன் இருந்தான். ஊரின் நுழைவாயிலில் இருக்கும் ஆலமரத்துத் தேவதைக்குப் பலியிடுவதாக அவன் நேர்த்திக்கடன் செய்து கொண்டான்.

பிறகு அவன் ஆலமரத்துப் பக்கம் வந்தபோது, அனேக உயிர்களைப் பலியிட்டு, தனது நேர்த்திக்கடனை நிறைவேற்றி அதிலிருந்து தன்னை விடுவித்துக்கொண்டான்.

அப்போது அங்கே ஒரு கவட்டில் இருக்கும் மரத் தேவதை, கீழ்வரும் பாடலைக் கூறிற்று.

நேர்த்திக்கடனிலிருந்து விடுபடுவதற்காக, பிற உயிர்களைக்
கொலை செய்யும் எண்ணம் உங்களுக்கு வேண்டாம்.
இப்படி விடுபடுவது சரியான பந்தம் ஆகும்.
அறிஞர்களும் நல்லவர்களும் தங்களை இவ்வாறு
விடுவித்துக்கொள்ள மாட்டார்கள்.
முட்டாள்களைப் போல, இவ்வாறு விடுவித்துக்கொள்வது
இறுதியில் பந்தமாகும்.

இதன் பின்னர், பிற உயிர்களை வதம் செய்வதை மக்கள் நிறுத்திக்கொண்டார்கள். நேர்மையாக ஒழுகி தேவலோகத்தை அடைந்தார்கள்.

19. குழாய்ப் பிரம்பு

முன்பு ஒரு சமயம் இந்த இடத்தில் அடர்ந்த காடு ஒன்று இருந்தது. அந்தக் காட்டில் இருந்த பெரிய ஏரி ஒன்றில் விலங்குகளைத் தின்னும் அரக்கன் ஒருவன் வசித்தான். ஏரியில் இறங்கும் எந்த விலங்கையும் அவன் தின்றுவிடுவான்.

அது சமயம் போதிசத்துவர் குரங்குகளுக்கு அரசராய்ப் பிறந்திருந்தார். சிவப்பு மான் குட்டியைப் போல, அந்த அரசக் குரங்கு பெரியதாய் இருந்தது.

இந்தப் போதிசத்துவ அரசக் குரங்கின்கீழ், எண்பதாயிரம் குரங்குகள் இருந்தன. அவற்றுக்கு எவ்விதத் தீங்கும் நேராதபடி, போதிசத்துவக் குரங்கு பாதுகாத்து வந்தது.

அது தன் குடிபடைக் குரங்குகளுக்குப் பின்வருமாறு புத்திமதி சொல்லுவது உண்டு. "நண்பர்களே! சில மரங்களின் கனிகள் நச்சுத் தன்மை வாய்ந்தவை. சில ஏரிகளில் உயிர்களைத் தின்னும் அரக்கன் வாசம் செய்வான். ஆகவே, தின்று பழக்கம் இல்லாத எந்தப் பழத்தையும் தின்னாதீர்கள்; பருகிப் பழக்கமில்லாத ஏரியில் நீர் பருகாதீர்கள்'

"சரி அப்படியே செய்கிறோம்" என்று குடிபடைக் குரங்குகள் கூறின.

நெடுநேரம் வரை சுற்றியலைந்த பின்னர் இது வரை சென்று இராத ஓர் இடத்துக்கு ஏரி ஒன்று இருக்கும் இடத்துக்கு அவை வந்து சேர்ந்தன. அவை தாகம் அதிகமாய் இருந்தும் அந்த ஏரியில் தண்ணீரைப் பருகாது, போதிசத்துவக் குரங்கை எதிர்பார்த்து, கரையில் அசையாது இருந்தன.

அ.லெ. நடராசன்

போதிசத்துவக் குரங்கு வந்து சேர்ந்தது. அது மற்ற குரங்குகளை நோக்கி, "தண்ணீர் பருகாமல் இருக்கிறீர்களே ஏன்?" என்று வினவிற்று.

"உங்களுக்காக நாங்கள் காத்திருக்கிறோம்"

"நண்பர்களே! நீங்கள் செய்தது சரியான காரியம்" என்று போதிசத்துவக் குரங்கு சொல்லிற்று.

பிறகு அது ஏரியைச் சுற்றி நோட்டம் விட்டுக் கவனித்துப் பார்த்தது. ஏரிக்குள் சென்ற கால் சுவடுகள் தென்பட்டனவேயன்றி அதிலிருந்து வெளிவந்த சுவடு எதுவும் தென்படவில்லை. "இந்த ஏரி அரக்கன் வாசம் செய்யும் ஏரி என்பதில் ஐயம் இல்லை" என்று தனக்குத்தானே அது சொல்லிக் கொண்டது. பிறகு குடிபடைகளை நோக்கி "நண்பர்களே! இந்த ஏரியின் நீரை நீங்கள் பருகாமல் இருந்தது மிக நல்ல காரியம். இது அரக்கனின் ஆதிக்கத்துக்கு உட்பட்ட ஏரி" என்று கூறிற்று.

குரங்குகள் தண்ணீருக்குள் இறங்கமாட்டா என்பதைத் தெரிந்துகொண்ட அரக்கன், பயங்கரமான பூதவடிவம் ஒன்றை எடுத்துக்கொண்டான். அந்தப் பூதத்துக்கு வயிறு நீல நிறத்திலும், முகம் வெள்ளை நிறத்திலும், கைகால்கள் சிவப்பு நிறத்திலும் இருந்தன.

இந்த உருவத்துடன் தண்ணீருக்குள்ளிருந்து வெளிப்பட்ட அந்த அரக்கன் குரங்குகளை நோக்கி "நீங்கள் ஏன் ஏரியில் இறங்கி நீர் பருகாமல், இங்கேயே உட்கார்ந்து இருக்கிறீர்கள்?" என்று கேட்டான்.

அப்போது போதிசத்துவக் குரங்கு, "இந்த ஏரியில் வாசம் செய்யும் அரக்கன் அல்லவா நீ?" என்று வினவிற்று.

"ஆம்" என்று அரக்கன் பதில் சொன்னான்.

"தண்ணீருக்குள் இறங்குபவர்களை நீ தின்றுவிடுவது உண்டு அல்லவா?"

"ஆம். நான் தின்பது உண்டு, சிறு பறவையிலிருந்து தண்ணீருக்குள் வருவது அனைத்தையும் நான் தின்றுவிடுவேன். உங்களிலும் நிறையப் பேரை நான் தின்னப் போகிறேன்" என்று பதில் சொன்னான் அரக்கன்.

"எங்களில் யாரையும் உன்னால் தின்ன முடியாது. அதற்கு நாங்கள் இடம் கொடோம்."

"தண்ணீரை வேண்டுமானால் குடித்துப் பாருங்களேன்?"

"நாங்கள் தண்ணீரைக் குடிப்போம். ஆனால் உனது பிடிப்புக்குள் நாங்கள் சிக்கிக்கொள்ள மாட்டோம்."

"தண்ணீரை நீங்கள் எப்படிக் குடிப்பீர்கள்?"

"ஏரிக்குள் இறங்கித்தான் தண்ணீரைக் குடிக்க வேண்டுமா என்ன? தண்ணீருக்குள் இறங்காமலே நாங்கள் எண்பதாயிரம் பேரும், தாமரைத் தண்டின் மூலம் தண்ணீரைக் குடிப்பதைப் போல, பிரம்புக் குழாய் மூலம் நாங்கள் எளிதில் குடிப்போம். என்று கூறிற்று. ஆகவே ஆகவே எங்களை உன்னால் தின்ன முடியாது."

பிறகு போதிசத்துவக் குரங்கு பின்வரும் பாடலைக் கூறிற்று.

கீழே சென்ற கால் சுவடுகள், திரும்பியது தென்படவில்லை.
பிரம்புகள் மூலம் தண்ணீர் பருகுவோம்.
எங்கள் உயிரை உன்னால் அபகரிக்க முடியாது.

இதன் பின்னர் போதிசத்துவக் குரங்கு தன்னிடம் குழாய்ப் பிரம்பு ஒன்றைக் கொண்டுவரச் செய்தது. தன்னால் செய்து காண்பிக்கப்பட்ட பத்து பூரண நிலைகளையும் நினைவுக்குக் கொணர்ந்து, அவற்றை ஆழ்ந்த உணர்வோடு ஓதிவிட்டு, பிரம்பில் ஊதிற்று. அந்தப் பிரம்பில் எந்தவிதத் தடங்கலும் இல்லாதபடி, நீண்ட குழாய் ஒன்று உண்டா யிற்று. ஒவ்வொன்றாகப் பல பிரம்புகளை எடுத்து வரச் செய்து இப்படி குழாயை உண்டாக்கிற்று போதிசத்துவக் குரங்கு. இப்படிக் குழாய் செய்வது அவ்வளவு எளிதாகத் தோன்றவில்லை.

ஆகவே போதிசத்துவக் குரங்கு எழுந்து, ஏரியை ஒருமுறை சுற்றிப் பார்த்துவிட்டு, "இனி இங்கு முளைக்கும் பிரம்புகள் எல்லாம் குழாய் உள்ளதாக முளைக்கட்டும்" என்று கூறிற்று.

போதிசத்துவர்கள் நல்ல எண்ணமுடையவர்கள் ஆதலால், அவர்கள் விருப்பங்கள் அனைத்தும் தடைப்படாமல் நிறை

வேறுவது உண்டு. அதனால் ஏரியைச் சுற்றி முளைத்த பிரம்பு ஒவ்வொன்றும் குழாயுடன் கூடியதாயிற்று.

இவ்வாறு உத்தரவிட்டபின், போதிசத்துவக் குரங்கு, கையில் ஒரு பிரம்பை வைத்துக்கொண்டு அமர்ந்திருந்தது. அதைப் போலவே, மற்ற எண்பதாயிரம் குரங்குகளும், தத்தம் கையில் ஒரு பிரம்பை எடுத்துக் கொண்டது.

இதன் பின்னர் நீரில் இறங்காமலே, கரையில் இருந்து கொண்டு, போதிசத்துவக் குரங்கு பிரம்பின் மூலம் நீரைப் பருகிற்று. அதைப்போலவே, மற்ற குரங்குகளும், பிரம்பின் மூலம் உறிஞ்சி நீரைப் பருகின.

இதன் விளைவாக நீர்வாழ் அரக்கனால் எந்த ஒரு குரங்கையும் பிடித்துத் தின்ன முடியவில்லை. இதனால் கோபம் அடைந்த அந்த அரக்கன், தனது இடத்துக்குத் திரும்பினான்.

போதிசத்துவக் குரங்கு, தனது பரிவாரக் குரங்குகள் அனைத்தையும் அழைத்துக்கொண்டு காட்டுக்குத் திரும்பிற்று.

20. நரகவாதனையிலிருந்து தப்ப முடியாது

பிரம்மதத்தன் காசியை ஆண்டபோது ஒரு சமயம், போதிசத்துவர் ஒரு மானாகப் பிறந்து இருந்தார். காட்டில் கிடைக்கும் கனிகளைத் தின்று அந்த மான் வாழ்ந்து வந்தது.

ஒரு சமயம் அந்த மான் குறிப்பிட்ட ஒரு மரப் பழங்களையே தின்று வாழ்ந்து வந்தது.

பக்கத்துக் கிராமத்தில் வேடன் ஒருவன் இருந்தான். அவன் மான் காலடிகள் பதிந்து இருக்கும் மரத்து அடிக்கு மேலே, கிளைகள் மீது பரண் ஒன்று கட்டிக்கொண்டு அமர்ந்து இருப்பான். மரத்துக்குக் கீழே மான் வருமானால், ஈட்டி எய்து அதைக் கொல்வான். இப்படிக் கொல்லும் மானின் இறைச்சியை விற்று அவன் வாழ்ந்து வந்தான்.

ஒரு நாள் அவன், போதிசத்துவ மானின் காலடிகள் மரத்துக்குக் கீழே இருப்பதைக் கண்டான். உடனே அந்த மரத்தின் மீது பரண் ஒன்று கட்டிக்கொண்டான். காலையில் உணவு அருந்திவிட்டு, ஈட்டியை எடுத்துக்கொண்டு போய் பரண் மீது அமர்ந்து இருந்தான்.

போதிசத்துவ மான் பழங்களைத் தின்னும் பொருட்டு, அந்த மரத்தை நோக்கி முன்னதாக வந்தது. ஆனால் அவசரப்பட்டு மரத்தை அது அணுகவில்லை. அது தனக்குள்ளேயே "பரண் கட்டிக்கொண்டு வேடர்கள் மரத்தின்மீது இருப்பது உண்டு. அப்படி எதுவும் இங்கு நடந்து இருக்கக் கூடுமோ" என்று எண்ணலாயிற்று.

தயங்கி நின்ற அந்த மான் அப்பால் சென்று நோட்டம் விட்டு ஆராயலாயிற்று.

மரத்து அருகே மான் வராததைக் கவனித்த வேடன், பரண் மீது இருந்தபடியே பழம் ஒன்றைப் பறித்து மானுக்கு முன்னே போட்டான்.

இதைக் கவனித்த மான் தனக்குத்தானே "எனக்கு இங்கே ஒரு பழம் வந்திருக்கிறது. வேடன் மரத்தின் மீது இருப்பானோ என்ற வியப்பு எனக்கு ஏற்படுகிறது' என்று எண்ணிற்று.

பிறகு அது உற்று உற்றுக் கவனித்த போது, மரத்தின் மீது வேடன் இருப்பதைக் கவனித்துவிட்டது. ஆயினும் அவனைப் பார்க்காததுபோல் பாசாங்கு செய்து "மதிப்புக்கு உரிய மரமே! உறுதியற்ற கொடி பழத்தைத் தரையில் உதிர்ப்பதைப் போல நீயும் பழத்தைக் கீழே போடுவது உண்டு. மரம் செய்வதைப் போல இன்று நீ செய்யவில்லை. அதனால் உன்னை விடுத்து, வேறு ஒரு மரத்துப் பக்கம் உணவின் பொருட்டு எனது பழக்கத்தையும் நான் மாற்றிக் கொள்ள நேர்ந்திருக்கிறது" என்று இறைந்து சொல்லிவிட்டு, கீழ்வரும் பாடலையும் அது கூறிற்று.

நீ போடும் பழத்தை மான் நன்கு தெரிந்துகொண்டுவிட்டது. அதை நான் விரும்பவில்லை; வேறு ஒரு மரத்துக்கு நான் போகிறேன்.

வேடன் ஈட்டியை போதிசத்துவ மான்மீது எறிந்தான். "சனியனே! போய்த்தொலை. இது சமயம் எனக்குக் குறி தவறிவிட்டது" என்று கத்தினான்.

போதிசத்துவமான் திரும்பிப் பார்த்து நின்றுகொண்டு 'நல்ல மனிதனே! என்மீது வைத்த குறி தவறிவிட்டது. ஆயினும் எட்டு பெரிய நரகவேதனையும் பதினாறு சிறிய நரகவேதனையும் உனக்குக் கிட்டப் போகிறது. உனது நடத்தைக்குரிய பலன் அதுவே' என்று சொல்லிவிட்டு, தன்வழியே போய்விட்டது.

வேடனும் மரத்தை விட்டு இறங்கி வீட்டுக்குப் போனான்.

21. நான்கு தீய நெறிகள்

பிரம்மதத்தன் வாரணாசியை ஆண்டபோது ஒரு சமயம், தான் செய்த செயல்களின் விளைவாக, போதிசத்துவர் ஒரு நாயாகப் பிறந்தார். அந்த நாய் நூற்றுக்கணக்கான நாய்களின் தலைவனாக இருந்துகொண்டு, ஒரு புதைகுழியில் வாழ்ந்து வந்தது.

ஒருநாள் பால்நிற வெண் புரவிகள் பூட்டிய தேரில் ஏறிக்கொண்டு, உத்தியான வனத்துக்குப் பொழுதுபோக்க வந்தான் அரசன். பகல் நேரம் முழுவதையும் உல்லாசமாக அங்கு கழித்துவிட்டு, பொழுது சாய்ந்ததும் அவன் அரண்மனை திரும்பினான். சேணங்களை அவிழ்க்காமலே அரண்மனை முற்றத்தில் அரசன் வந்த தேர் நின்றது. இரவு நல்ல மழை பெய்ததால், சேணம் முழுதும் நனைந்து நன்கு ஊறிவிட்டது. அரசன் வளர்க்கும் நாய்கள் மேலே இருந்து கீழே இறங்கி முற்றத்துக்கு வந்து, சேணத்தையும் வார்ப்பட்டையையும் கடித்துத் தின்றுவிட்டன.

இதை அறிந்த சிப்பந்திகள் அரசனிடம் சென்று, "அரசே! தங்கள் தேரின் சேணத்தையும் வார்ப்பட்டைகளையும் நாய்கள் தின்றுவிட்டன" என்று சொன்னார்கள்!

அரசன் அளவற்ற கோபம் கொண்டான்; கண்ட கண்ட போது எல்லாம் நாய்களைக் கொல்லுங்கள்" என்று உத்தரவு போட்டான்.

இதனால் ஏராளமான நாய்கள் படுகொலைக்கு உள்ளாயின. இதன் விளைவாக அச்சமுற்ற மற்ற நாய்கள் புதைகுழியில் வாசம் செய்யும் போதிசத்துவ நாயிடம் போயின.

உடனே போதிசத்துவ நாய் தன்னிடம் கூட்டமாய் வந்திருக்கும் நாய்களை நோக்கி "நீங்கள் அனைவரும் கூட்டமாக வந்திருப்பதன் நோக்கம் யாது?" என்று வினவிற்று.

அதற்கு அந்த நாய்கள் "அரண்மனை முற்றத்தில் நின்ற தேரில் பூட்டப்பட்டு இருந்த சேணம் வார் முதலியவற்றை நாய்கள் கடித்துத் தின்றுவிட்டன. இதனால் கோபமுற்றுள்ள அரசன் எல்லா நாய்களையும் கொல்லும்படி உத்தரவிட்டுள்ளான். கண்ட கண்ட போது எல்லாம் நாய்களை அடித்துக் கொல்வதால் நாய்களுக்குப் பேராபத்து ஏற்பட்டு இருக்கிறது" என்று கூறின.

இதைக் கேட்டதும் போதிசத்துவ நாய் தனக்குத் தானே சிந்திக்கலாயிற்று. "காவல் அதிகமுள்ள இடத்துக்கு வெளியிலிருந்து நாய்கள் அரண்மனைக்குள் போயிருக்க முடியாது. உள்ளே நல்ல முறையில் வளர்க்கப்பட்ட அரண்மனை நாய்கள்தான் சேணத்தைக் கடித்துத் தின்று இருக்கக் கூடும். உண்மைக் குற்றவாளிகள் தண்டனைக்கு உட்படாமல், குற்றமற்றவர்கள் தண்டனைக்கு உட்பட நேர்ந்திருக்கிறது. ஆகவே உண்மைக் குற்றவாளிகளைக் கண்டுபிடித்து அரசனிடம் சொல்லிவிட்டால், என் உற்றார் உறவினர்களை என்னால் காப்பாற்ற முடியும்" என்று நினைத்தது.

பிறகு கூட்டமாக வந்திருக்கும் நாய்களை நோக்கி, "நான் உங்களைக் காப்பாற்றுகிறேன். அஞ்ச வேண்டாம். நான் அரசரைச் சந்திக்கும் வரை பொறுமையாய் இருங்கள்" என்று சொல்லிற்று.

அன்பான எண்ணங்களால் தூண்டப்பட்ட போதிசத்துவ நாய், பத்து சீலங்களை நினைவுப்படுத்திக்கொண்டு, தான் மட்டும் தனியே புறப்பட்டு நகருக்குள் போயிற்று. "யாரும் என்னைக் கம்பால் அடிக்காமலோ, கல்லால் அடிக்காமலோ இருக்கட்டும்" என்று எண்ணிக்கொண்டே போயிற்று. அது வீதியில் போனபோது, கோபம் கொண்டு யாரும் அதை அடிக்கவில்லை.

நாய்களைக் கொல்லும்படி உத்தரவிட்ட அரசன் அத்தாணி மண்டபத்தில் அமர்ந்து இருந்தான். போதிசத்துவ

நாய் உள்ளே ஓடி, அரியணை மீது தாவிற்று. சிப்பந்திகள் ஓடி நாயைப் பிடிக்க முயன்றார்கள். அரசன் அவர்களைத் தடுத்துவிட்டான்.

உடனே போதிசத்துவ நாய் தைரியத்துடன் அரியணையை அணுகி, தலை தாழ்த்தி மரியாதை செய்துவிட்டு, அரசனை நோக்கி "நாய்களை எல்லாம் அழிக்கும்படி உத்தரவிட்டது நீங்கள்தானா?" என்று வினவிற்று.

"ஆம் நான்தான்" என்று அரசன் பதில் சொன்னான்.

"அவை செய்த குற்றம் என்ன?" என்று போதிசத்துவ நாய் வினவிற்று.

"எனது தேரில் பூட்டியிருந்த சேணத்தையும் வார்ப்பட்டைகளையும் அவை கடித்துத் தின்றுவிட்டன".

"இந்தக் குற்றத்தை உண்மையாகவே இழைத்த நாய்கள் எவை என்பது உங்களுக்கு நிச்சயமாகத் தெரியுமா?"

"இல்லை. இல்லை. எனக்குத் தெரியாது"

உடனே போதிசத்துவ நாய் "அரசே! உண்மைக் குற்றவாளி யார் என்பது சரியாகத் தெரியாது கண்ட கண்டபடி ஒவ்வொரு நாயையும் கொல்லும்படி தாங்கள் உத்தரவிட்டது சரியன்று."

"எனது வண்டியின் சேணத்தையும் வார்ப்பட்டைகளையும் நாய்கள் கடித்துத் தின்றபடியால்தான் நான் அவ்வாறு உத்தரவிட்டேன்" என்றான் அரசன்.

"உங்கள் சிப்பந்திகள் எல்லா நாய்களையும் கொல்கிறார்களா? அல்லது சில நாய்களுக்கு விதிவிலக்கு உண்டா?" என்று வினவிற்று போதிசத்துவ நாய்,

"சில நாய்களுக்கு விதிவிலக்கு உண்டு. என் அரண்மனையில் வாழும் நாய்களை எதுவும் செய்யக்கூடாது என்று சொல்லியிருக்கிறேன்" என்று கூறினான் அரசன்.

அரசன் சொன்ன பதிலைக் கேட்டதும் போதிசத்துவ நாய் அரசே! உங்கள் வண்டியின் வார்ப்பட்டைகளைக் கடித்துத் தின்றதற்காக கண்ட கண்ட போதெல்லாம் நாய்களைக் கொல்லும்படி உத்தரவிட்டதாக நீங்கள் சொன்னீர்கள். ஆனால் உங்கள் அரண்மனையில் வளரும் நாய்களுக்குத் தண்டனையிலிருந்து விலக்கு அளித்துள்ளீர்கள். அதன்

மூலம் நீங்கள் நான்கு தீய நெறிகளைக் கடைபிடிக்கிறீர்கள். ஓரவஞ்சகம், பிரியம் இல்லாமை, அறியாமை, அச்சம். இந்த நான்கு நெறிகளும் தவறானவை. அரச இயல்புக்கு மாறானவை. வழக்கை விசாரிக்கும் அரசன் துலாக்கோல் போல் சமநிலையில் மனத்தை வைத்துக்கொள்ளவேண்டும். இந்த வழக்கில் அரசாங்க நாய்களுக்குப் பாதுகாப்பு அளிக்கப்பட்டு இருக்கிறது. ஆனால் மற்ற நாய்கள் கண்ட கண்டவுடன் கொல்லப்படுகின்றன. அப்பாவி எளிய நாய்கள் ஓரவஞ்சகத்துக்கு உட்பட்டுள்ளன" என்று சொல்லிவிட்டு, போதிசத்துவர் தனது குரலை உயர்த்தி, இனிய குரலில் 'அரசே! உனது நடத்தை நியாயமானதன்று" என்று கூறிவிட்டு கீழ்வரும் பாடல் மூலம் பேருண்மை ஒன்றை அரசனுக்கு அது கூறிற்று.

அரண்மனையில் வளரும் நாய்களுக்கு ஊட்டமான உணவு கிடைக்கின்றன. வலிமையும் வடிவத்தில் அழகாயும் அவை உள்ளன. இவை சாவுக்கு உட்படவில்லை. அப்பாவி ஏழை நாய்களான நாங்கள்தான் மரணத்துக்கு உட்படுகிறோம்.
பாரபட்சமில்லாத நீதிக்கு இங்கு இடம் இல்லை.
எல்லாரையும் சமமாக நடத்தவில்லை.
அப்பாவி ஏழை நாய்கள்தான் அழிவுக்கு உட்படுகின்றன.

போதிசத்துவர் சொன்ன பாடலைச் செவிமடுத்த அரசன் "எனது தேரின் வார்ப்பட்டைகளைக் கடித்த நாய்களை உனக்குத் தெரியுமா?" என்று கேட்டான்.

"ஆம். தெரியும்."

"எந்த நாய்கள்?"

"நீங்கள் அருமையாக வளர்க்கும் அரண்மனையைச் சேர்ந்த நாய்கள்தான்" என்றார் போதிசத்துவர்.

"அரண்மனை நாய்கள்தான் தின்றது என்பதற்குச் சான்று உண்டா?"

"அதை நான் மெய்ப்பிக்கிறேன்."

"முனிவரே! செய்யுங்கள்."

"அரசே! உங்கள் நாய்களை அழைத்துவரச் செய்யுங்கள். அதோடு கூட கொஞ்சம் மோரும் தருப்பைப் புல்லும் கொணரச் செய்யுங்கள்."

அவ்வாறே கொண்டுவர அரசன் ஏற்பாடு செய்தான்.

உடனே பெருமான் "அரசே! தருப்பைப் புல்லை அரைத்து மோரில் கரைத்து நாய்களுக்குக் கொடுக்கச் செய்யுங்கள்" என்று சொன்னார்.

அரசன் அவ்வாறே செய்தான். அதைக் குடித்த நாய்கள் ஒவ்வொன்றும் வாந்தி எடுத்தன. அப்போது அந்த வாந்தியில் தோல் துண்டுகள் கிடந்தன.

"புத்தரின் நீதி இப்படித்தான் இருக்கும்" என்று அரசன் பெருமகிழ்ச்சியுடன் சொன்னான். அரசச் சின்னமான குடையைப் போதிசத்துவருக்குக் காணிக்கையாகக் கொடுத்தான்.

போதிசத்துவர் நேர்மை குறித்து பத்துவரிகள் கொண்ட ஒரு பாடலைச் சொன்னார். அதில் முதல்வரி,

உயர்ந்த அரச குலத்தில் பிறந்த அரசே!
நேர்மையாக நடப்பாயாக.

இதன் பின்னர் ஐந்து பெரும் போதனைகளை போதிசத்துவர் போதித்தார். நேர்மையாகவும், நிதானமாகவும் நடக்கும்படி அறிவுரைகள் கூறினார். பிறகு அரசச் சின்னமான வெண் கொற்றக் குடை ஒன்றை அரசருக்கு வழங்கினார்.

பெருமான் கூறின வார்த்தைகளைச் செவிமடுத்த அரசன், எந்த ஒரு பிராணிக்கும் தீங்கு செய்யக் கூடாது என்று உத்தரவிட்டான். போதிசத்துவ நாய் உட்பட எல்லா நாய்களுக்கும் தான் உண்ணும் உணவையே கொடுக்கும்படி கூறினான். போதிசத்துவர் செய்த உபதேசப்படி, தான தர்மங்களையும் இதர நற்செயல்களையும் செய்தான்; காலமான பின்னர் தேவலோகத்தில் அவன் பிறந்தான்.

போதிசத்துவர் செய்த போதனைகள் பதினாயிரம் ஆண்டுகள் நீடித்தன.

போதிசத்துவரும், முதுமைப்பருவம் வரை வாழ்ந்து, காலமானார். தனது தகுதிகளுக்கு இயைய உத்தம கதியை அடைந்தார்.

22. போர்க் குதிரை

பிரம்மதத்தன் வாரணாசியை ஆண்ட சமயம், போதி சத்துவர் சிந்து நாட்டுக் குதிரையாகப் பிறந்து இருந்தார். அந்தக் குதிரை அரசனுடைய போர்க்குதிரையாக ஆக்கப்பட்டு, மிகுந்த ஆடம்பரத்துடனும் அரச மரியாதையுடனும் வளர்க்கப்பட்டது. இலட்சம் பணம் மதிப்புள்ள தங்கத் தட்டில் மூன்று ஆண்டுகள் பழமையான அரிசி தீவனமாக வைக்கப்பட்டது. அது நிற்கும் தரையில் நான்கு வித நறுமணங்கள் பூசப்பட்டன. அது நிற்கும் லாயத்தைச் சுற்றி செந்நீலத் திரை தொங்கிற்று. மேல் விதானம் தங்க நட்சத்திரம் பதித்ததாய் கட்டப்பட்டு இருந்தது. சுவரும் மேல் விதானமும் நறுமணமுள்ள மலர்களால் அலங்கரிக்கப் பட்டு இருந்தன. வாசனையுள்ள எண்ணெய் வார்த்த விளக்கு எப்பொழுதும் எரிந்துகொண்டிருந்தது.

சுற்று வட்டாரத்தில் வாழும் அரசர்கள், வாரணாசியைக் கைப்பற்றிக்கொள்ள ஆசைப்பட்டார்கள். ஒருமுறை ஏழு அரசர்கள் வாரணாசியைச் சுற்றி வளைத்துக்கொண்டு, அரசன் பிரம்மதத்தனுக்குச் செய்தி அனுப்பினார்கள் "வாரணாசியை எங்களிடம் ஒப்படைத்துவிடும். இல்லாது போனால் போர் செய்யப் புறப்பட்டு வாரும்" என்று.

அரசன் அமைச்சர்களை அழைத்து, விவரத்தைச் சொல்லி, என்ன செய்ய வேண்டும் என்று அவர்களின் யோசனையைக் கேட்டான்.

அதற்கு அவர்கள் "அரசே! நீங்கள் போர்செய்யப் போகக் கூடாது. அந்த அரசர்களோடு போர்செய்ய சின்ன வீரத் தலைவனை அனுப்புங்கள். அவன் வெற்றி பெறாது போனால்,

வேறு என்ன செய்யலாம் என்பதைப் பிறகு யோசிக்கலாம்" என்று சொன்னார்கள்.

ஆகவே அமைச்சர்கள் சொன்ன வீரத் தலைவனுக்கு ஆள் அனுப்பித் தருவித்து, "அன்பான வீரனே! ஏழு அரசர்களுடனும் உன்னால் போர் செய்ய முடியுமா?" என்று அரசன் கேட்டான்.

அதற்கு அந்த வீரன், "அரசே! உங்களிடம் இருக்கும் சிறந்த போர்க் குதிரையை நீங்கள் தருவீர்களாயின், இந்த ஏழு அரசர்கள் மட்டும் என்ன? பாரதத்திலுள்ள அரசர்கள் அனைவரையும் என்னால் வெல்ல முடியும்" என்று பதில் சொன்னான்.

அந்த வீரன் கூறியதைக் கேட்ட அரசன் "போர்க்குதிரை மட்டும் என்ன? வேறு எந்தக் குதிரை வேண்டுமானாலும் அழைத்துச் சென்று, போர் செய்" என்று சொன்னான்.

"அவ்வாறே ஆகட்டும் அரசே!" என்று கூறி, தலை தாழ்த்தி வணங்கிவிட்டு, அந்த வீரன், அரண்மனை மேன் மாடத்திலிருந்து கீழே இறங்கிவந்தான்.

பின்னர் சிறந்த அந்தப் போர்க் குதிரையைப் பிடித்து வரச் செய்தான். பிறகு தனது உடம்பில் உச்சி முதல் உள்ளங்கால் வரை கவசம் அணிந்து கொண்டான். வாளை இடுப்பில் கட்டிக் கொண்டான். பின்னர் சிறந்த அந்தக் குதிரைமீது ஏறிக் கொண்டு, நகர வாயிலைக் கடந்து வெளியே வந்தான். மின்னலைப் போன்ற வேகத்தில் முதல் பாசறையைத் தாக்கி, அதன் அரசனைக் கைது செய்து, படை வீரர்கள் பாதுகாப்பில் ஒப்படைத்தான். பிறகு இரண்டாவது பாசறையைத் தாக்கி, வென்று, அந்த அரசனையும் கைது செய்தான். இப்படி ஐந்து பாசறைகள் வரை தாக்கி, மற்ற மூன்று அரசர்களையும் கைது செய்து விட்டான்.

அடுத்தபடி ஆறாவது அரசனை அந்த வீரன் தாக்கியபோது அவன் ஏறிவந்த போதிசத்துவக் குதிரை படுகாயம் அடைந்தது. இரத்தம் ஓடைபோல் கொட்டிற்று; குதிரை வேதனையால் துடித்தது.

வீரன் போதிசத்துவக் குதிரை காயமுற்று இருப்பதைக் கவனித்து, அதை அரசன் தங்கி இருக்கும் வாயில் முன்பு படுக்கச் செய்து, அதன் மீது பூட்டி இருந்த கவசத்தைக் கழற்றினான். பிறகு வேறு ஒரு குதிரையைப் போருக்கு ஆயத்தம் செய்து, புறப்படத் தயாரானான்.

வீரன் செய்வதை, படுத்துக் கிடந்த போதிசத்துவக் குதிரை கவனித்துவிட்டது. 'என்மீது ஏறிவந்த வீரன் வேறு ஒரு குதிரையைப் போருக்கு ஆயத்தம் செய்கிறான். ஏழாவது முகாமை அந்தக் குதிரையால் ஊடுருவிச் செல்ல முடியாது. ஏழாவது அரசனைக் கைது செய்யவும் முடியாது. நான் நிறைவேற்றி முடித்த அனைத்தையும் அவன் இழக்க நேரும். ஒப்பற்ற இந்த வீரனும் உயிரை இழப்பான்; அரசனும் பகைவர் கையில் சிக்கிக் கொள்ள நேரும். என்னால் மட்டுமே ஏழாவது முகாமை முறியடித்து, ஏழாவது அரசனையும் கைது செய்ய முடியும். மற்ற குதிரைகளால் இது முடியாது' என்று நினைத்தது.

ஆகவே அது அந்த வீரனைக் கூப்பிட்டு "சிறந்த வீரரே! என்னைத் தவிர வேறு எந்தக் குதிரையாலும், ஏழாவது முகாமை முறியடிக்க முடியாது; ஏழாவது அரசனைக் கைது செய்யவும் முடியாது. இதுவரை நான் நிறைவேற்றி முடித்ததை, விட்டுவிட எனக்கு மனம் இல்லை. என்னை நிற்க வைத்து என்மீது கவசத்தைப் பூட்டுங்கள்" என்று சொல்லிவிட்டு கீழ்வரும் வரிகளை அது சொல்லிற்று.

"வீரரே! அம்புகளால் துளைக்கப்பட்டு நான் படுத்துக் கிடக்கிறேன்.
போர்க்குதிரைக்கு சமதையாக எந்தக் குதிரையும் ஆக முடியாது.
என்னைத் தவிர்த்து வேறு எந்தக் குதிரைக்கும் சேணம் பூட்ட வேண்டாம்.

போதிசத்துவக் குதிரை சொன்னபடி வீரன் அதை எழுந்து நிற்கச் செய்தான். காயத்துக்குக் கட்டுப் போட்டான். உடம்பில் கவசத்தைப் பூட்டினான். பிறகு அந்தக் குதிரைமீது ஏறிக் கொண்டு ஏழாவது முகாமை முறியடித்தான். ஏழாவது

அரசனையும் கைது செய்து, படைவீரர்களின் பாதுகாப்பில் ஒப்படைத்தான்.

பிறகு போதிசத்துவக் குதிரையை அரசனிடம் அழைத்துப் போனார்கள். அரசன் வெளிவந்து குதிரையைப் பார்த்தான்.

அப்போது போதிசத்துவர் அரசனை நோக்கி, ''அரசே! ஏழு அரசர்களையும் வெட்ட வேண்டாம். உறுதி மொழி வாங்கிக்கொண்டு அவர்களைச் சுதந்திரமாக விட்டுவிடுங்கள். எனக்கும் வீரனுக்கும் உள்ள மதிப்பைக் கொடுங்கள். ஏழு அரசர்களைச் சிறைபிடித்த வீரனைத் தாழ்வாக நடத்தக் கூடாது. உங்களைப் பொறுத்த வரையில் தான தருமம் செய்யுங்கள் கட்டளைகளைக் கடைபிடித்து ஒழுகுங்கள். நீதியோடும் நேர்மையோடும் உங்கள் நாட்டை ஆளுங்கள்.''

இவ்வாறு அரசனுக்கு அறிவுரை கூறிவிட்டு, போதிசத்துவக் குதிரை இறந்து போயிற்று.

தக்க மரியாதையுடன் எரித்து அந்தக் குதிரையை அரசன் அடக்கம் செய்தான். வீரனைக் கண்ணியப்படுத்திக் கௌரவித்தான்,

இதன் பின்னர் நாட்டை நீதியோடும் நேர்மையோடும் பரிபாலித்தான். காலமான பின்னர், தான் செய்த செயல்களுக்கு ஏற்ற கதியை அவன் அடைந்தான்.

23. குதிரை குளிக்க மறுக்கிறது

பிரம்மதத்தன் காசி நகருக்கு அரசனாக இருந்தபோது, போதிசத்துவர் அவனுக்கு ஆன்மீக விஷயங்களிலும் இலௌகீக விஷயங்களிலும் வழிகாட்டியாக இருந்தார்.

இது சமயம் அரசரின் குதிரையைக் குளிப்பாட்டும் இடத்தில் அப்பாவிக் குதிரை ஒன்றை மக்கள் குளிப்பாட்டி விட்டார்கள்.

இதை அறியாத குதிரைப்பாகன் அரசரின் குதிரையை அந்த இடத்துக்கு குளிப்பாட்ட அழைத்து வந்தபோது, அது தண்ணீருக்குள் இறங்க மறுத்தது.

ஆகவே குதிரைப்பாகன் அரசரிடம் திரும்பி, "அரசர் பெருமானே! மேன்மை தங்கிய அரசே! உங்களுடைய குதிரை குளிக்க மறுக்கிறது" என்று சொன்னான்.

உடனே அரசன் போதிசத்துவரைத் தருவித்து "முனிவரே! குதிரை தண்ணீருக்குள் இறங்க மறுப்பதன் காரணத்தைத் தெரிந்து வாருங்கள்" என்று சொன்னான்.

"நல்லது அரசே!" என்று சொல்லிவிட்டு, போதிசத்துவர் நீர்த்துறைக்குப் போனார். குதிரையைக் கவனித்தார். அது நோயுற்று இருக்கவில்லை என்பதைத் தெரிந்துகொண்டார். காரணம் எதுவாய் இருக்கும் என்று சிந்திக்கலானார். இந்த இடத்தில் வேறு குதிரை ஒன்றைக் குளிப்பாட்டி இருப்பார்கள் போலும்; அதனால் தனக்கு ஏதும் தீங்கு நேரும் என்று அது அஞ்சுகிறது போலும்" என்று முடிவுக்கு வந்தார்.

பிறகு அவர் குதிரைப் பாகனிடம் "முதலில் வேறு ஏதாவது குதிரையைக் குளிப்பாட்டினீர்களா?" என்று கேட்டார்.

"ஆம். சாதாரணமான ஒரு குதிரையை இங்கு நாங்கள் குளிப்பாட்டினோம்" என்று அவன் பதில் சொன்னான்.

"இந்தக் குதிரைக்கு தற்பெருமை அதிகம் இருக்கிறது. அதற்கு ஊனம் நேர்ந்துவிடும் என அஞ்சி தண்ணீருக்குள் இறங்க மறுக்கிறது" என்று முடிவுக்கு வந்து, "சரி. இத்தகைய குதிரையை வேறு ஒரு இடத்தில்தான் குளிப்பாட்ட வேண்டும்" என்று நினைத்துக்கொண்டார். "நண்பர்களே! மனிதனுக்குக் கொஞ்சம் சௌகரியம் இருந்தால் எதையும் செய்ய அவனுக்கு அலுப்பு தோன்றும். அந்த நிலைதான் இந்தக் குதிரைக்கும் இப்பொழுது இருக்கிறது. எத்தனையோ முறை இந்த இடத்தில் இந்தக் குதிரையைக் குளிப்பாட்டி இருக்கிறீர்கள். ஆகவே வேறு ஒரு நீர்த் துறைக்கு அழைத்துப் போய் இந்தக் குதிரையைக் குளிப்பாட்டி தண்ணீர் காட்டுங்கள்" என்று சொன்னார். பிறகு இந்தப் பாடலையும் அவர் கூறினார்.

"இடத்தை மாற்றுங்கள்; இப்போது இங்கும் பிறகு
அங்குமாக நீர் அருந்தச் செய்யுங்கள்.
எப்பவும் இடத்தை மாற்றிக்கொண்டே இருங்கள்.
எப்பொழுதும் பால் சோற்றையே சாப்பிட்டுக்
கொண்டிருந்தால் அதுவும் உவட்டும்.

இதன் பின்னர் அந்தக் குதிரையை வேறு ஒரு இடத்துக்கு ஓட்டிப்போய், குளிப்பாட்டித் தண்ணீர் காட்டினார்கள். அவர்கள் குதிரையைக் குளிப்பாட்டிவிட்டுத் தண்ணீர் காட்டிக்கொண்டு இருந்தபோது போதிசத்துவர் அரசரிடம் திரும்பினார்.

அப்போது அரசன் "ஐயா! எனது குதிரை குளித்ததா? தண்ணீர் குடித்ததா?" என்று கேட்டான்.

"ஆம்." என்று போதிசத்துவர் கூறினார்.

"ஏன் முதலில் மறுத்தது?" என்று வினவினார் அரசன்,

"இதுதான் காரணம்" என்று நடந்த காரணத்தை போதிசத்துவர் சொன்னார்.

அரசன் வியப்படைந்தான். "விலங்குகளின் மனதைக் கூடப் புரிந்துகொள்ளும் ஆற்றல் இந்த அறிஞருக்கு இருக்கிறதே" என்றான்.

இதன் பின்னர் போதிசத்துவரை அரசன் கண்ணியப் படுத்தினான்.

பிறகு அவன் காலமாகி, தனது செயலுக்கு உரிய கதியை அடைந்தான்.

போதிசத்துவரும் காலமாகி, தனது செயல்களுக்கு ஏற்ற நற்பேறுகளைப் பெற்றார்.

24. பேச்சால் ஏற்பட்ட விளைவு

பிரம்மதத்தன் காசியை ஆண்டபோது, போதிசத்துவர் அரசனிடம் அமைச்சராய் இருந்தார். அரசனிடம் சிறந்த யானை ஒன்று இருந்தது. அதன் பெயர் அழகுச் செல்வி. அது நல்ல யானை; பண்பான யானை; பிறருக்கு எந்த தீங்கும் செய்யாத யானை.

ஒரு நாள் கொள்ளைக்காரர்கள் சிலர், யானையின் கட்டுத் துறையின் அருகே வந்து, அமர்ந்து, கொள்ளை அடிப்பது குறித்து உரையாடினார்கள். "இந்த வழியாகத்தான் துவாரம் போட வேண்டும். சுவற்றில் இப்படித்தான் கன்னம் வைக்க வேண்டும். கொள்ளை அடித்த பொருட்களைத் தூக்கிச் செல்லும் முன்பு கடக்க வேண்டிய நீர்வழிப் பாதையையும் நிலவழிப் பாதையையும்; ஒழுங்கு படுத்திக்கொள்ள வேண்டும். பொருள்களை அபகரிக்கும்போது, கொலை செய்ய அஞ்சலாகாது. அப்போதுதான் யாரும் எதிர்க்க மாட்டார்கள். திருட்டுத் தொழிலில் ஈடுபட்டு இருப்பவன் நல்லவனாய் இருப்பது கூடாது; நாணயமானவனாய் இருப்பது கூடாது. கொடுமை செய்யவும் வலிமையைக் காட்டவும் அவன் தயங்கலாகாது" என்று தங்களுக்கு இடையே கருத்துக்களை அவர்கள் பரிமாறிக் கொண்டார்கள். பிறகு அவர்கள் பிரிந்து போய்விட்டார்கள்.

மறு நாளும் வந்து இவ்வாறே திருடர்கள் பேசினார்கள். இதே மாதிரி பல தினங்கள் யானையின் கட்டுத் துறை அருகே கூடி, திருடர்கள் பேசி வந்தார்கள்.

"திருடர்களின் கெட்டப் பேச்சைக் கேட்டுக் கேட்டு, யானை ஒரு முடிவுக்கு வந்தது. தனக்கு அறிவு ஏற்படச்

அ.லெ. நடராசன் ♦ 93

செய்யும் பொருட்டுத்தான் இவர்கள் இங்கு வந்து கூடுகிறார்கள் போலும். எனவே, இனி யாரிடமும் இரக்கம் காட்டக் கூடாது. கொடுமையாகவும் முரட்டுத்தனமாகவும் நடப்பது அவசியம்" என்ற தீர்மானத்துக்கு வந்தது. அதன்படி நடக்கவும் செய்தது.

இந்த முடிவில் யானை இருந்த சமயம் அதிகாலையில் யானைப்பாகன் யானையின் கட்டுத் துறைக்கு வந்தான். உடனே யானை அவனைத் துதிக்கையால் பற்றி இழுத்து, காலின் கீழ் வைத்து, அவனைத் துகைத்து நசுக்கிக் கொன்று விட்டது. இரண்டாவது மூன்றாவது மாவுத்தனுக்கும் இதே கதிதான் நேர்ந்தது. யானையை நெருங்கிய ஒவ்வொருவருக்கும் மாவுத்தர்களுக்கு நேர்ந்த கதி நேர்ந்தது.

யானை அழகுச் செல்வியின் போக்கைப் பற்றி அரசனிடம் தெரிவிக்கப்பட்டது. அருகில் செல்பவர்களை அது கொன்று விடுகிறது என்பதும் அரசனிடம் அறிவிக்கப்பட்டது. உடனே போதிசத்துவரைத் தருவித்து "முனிவரே! யானையின் மனம் பேதலித்திருப்பதற்குக் காரணம் என்ன என்பதை அறிந்து வாரும்" என்று அரசன் சொன்னான்.

போதிசத்துவர் கட்டுத் துறைக்கு வந்து யானையைப் பார்த்தார். உடம்பில் எத்தகைய பிணியும் இல்லை என்பதைத் தெரிந்துகொண்டார். யானையின் மனம் திடும் எனப் பேதலிக்கக் காரணம் யாதாய் இருக்கலாம் என்று எண்ணிப் பார்த்தார். யாராவது பேசியதைக் கேட்டுக்கொண்டு இருந்ததால் தான் யானையின் மனம் பேதலித்து இருக்கலாம் என்ற முடிவுக்கு வந்தார். ஆகவே யானையைக் கவனித்துக் கொள்பவரைக் கூப்பிட்டு, "யாரும் யானைக் கட்டுத் துறைக்கு அருகே இரவு நேரத்தில் பேசிக்கொண்டு இருந்தார்களா?' என்று கேட்டார்.

"ஆம். ஐயா! கொள்ளைக் கூட்டத்தார் வந்து பேசினார்கள்" என்று அவர்கள் தெரிவித்தார்கள்.

இதை கேட்டுக் கொண்டு போதிசத்துவர் அரசனிடம் திரும்பினார். ''அரசே! யானையின் உடலில் எந்த வித நோயும் இல்லை. திருடர்கள் சிலர் பேசிக்கொண்டிருந்ததைக் கேட்ட பின், யானையின் மனம் பேதலித்துப் போய் இருக்கிறது" என்று சொன்னார்.

"அப்படியானால் இப்போது நாம் என்ன செய்ய நாம் வேண்டும்?" என்று கேட்டான் அரசன்.

"யானைக் கட்டுத்துறைக்கு அருகே இருந்து, நல்லவர்கள், அறிஞர்கள், அந்தணர்கள் ஆகியோர் உரையாடட்டும். யானை திருந்திவிடும்" என்று போதிசத்துவர் கூறினார்.

"அதற்கு ஏற்பாடு செய்யுங்கள்" என்றான் அரசன்.

அதன்படி போதிசத்துவர் அறிஞர்களையும் அந்தணர்களையும் நல்லவர்களையும் அனுப்பி யானையின் கட்டுத் துறை அருகே அமர்ந்து நல்லவற்றைப் பேசும்படி ஏற்பாடு செய்தார். அவர்கள் யானை மண்டபத்துக்கு அருகே அமர்ந்து கொண்டு, யாரையும் கொல்லக் கூடாது; கொடுமையாக நடத்தக் கூடாது. நல்லவர்கள் துன்பத்தைப் பொறுத்துக் கொள்ள வேண்டும். அன்போடும் இரக்கத்தோடும் நடக்க வேண்டும்" என்று உரையாடினார்கள்.

இவற்றைக் கேட்டதும், தனக்குக் கூறும் அறிவுரை என யானை தீர்மானித்துக் கொண்டது. அது முதல் நல்லபடியாக நடந்துகொள்ளலாயிற்று.

அரசன் போதிசத்துவரிடம் "யானை இப்போது நல்ல படியாக நடந்துகொள்கிறதா?" என்று கேட்டான்.

"ஆம். அரசர் பெருமானே! நல்லவர்களின் பேச்சைக் கேட்டுக் கேட்டு யானை திருந்திவிட்டது" என்று சொல்லிப் பின்வரும் பாடலைப் பாடினார்.

திருடர்களின் பேச்சை முதலில் கேட்ட அழகுச் செல்வி,
கொல்லவும், புண்படுத்தவும் பழகிப் போய்விட்டது.
பிறகு உயர்ந்தவர்களின் பேச்சைக் கேட்டுக் கேட்டு,
பெருந்தன்மை வாய்ந்த அந்த யானை திருந்திவிட்டது.

"விலங்குகளின் மன இயல்பை அறியும் திறன் இவருக்கு இருக்கிறதே" என்று அதிசயித்த அரசன் போதிசத்துவருக்கு வெகுமதிகள் வழங்கி, கண்ணியப்படுத்தினான்.

நெடும் காலம் வாழ்ந்து, போதிசத்துவர் காலமானார். தனது தகுதிக்கு ஏற்ற கதியை அவர் அடைந்தார்.

25. யானையும் நாயும்

பிரம்மதத்தன் காசியை ஆண்டபோது ஒரு சமயம் போதிசத்துவர் அவனுக்கு அமைச்சராய் இருந்தார்.

அந்தக் காலத்தில் நாய் ஒன்று இருந்தது. அது அரசாங்க யானையின் கட்டுத் துறைக்குச் சென்று, யானை தின்னும் உணவில் சிதறும் அரிசியைத் தின்று வாழ்ந்து வந்தது.

இப்படி நாள்தோறும் யானையின் உணவை நாய் உண்டதனால், நாய்க்கும் யானைக்கும் நெருங்கிய நட்பு உண்டாயிற்று. நாய் இல்லாமல் யானையால் உணவு உட்கொள்ள முடியவில்லை. அதே போல நாயாலும் யானை இல்லாமல் உணவு உண்ண முடியவில்லை.

நாய் யானையின் தும்பிக்கையில் ஏறிக்கொண்டு ஊஞ்சல் போல முன்னும் பின்னும் ஆடி விளையாடுவது உண்டு. இந்த நாயை, கிராமத்தான் ஒருவன் மாவுத்தனிடமிருந்து விலைக்கு வாங்கி தன் வீட்டுக்குக் கொண்டு போனான்.

நாய் இல்லாத காரணத்தால் யானை அன்றிலிருந்து உண்ணவும் இல்லை; பருகவும் இல்லை; குளிக்கவும் இல்லை. அரசனுக்கு இதுவிவரம் தெரிவிக்கப்பட்டது.

யானை ஏன் இப்படி நடந்து கொள்கிறது என்பதை அறியும் பொருட்டு மேன்மை தங்கிய அரசன் போதிசத்துவரை அனுப்பி வைத்தான்,

போதிசத்துவர் யானை கட்டி இருக்கும் இடத்துக்குச் சென்று, அது ஏன் இப்படி நடந்து கொள்கிறது என்பதைக் கவனித்தார். பிறகு தனக்குத் தானே அவர் இவ்வாறு

சொல்லிக் கொண்டார். "யானையின் உடம்பில் எவ்வித நோயும் இல்லை. யாருடனோ இது ஆர்வமாக நட்பு கொண்டு இருக்கிறது. நண்பனைப் பிரிந்ததனால் வருந்துகிறது போலும்" என்று எண்ணினார். பிறகு யானை யாருடனும் நட்பு கொண்டிருந்ததா என்று விசாரித்தார்.

"ஆம். பிரபு" என்ற பதில் கிடைத்தது. "ஒரு நாயுடன் இந்த யானை நெருங்கிப் பழகிற்று."

"அந்த நாய் இப்பொழுது எங்கே?"

"ஒரு மனிதன் அழைத்துப் போய்விட்டான்"

"அந்த மனிதன் வசிக்கும் இடம் உங்களுக்குத் தெரியுமா?"

"தெரியாது பிரபு"

போதிசத்துவர் அரசனிடம் திரும்பினார். "ஐயனே! யானையிடம் எவ்விதக் கோளாறும் இல்லை. அது ஒரு நாயோடு நெருங்கிப் பழகி இருக்கிறது. நண்பனைப் பிரிந்து இருப்பதனால் யானைக்குச் சாப்பிட மனம் வரவில்லை. என்று தோன்றுகிறது" என்று சொல்லிவிட்டு அடியில் வரும் பாடலை அவர் சொன்னார்.

ஒரு கவளம் புல்லோ அரிசியோ அது தின்னப்
பிரியப்படவில்லை.
குளிப்பதும் அதற்கு இன்பத்தைத் தரவில்லை.
நாய் சகஜமாகப் பழகி இருப்பதாகத் தோன்றுகிறது.
நாயும் யானையும் நெருங்கிய நண்பர்கள் ஆவர்.

விவரம் தெரியவந்ததும் "இப்பொழுது என்ன செய்யலாம் அறிஞரே" என்று அரசன் கேட்டான்.

"அரசாங்க யானையுடன் நெருங்கிப் பழகிய ஒரு நாயை எவனோ ஒருவன் தூக்கிப் போய்விட்டான். எவனிடம் அந்த நாய் இருக்கிறதோ அவன் இன்னின்ன அபராதம் செலுத்த வேண்டியது இருக்கும்" என்று பறை அறைந்து அறிவிக்கச் செய்யுங்கள்" என்று சொன்னார்.

இந்த ஆலோசனைப்படி அரசன் செய்தான்.

விவரம் தெரிய வந்ததும் கிராமத்தான் நாயை அவிழ்த்து விட்டுவிட்டான்.

நாய் வேகமாக ஓடிவந்து யானைக் கட்டுத்துறையை அடைந்தது.

யானை தன் துதிக்கையால் நாயைத் தூக்கித் தன் தலைமீது வைத்துக்கொண்டது. அழுதுக் கதறிற்று. பிறகு நாயைக் கீழே இறக்கிவிட்டு, முதலில் சாப்பிடச் செய்தது. பிறகு யானையும் சாப்பிடலாயிற்று.

"விலங்குகளின் மன இயல்பு கூட இவருக்குத் தெரிந்து இருக்கிறதே" என்று பாராட்டிவிட்டு, போதிசத்துவரைக் கண்ணியப்படுத்திப் போற்றினான்.

26. ஏ போக்கிரி

*கா*ந்தார நாட்டை, தட்சசீலத்திலிருந்து கொண்டு ஒரு அரசன் ஆண்டு வந்தான். அப்போது போதிசத்துவர் ஒரு காளையாகப் பிறந்து இருந்தார். கன்றாக இருக்கும்போது, அரசன் அதை ஒரு பிராமணருக்குத் தானமாகக் கொடுத்து விட்டான்.

நந்திவிலாசம் என்று பெயரிட்டு அந்தக் கன்றைப் பிராமணன் தன் சொந்தக் குழந்தைபோல வளர்த்தான். அரிசியும் அரிசிக் கஞ்சியும் வைத்து வளர்த்தான்.

வளர்ந்து பெரிதானதும் போதிசத்துவக் காளை தனக்குத் தானே இவ்வாறு எண்ணிக் கொள்ளலாயிற்று. "இந்தப் பிராமணர் என்னை மிகவும் சிரமப்பட்டு வளர்த்து உள்ளார். என்னைப் போல பாரத்தை இழுக்கக் கூடிய ஒரு காளையை இந்தியா முழுதும் காண முடியாது. என்னை வளர்த்த இந்த பிராமணருக்கு எனது பலத்தைப் பயன்படுத்தி ஏதாவது செய்து எனது நன்றியைத் தெரிவித்துக் கொள்ள வேண்டும்.

இப்படி எண்ணிய காளை ஒருநாள் பிராமணனிடம் "பிராமணரே! மாட்டு மந்தைகள் வைத்திருக்கும் பணக்கார வியாபாரி யாரிடமாவது சென்று, எனது காளை நூறு வண்டி பாரங்களை இழுக்க வல்லது என்று ஆயிரம் நாணயங்களைப் பந்தயம் கட்டுவதாகக் கூறும்" என்று கூறிற்று.

அதன்படி பிராமணன் ஒரு வணிகனை அணுகி, "யாருடைய காளை மிகப் பலம் வாய்ந்த காளை' என்று கேட்டான்.

"இன்னாருடைய காளை மிகப் பலம் வாய்ந்தது" என்று வியாபாரி பதில் சொன்னான். மேலும் தொடர்ந்து அந்த வியாபாரி "எனது காளையின் பலத்துக்கு இணையான பலமுடைய காளை இந்த நகரிலே இல்லை" என்று கூறினான்.

உடனே அந்தப் பிராமணன் "என்னிடம் ஒரு காளை இருக்கிறது. அது நூறு வண்டி பாரத்தை இழுக்கும் பல முடையது" என்று சொன்னான்.

'இத்தகைய காளை ஒன்று இருக்குமா" என்று வியாபாரி கேலி செய்து சிரித்தான்.

"அத்தகைய காளை ஒன்று என் வீட்டில் இருக்கிறது" என்று சொன்னான் பிராமணன்.

"நான் பந்தயம் கட்டுகிறேன்" என்றான் வியாபாரி.

"சம்மதம்" என்று சொல்லி பிராமணன் ஆயிரம் நாணயங்களைப் பந்தயம் கூறினான்.

பிறகு பிராமணன் நூறு வண்டிகளில் மணல், கருங்கல் சல்லி, கற்கள் ஆகியவற்றை ஏற்றினான். நூறு வண்டிகளையும் ஒன்றன்பின் ஒன்றாக நிறுத்தி, கயிற்றைக் கொண்டு, ஒவ்வொரு வண்டியையும் பிணைக்கலானான்.

இவ்வாறு செய்தபின் நந்தி விலாசத்தைக் குளிப்பாட்டி, நறுமணமூட்டிய அரிசி ஒரு படி சாப்பிட வைத்தான். கழுத்தைச் சுற்றி மாலை ஒன்று போட்டான். முதலில் நிற்கும் வண்டியில் காளையைப் பூட்டினான். பிறகு நுகத்தடியில் ஏறி அமர்ந்துகொண்டு பிராமணன், தார்க்கோலை ஆகாயத்தை நோக்கிக் காட்டி, "போக்கிரி இப்போது வண்டியை இழு" என்று கூவினான்.

"என்னை ஏன் போக்கிரி என்று அழைக்கிறான்" என்று காளை நினைத்தது. ஆகவே ஒரு அங்குலம் கூட நகராமல் நான்கு கால்களாலும் உறுதியாக நின்றுகொண்டது.

பந்தயம் கட்டிய ஆயிரம் நாணயங்களைப் பிராமணன், வியாபாரிக்குக் கொடுக்கவேண்டியதாயிற்று. பணம் போன பிறகு, வண்டியிலிருந்து காளையை அவிழ்த்துக்கொண்டு,

பிராமணன் வீடு சேர்ந்தான். கவலை தாங்காமல் படுக்கையில் படுத்துக் கொண்டான்.

போதிசத்துவக் காளை நடந்து சென்றபோது, பிராமணன் கவலையோடு படுத்திருப்பதைப் பார்த்துவிட்டது. ஆகவே அது அவனை அணுகி "தூங்குகிறீரா?" என்று விசாரித்தது.

"ஆயிரம் நாணயங்களைப் பந்தயத்தில் தோற்ற பிறகு, எனக்கு எப்படித் தூக்கம் வரமுடியும்?" என்று சொன்னான் பிராமணன்.

அதற்குக் காளை "பிராமணரே! இவ்வளவு நாட்களாக இருந்திருக்கிறேன். யாருக்கும் நான் தொல்லை கொடுத்தது உண்டா? பாத்திர பண்டங்களை உடைத்தது உண்டா? என்று கேட்டது.

"இல்லை குழந்தாய்" என்று பிராமணன் பதில் சொன்னான்.

"அப்படி இருக்கும் போது என்னை நீர் ஏன் போக்கிரி என்று அழைத்தீர்" என்று வினவிற்று காளை. மேலும் தொடர்ந்து "குற்றம் உம்மீது தான். என்மீது குற்றம் இல்லை. இப்போது நீர் திரும்பவும் வியாபாரியிடம் சென்று இரண்டாயிரம் நாணயங்கள் பந்தயம் வையும். போக்கிரி என்று மட்டும் நீர் தவறாக அழைக்கக் கூடாது" என்று சொல்லிற்று.

அதன்படி பிராமணன் வியாபாரியை அணுகி இரண்டாயிரம் நாணயங்கள் பந்தயம் வைத்தான். பிறகு ஒன்றன் பின் ஒன்றாக நூறு பார வண்டிகளைப் பிணைத்து, தனது காளையில் பூட்டினான். அவன் பூட்டிய விதம் இவ்வாறு: நுகத்தடியை, நீளக் கட்டை மீது வைத்தான். காளையை ஒருபக்க நுகத்தடியில் பூட்டினான். பிறகு மெதுவான கட்டையை மறுபக்கம் வைத்தான். அதனால் இரண்டு காளைகள் இழுப்பதைப் போல அது அமைந்தது.

பிறகு பிராமணன் நுகத்தடி மீது அமர்ந்து கொண்டு காளையை மெதுவாகத் தட்டிக் கொடுத்து, "நல்ல காளையே!

நல்ல காளையே! இப்பொழுது வண்டியை இழு" என்று சொன்னான்.

போதிசத்துவக் காளை வண்டியை இழுக்கலாயிற்று. முதல் வண்டியை இழுக்கத் தொடங்கியதும், கடைசி வண்டி முதல் வண்டி நின்ற இடத்துக்கு விரைவில் வந்து விட்டது.

வியாபாரி இரண்டாயிரம் நாணயங்களைப் பிராமணனுக்குக் கொடுக்கவேண்டியதாயிற்று. மற்றவர்களும் போதி சத்துவக் காளைக்குப் பணம் கொடுத்தார்கள். எல்லாப் பணமும் பிராமணனுக்குக் கிடைத்துவிட்டது. போதிசத்துவர் இருந்த காரணத்தால் அவருக்குப் பெரும் லாபம் கிடைத்தது.

27. கறுப்புக் காளை

பிரம்மதத்தன் காசியை ஆண்டபோது ஒரு சமயம் போதிசத்துவர் ஒரு காளையாகப் பிறந்திருந்தார். அது இளம் கன்றாக இருந்தபோதே அதற்கு உரியவர்கள் தாங்கள் தங்கி இருந்த வீட்டுக்காரக் கிழவிக்குக் கொடுக்க வேண்டிய பணத்துக்காக அவளிடம் கொடுத்துவிட்டார்கள்.

கிழவி அரிசிக் கஞ்சியையும் அரிசியையும் உணவாகக் கொடுத்து அதை வளர்த்தாள். பல வழிகளில் அதற்கு மகிழ்ச்சி ஏற்படச் செய்தாள். "கிழவி வீட்டுக் கருத்தக் காளை" என்று எல்லாரும் அதை அழைத்தார்கள். வளர்ந்து பெரிதானதும், அந்தக் காளை கிராமத்தின் மத்த கால்நடைகளோடு சேர்ந்து திரிந்தது. கரியைப் போல் அதன் நிறம் மிகவும் கருமையாக இருந்தது.

கிராமத்துக் குழந்தைகள் கறுப்பு மாட்டின் கொம்புகளைப் பிடிக்கும். காதுகளையும் தாடைகளையும் பிடித்துக்கொண்டு விளையாடும்; அதன்மீது ஏறிக்கொண்டு சவாரி செய்யும். வாலைப் பிடித்து இழுக்கும். முதுகில் ஏறிக்கொள்ளும்.

ஒருநாள் கறுத்தகாளை தனக்குத் தானே இவ்வாறு எண்ணிக்கொள்ளலாயிற்று. "என் தாய் பரம ஏழையாய் இருக்கிறாள். தன் சொந்தக் குழந்தையைப் போலவே என்னைப் பாடுபட்டு அவள் வளர்த்தாள். அவளுக்கு ஏதாவது பணம் சம்பாதித்துக் கொடுத்து, அவளுக்குள்ள சிரமத்தைப் போக்கினால் என்ன?"

இந்த எண்ணத்துடன் இருந்த காளை தனக்கு வேலை தேடுவதில் எப்பொழுதும் முனைப்பாக இருந்தது.

இது சமயம் வாலிப வியாபாரி ஒருவன், ஐநூறு வண்டிகளில் சரக்குகள் ஏற்றிக்கொண்டு வந்தான். அவன் ஆற்றைக் கடக்க வேண்டி இருந்தது. ஆற்றுப் பாதை கரடு முரடாய் இருந்ததால் மாடுகள் சிரமப்பட்டன. ஐநூறு சோடி மாடுகளையும் ஒன்றாகப் பிணைத்து, இழுக்கச் செய்து பார்த்தான். ஒரு வண்டி கூட ஆற்றைக் கடந்து அப்பால் போக முடியவில்லை.

ஆற்றுக்குப் பக்கத்திலே கிராமத்தைச் சேர்ந்த மற்ற கால்நடைகளுடன் போதிசத்துவக் காளை நின்றது.

கால்நடைகளைக் கணிப்பதில் வாலிப வியாபாரி வல்லவன். பக்கத்திலே நிற்கும் மாட்டு மந்தையிலே ஏதாவது தகுந்த மாடு இருக்கிறதா என்று அவன் கவனித்தான். போதிசத்துவக் காளை அவன் கண்ணில் பட்டது. அந்தக் காளையால் முடியும் என்று தீர்மானத்துக்கு வந்தான். ஆகவே மேய்ப்பவர்களிடம் "இந்தக் காளைக்குச் சொந்தக்காரர் யார்? நுகத்தடியில் பூட்டி, வண்டிகளை இழுத்து ஆற்றைக் கடக்க இந்தக் காளையைப் பயன்படுத்த வேண்டும். அதற்கான ஊதியத்தை நான் கொடுக்க முடியும்" என்று சொன்னான்.

அதற்கு அவர்கள் "இது யாருக்கும் சொந்தமான காளை அன்று. பிடித்துப் போய் பூட்டி, காரியத்தை முடித்துக் கொள்ளுங்கள்" என்று சொன்னார்கள்.

மூக்கில் கயிற்றைப் போட்டு காளையை ஓட்டிப் போக வாலிப வியாபாரி முயன்றான். காளை நகரவில்லை. ஊதியத்தை நிர்ணயம் செய்து கொள்ளாமல் காளை நகர மறுத்துவிட்டதாகச் சொல்கிறார்கள். விவரத்தைப் புரிந்து கொண்ட வாலிப வியாபாரி "எஜமான்! இந்த ஐநூறு வண்டிகளையும் ஆற்றைக் கடக்க உன்னால் முடியுமானால் வண்டிக்கு இரண்டு நாணயங்கள் வீதம் தருகிறேன். அல்லது ஆயிரம் நாணயங்கள் தருகிறேன்" என்று சொல்லிக் கேட்டான்.

இப்போது போதிசத்துவக் காளையைக் கட்டாயப்படுத்தி ஓட்டிப் போகவேண்டிய அவசியம் நேரவில்லை. புறப்பட ஆயத்தமாய் இருந்த காளையை அழைத்துப் போய் வண்டிகளில் பூட்டினான். ஒரே இழுவையில் ஒவ்வொன்றாக

வண்டிகளை எல்லாம் இழுத்துப் போய் காய்ந்த மேடான இடத்தில் சேர்த்துவிட்டது.

இதற்குப் பின்னர் வாலிப வியாபாரி வண்டிக்கு ஒரு நாணயம் வீதம் கணக்குச் செய்து ஐநூறு நாணயங்களை ஒரு பொட்டலமாகக் கட்டி, காளையின் கழுத்தில் முடிந்துவிட்டான்.

"ஒப்பந்தப்படி இவன் பணம் தரவில்லை. ஆகவே இவனை நகர விடக்கூடாது" என்று போதிசத்துவக் காளை எண்ணிற்று. ஆகவே முதலாக நிற்கும் வண்டியின் முன்னே குறுக்காக நின்றுகொண்டு அதை நகர விடாமல் தடுத்தது.

உடனே வியாபாரி, "நான் குறைவாகக் கொடுத்தது இந்தக் காளைக்குத் தெரிந்துவிட்டது போலும்" என்று எண்ணினான். பிறகு ஆயிரம் நாணயங்களைக் காளையின் கழுத்தில் முடிந்துவிட்டு "வண்டிகளை அப்பால் செலுத்தியதற்கு உரிய ஊதியம் இதோ இருக்கிறது" என்று சொன்னான்.

இதன் பின்னர், இந்த ஆயிரம் நாணயங்களுடன் காளை தன் தாயிடம் போயிற்று.

"கிழவியின் கறுப்புக்காளைக் கழுத்தில் என்ன தொங்குகிறது" என்று சொல்லிக்கொண்டு, காளையிடம் கிராமத்துச் சிறுவர்கள் ஓடிவந்தார்கள். சிறுவர்களைத் தன் அருகே வரவிடாமல் சிதறியோடும்படிச் செய்துவிட்டு, காளை தன் தாயிடம் போய்ச் சேர்ந்தது.

ஆயினும் காளையின் தோற்றம் படு மோசமாய் இருந்தது. ஐநூறு வண்டிகளை ஆற்றைக் கடந்து இழுத்துப் போனதால் அதன் கண்கள் சிவந்துவிட்டன.

காளையின் கழுத்தில் ஆயிரம் நாணயங்கள் கொண்ட முடிச்சு தொங்குவதைக் கவனித்த கிழவி, "குழந்தாய்! இவை உனக்கு எங்கே கிடைத்தன?" என்று கூவினாள்.

மேய்ப்பர்களிடம் விவரத்தைத் தெரிந்துகொண்ட அவள், "குழந்தாய்! உனது வருமானத்தால் வாழவேண்டும் என்ற விருப்பம் எப்பொழுதாவது எனக்கு இருந்ததுண்டா?" என்று உணர்ச்சி வயப்பட்டு சொன்னாள். "எதற்காக உனக்குக் களைப்பு ஏற்படும்படி காரியங்களைச் செய்தாய்?" என்று

சொல்லிவிட்டு, போதிசத்துவக் காளையைச் சுடு நீரால் குளிப்பாட்டினாள். உடல் முழுதும் எண்ணெய் பூசிவிட்டாள். பொருத்தமான உணவையும் பானத்தையும் கொடுத்தாள்.

ஆயுள் முடிந்து அவள் காலமானாள். போதிசத்துவரும் அவளுடன் காலமானார். தங்கள் தங்கள் செயல்களுக்கு உரிய தகுதியை அவர்கள் பெற்றார்கள்.

28. பொறாமை கொள்ளாதே

பிரம்மதத்தன் வாரணாசியை ஆண்டபோது ஒரு குக்கிராமத்தில் உள்ள பண்ணையார் வீட்டில் போதிசத்துவர் ஒரு எருதாகப் பிறந்திருந்தார். அந்த எருதுக்குப் பெரிய செவலை என்று பெயர். பெரிய செவலைக்குத் தம்பி எருது ஒன்று இருந்தது. அதற்குச் சின்ன செவலை என்று பெயர். குடும்பத்தில் செய்ய வேண்டிய பளுவான வேலைகளை எல்லாம் இந்த இரு எருதுகளுமே செய்து வந்தன.

பண்ணையாருக்கு ஒரு மகள் இருந்தாள். அவளை நகரத்துப் பிரமுகர் ஒருவரின் மகனுக்குத் திருமணம் செய்து கொடுப்பதாக நிச்சயித்து இருந்தார்கள். அப்போது சுவையான பன்றிக்கறி விருந்து செய்யும் பொருட்டு, அவர்கள் வீட்டில் வளரும் முன்னிகா என்னும் பன்றியை ஊட்டம் கொடுத்து வளர்த்தார்கள்.

நல்ல தீனி தின்று கொழுத்து வளரும் பன்றியைக் கவனித்த சின்னச் செவலை, தன் அண்ணன் பெரிய செவலையிடம் "அண்ணா! இந்தக் குடும்பத்துக்குச் செய்ய வேண்டிய பார வேலைகளை எல்லாம் நாம் இருவருமே செய்கிறோம். நமக்குப் புல்லும் வைக்கோலும் தான் தனியாகப் போடுகிறார்கள். ஆனால் முன்னிகா என்னும் பன்றியோ எந்த வேலையும் செய்யாமல் அதற்கு அரிசியைத் தீவனமாக வைக்கிறார்கள். இந்த மாதிரி வேறுபட நடத்தக் காரணம் யாதாய் இருக்கும்" என்று வினவிற்று.

அதற்குப் பெரிய செவலை "அன்பான சின்னச் செவலையே! இதற்காக நீ பொறாமை கொள்ளாதே. பன்றி

தின்னும் தீனி அதன் சாவுக்குக் காரணமாய் இருக்கப் போகிறது. மகளின் திருமணத்தின் போது கறி சமைத்து, விருந்தினர்களுக்குச் சுவையோடு பரிமாற பன்றியை ஊட்டி வளர்க்கிறார்கள். இன்னும் கொஞ்ச நாள் பொறுத்து இருந்து பார். விருந்தினர்கள் வந்து சேர்வார்கள். பிறகு பன்றியைக் கொட்டிலிலிருந்து காலால் பற்றி இழுத்துப் போய் வெட்டிக் கறி சமைக்கப் போகிறார்கள். இவ்வாறு சொல்லிவிட்டுக் கீழ்வரும் பாடலைப் பெரியச் செவலை சொல்லிற்று.

அப்பாவி முன்னிகா குறித்துப் பொறாமை கொள்ளாதே.
சாவதற்காகவே அது சாப்பிடுகிறது.
கிடைத்ததைச் சாப்பிட்டு திருப்தி அடை.
நீடித்த ஆயுளுக்கு அது உத்தரவாதம் ஆகும்.

விருந்தினர்கள் விரைவில் வந்து சேர்ந்தார்கள். முன்னிகாவைக் கொன்று விதவிதமாகக் கறி சமைத்தார்கள்.

அப்போது போதிசத்துவ எருது, சின்னச் செவலையிடம் "அன்பான தம்பி! முன்னிகாவின் கதியைப் பார்த்தாயா?" என்று சொல்லிற்று.

"ஆம். சகோதரரே! முன்னிகா தீனி தின்றதன் விளைவை நான் தெரிந்து கொண்டேன். நாம் உண்ணும் உணவு உமியாய், புல்லாய், வைக்கோலாய் இருப்பினும் நூறு மடங்கு, ஆயிரம் மடங்கு உயர்வு. நாம் உண்ணும் உணவு நமக்குத் தீமை செய்யவில்லை. நமது வாழ்நாள் குறுகிவிடாமல் இருக்க அது உத்தரவாதம் அளிக்கிறது" என்று கூறிற்று.

29. நன்மை செய்க

இராசக்கிருக நகரிலிருந்துகொண்டு, மகத நாட்டை அரசன் ஒருவன் ஆண்டு வந்தான். இப்பொழுது இந்திரனாக இருப்பவன், தனது முற்பிறவியில் மகத நாட்டிலுள்ள ஒரு சிற்றூரில் பிறந்திருந்தான். அதே சமயம் போதிசத்துவரும் அந்தச் சிற்றூரில் ஒரு வாலிபக் கனவானாகப் பிறந்திருந்தார். பெயர் வைக்கும்போது இளவரசன் மாகன் என்று பெயர் சூட்டினார்கள். வளர்ந்து பெரியவன் ஆனபோது, பிராமணன் மாகன் என்று எல்லாரும் அவரை அழைத்தார்கள். அவருடைய பெற்றோர்கள் தங்கள் குலத்துக்குச் சமமான குலத்தில் பிறந்த ஒரு பெண்ணை, பிராமணன் மாகனுக்குத் திருமணம் செய்து வைத்தார்கள். புதல்வர்களும் புதல்வியரும் வளரும் ஒரு குடும்பச் சூழ்நிலையில் அவர் வாழ்ந்தார். தரும சிந்தையிலும் ஐந்து கட்டளைகளிலும் அவர் மேம்பட்டு விளங்கினார்.

அந்தச் சிற்றூரில் முப்பது குடும்பங்கள் வாழ்ந்தன. ஒரு நாள் அந்த ஊர் ஆடவர்கள் அனைவரும் கிராமத்துக் காரியத்தைக் கவனிக்க ஒன்று கூடினார்கள். தான் நிற்கும் இடத்தில் கிடந்த குப்பையை அப்பால் ஒதுக்கிவிட்டு, போதிசத்துவர் சௌகரியமாக நின்றுகொண்டு இருந்தார். அப்போது ஒரு மனிதர் அங்கே வந்து, அவர் நின்ற இடத்தில சௌகரியமாக நின்றுகொண்டான். அதனால் போதிசத்துவர் வேறு ஒரு இடத்தைச் சுத்தப்படுத்தி, அங்கு சௌகரியமாக நின்றுகொண்டார். இப்படி ஒவ்வொருவருக்கும் சுத்தம் செய்த காரணத்தால் ஒவ்வொருவருக்கும் சுத்தப்படுத்திய இடம் கிடைத்தது.

மற்றொரு முறை போதிசத்துவர் கூடாரம் ஒன்று நாட்டினார். பிறகு அதைப் பிரித்துப் போட்டுவிட்டு, மண்டபம் ஒன்று கட்டினார். அதில் நாற்காலிகள் போட்டு, குடங்களில் தண்ணீர் வைக்க ஏற்பாடு செய்தார். தன்னைப் போலவே நடந்துகொள்ளும்படி, மற்ற முப்பது ஆடவர்களையும் அவர் தயார் செய்தார். ஐந்து கட்டளைகளைக் கடைபிடிக்கச் செய்தார். பிறகு அவர்களைத் தன்னுடன் அழைத்துப்போய், நல்ல காரியங்களைச் செய்வதில் ஈடுபடுத்தினார்.

போதிசத்துவர் உடன் இருக்கும் போதெல்லாம், நல்ல காரியங்களை அவர்கள் செய்தார்கள். அதிகாலையில் எழுந்து கத்தி, கோடாரி, குண்டாம் தடி ஆகியவற்றை எடுத்துக் கொண்டு புறப்படுவார்கள். நாற்சந்திச் சாலைகளிலும், கிராமத்து வீதிகளிலும் கிடக்கும் கற்களை எல்லாம், குண்டாம் தடியால் அப்புறப்படுத்தினார்கள். வண்டிகளைத் தடைபடுத்தும் மரங்களை வெட்டித் தள்ளினார்கள். கரடு முரடான இடங்களை எல்லாம் சமப்படுத்தினார்கள். பள்ளமான இடங்களை மேடாக்கிப் பாதைகளை அமைத்தார்கள்; வழியோரங்களில் குளங்கள் வெட்டினார்கள். மண்டபம் கட்டினார்கள்; தான தருமங்களைச் செய்தார்கள். ஐந்து கட்டளைகளைக் கடைபிடித்தார்கள். இவ்வாறாகப் போதிசத்துவரின் போதனைகளுக்கு இணங்க ஊர்க்காரர்கள் நடந்து கொண்டார்கள். ஐந்து கட்டளைகளைக் கடைபிடிப்பதில் அக்கறை காட்டினார்கள்.

இந்த நிலைகளைக் கவனித்த கிராமத்து அதிகாரி, தனக்குத் தானே சிந்திக்கலானான். "இந்த மனிதர்கள் குடித்துவிட்டு கொலை செய்வதன் மூலம் எனக்கு நிறையப் பணம் கிடைக்கும். குடியின் விலை, அபராதத் தொகை, கடன் பாக்கி, இவை எல்லாம் இவர்கள் மூலம் எனக்குப் பணமாகக் கிடைக்கும். பிராமணன் மாகன் வந்து, ஐந்து கட்டளைகளைக் கடைபிடிக்கச் செய்துவிட்டான். கொலையும் இதர குற்றங்களும் நேராதபடி தடை செய்துவிட்டான்", பிறகு "ஐந்து கட்டளைகளைக் கடைபிடிக்க நான் செய்கிறேன்" என்று கோபத்தோடு கிராம அதிகாரி குத்தலாகச் சொன்னான்.

பிறகு அரசனிடம் சென்று "பெருமானே! கொள்ளைக் காரர்கள் கிராமங்களைத் தாக்கி கொள்ளை அடிக்கிறார்கள்.

போக்கிரித்தனமான இதர காரியங்களையும் செய்கிறார்கள்" என்று கூறினான்.

விவரம் தெரியவந்ததும் அரசன், அவர்களைப் பிடித்து வருமாறு கிராம அதிகாரிக்கு உத்தரவிட்டான்.

அதன்படி கிராம அதிகாரி சென்று, அந்த முப்பது ஆடவர்களையும் பிடித்துப்போய், "இவர்கள்தான் அந்தப் போக்கிரிகள்" என்று கூறி அரசன் முன்னிலையில் நிறுத்தினான்.

அரசனோ விசாரணை எதுவும் செய்யாமல் யானைக் காலில் வைத்து இடறி அவர்கள் முப்பது பேரையும் கொல்லும் படி உத்தரவிட்டான். அதன்படி அவர்கள் எல்லாரையும் அரண்மனை முற்றத்தில் படுக்க வைத்துவிட்டு, யானையைக் கொண்டுவரப் போனார்கள்.

போதிசத்துவர் அப்போது "ஐந்து கட்டளைகளை நினைவில் இருத்திக் கொள்ளுங்கள்; அவதூறு செய்வோரை நேசியுங்கள். அரசனையும் யானையையும் உங்களைப் போலவே நேசியுங்கள்" என்று யோசனை சொன்னார்.

அவ்வாறே அவர்கள் செய்தார்கள்.

அவர்களை நசுக்கிக் கொல்வதற்கு யானை அழைத்து வரப்பட்டது. யானையோ அவர்கள் அருகே செல்ல மறுத்து, பிளிறிக்கொண்டு திரும்பிவிட்டது.

இந்த யானையை விட்டுவிட்டு வேறு யானையைக் கொணர்ந்து முயன்றார்கள். அந்த யானையும் பலமாகப் பிளிறிக்கொண்டு ஓடிவிட்டது. இப்படிப் பல யானைகள் ஒன்றன்பின் ஒன்றாக மறுத்து ஓடிவிட்டன.

இதனால் ஏதோ மருந்து வைத்திருப்பார்கள் போலும் என்று கருதி, அவர்களைச் சோதித்துப் பார்க்குமாறு அரசன் சொன்னான். அதன்படி சோதித்துப் பார்த்தபோது அவர்களிடம் எதுவும் அகப்படவில்லை. ஆகவே அரசனிடம் திரும்பி "அவர்கள் மந்திரம் ஜெபிப்பார்கள் போல் தெரிகிறது" என்று சிப்பந்திகள் சொன்னார்கள்.

இது குறித்து அவர்களிடம் விசாரித்தார்கள். ஆம் அவர்களிடம் மந்திரம் இருக்கிறது என்று போதிசத்துவர் கூறினார்.

உடனே அரசன் அவர்கள் அனைவரையும் தன்பால் அழைத்து, "நீங்கள் ஜெபிக்கும் மந்திரம் என்ன என்பதைக் கூறுங்கள்" என்று கேட்டான்.

அரசன் கேட்ட கேள்விக்குப் போதிசத்துவர் பதில் சொன்னார். "பெருமானே இந்த மந்திரத்தைத் தவிர்த்து எங்களிடம் வேறு மந்திரம் எதுவும் இல்லை. இந்த முப்பது மனிதர்களிடையே உயிரை அழிப்பவர் எவரும் இல்லை. பிறர் கொடுப்பதை ஏற்றுக்கொள்வார்களே யல்லாமல் தாமாகவே எதையும் எடுத்துக் கொள்ள மாட்டார்கள். தவறாக நடந்து கொள்ள மாட்டார்கள்; பொய் சொல்ல மாட்டார்கள். தரும சிந்தனையோடு நடப்பார்கள். போதை அதிகமுள்ள பானத்தைப் பருகமாட்டார்கள். சாலைகளைச் சீர்படுத்துவார்கள். குளங்கள் வெட்டுவார்கள். பொது மண்டபங்கள் கட்டுவார்கள். இவையே எங்கள் மந்திரம்; எங்களின் பலம்; எங்களின் பாதுகாப்பு" என்று சொன்னார்.

இந்த விவரம் தெரிய வந்ததும், அவதூறு சொன்னவனின் உடைமை முழுவதையும், இவர்களிடம் கொடுத்துவிடும்படி அரசன் உத்தரவிட்டான். அவனை அவர்களுக்கு அடிமை யாகவும் ஆக்கினான். யானையை வழங்கியதோடு ஒரு கிராமத்தையும் அவர்களுக்கு இனாமாகக் கொடுத்தான்.

இதன் பின்னர் தங்கள் மனது திருப்தி அடையுமாறு நல்ல காரியங்கள் செய்வதில் ஈடுபட்டார்கள். தச்சன் ஒருவனை அழைத்து வரச்செய்து, நாற்சந்தி சந்திக்கும் இடத்தில் பெரிய மண்டபம் ஒன்றைக் கட்டினார்கள். பெண்கள் மீது மோகம் அவர்களுக்கு அறவே இல்லாது போயிற்று. ஆகவே, நல்ல காரியங்கள் செய்வதில் எந்தப் பெண்ணையும் அவர்கள் சேர்த்துக் கொள்ளவில்லை.

இது நடைபெற்ற காலத்தில் போதிசத்துவரின் இல்லத்தில் நான்கு மாதர்கள் இருந்தார்கள். நன்மை, சிந்தனை, மகிழ்ச்சி, மேட்டுக்குடி என்பது அவர்களின் பெயர்கள் ஆகும். இந்த நான்கு மாதர்களில் நன்மை என்பவள் மட்டும், தச்சன் ஒருவன் வேலை செய்யும்போது உடன் இருந்தாள். அவள் தச்சனுக்கு ஒரு வெகுமதியைக் கொடுத்து, "சகோதரரே!

இந்த மண்டபத்தில் என்னை ஒரு முக்கிய புள்ளியாக அமைத்துவிடும்" என்று சொன்னாள்.

"நல்லது" என்று தச்சன் சம்மதித்தான். கட்டிடத்தின் இதர வேலைகளை அப்படியே நிறுத்திவிட்டு, கலசம் செய்வதற்கு ஏற்ற காய்ந்த மரம் ஒன்றை எடுத்து, கலசம் செய்யத் தொடங்கினான். முறைப்படி கடைந்து கலசம் செய்து முடித்தான். அதை ஒரு துணியில் சுற்றி, ஒதுக்குப் புறமான ஓர் இடத்தில் வைத்தான்.

மண்டபம் பூர்த்தியாகிவிட்டது. கலசம் செய்ய வேண்டியது மட்டுமே பாக்கி இருந்தது. அப்போது தச்சன் "எஜமானர்களே! எல்லாம் பூர்த்தியாகிவிட்டன. ஒன்றே ஒன்று மட்டும் செய்யாமல் பாக்கி இருக்கிறது" என்று சொன்னான்.

"என்ன?" என்று அவர்கள் கேட்டார்கள்.

கலசத்தை நாம் செய்திருக்க வேண்டும் என்று தச்சன் சொன்னான்.

"செய்துவிட்டால் போகிறது" என்று அவர்கள் சொன்னார்கள்.

அதற்குத் தச்சன் "ஐயன்மீர்! பச்சை மரத்தைக் கொண்டு கலசம் செய்ய முடியாது. சிறிது காலம் முன்பு வெட்டிய காய்ந்த மரத்திலிருந்துதான் கடைந்து செய்ய வேண்டும். செய்தபின் சிறிது காலம் போட்டு வைத்ததாக இருக்க வேண்டும்" என்று கூறினான்.

'அப்படியானால் இப்போது என்ன செய்வது?" என்று கேட்டார்கள்.

அதற்குத் தச்சன் "யார் வீட்டிலாவது கலசம் இருக்கிறதா? என்று கேட்டுப் பார்க்கலாம். கிடைத்தால் விலைக்கு வாங்கிக் கொள்ளலாம்" என்று சொன்னான்.

அவர்கள் சுற்றி விசாரித்துப் பார்த்தபோதும் நன்மை என்பவள் வீட்டில் கலசம் இருப்பதாகத் தெரியவந்தது. விலைக்குக் கேட்டபோது அவள் தர மறுத்துவிட்டாள். ஆனால் நற்காரியங்கள் செய்வதில் தன்னையும் ஈடுபடுத்திக் கொண்டால் தான் சும்மா தருவதாகக் கூறினாள்.

“நல்ல காரியங்கள் செய்வதில் பெண்களை நாங்கள் சேர்த்துக்கொள்ள மாட்டோம்” என்று அவர்கள் சொன்னார்கள்.

உடனே தச்சன் அவர்களிடம் “ஐயன்மீர்! ஏன் இப்படிச் சொல்கிறீர்கள். பிரம்மலோகத்தைத் தவிர்த்து பெண்கள் இல்லாத இடமே இல்லை. ஆகவே கலசத்தைப் பெற்றுக் கொண்டு காரியத்தை முடியுங்கள்” என்று சொன்னான்.

அவன் கூற்றுக்கு இசைந்து, கலசத்தைப் பெற்றுக்கொண்டு, மண்டபத்தைப் பூர்த்தி செய்தார்கள். அதற்குள் நாற்காலிகளைப் போட்டார்கள். குடம் நிறைய தண்ணீர் வைத்தார்கள். சாதம் சமைத்து இடைவிடாது பரிமாறினார்கள். மண்டபத்தைச் சுற்றி சுவர் எழுப்பி, உள்ளே நல்ல மணலைப் பரப்பினார்கள் வெளியே வரிசையாக பனைமரங்களை நட்டார்கள்.

இந்த மண்டபத்துக்கு வெளியே சிந்தனை என்பவள், இன்பச் சோலை ஒன்றை அமைத்தாள், அதில் இல்லாத பழ மரமோ பூஞ்செடியோ இல்லை எனலாம்.

அந்தச் சோலையில் மகிழ்ச்சி என்பவள் குளம் ஒன்றை அமைத்தாள். அதில் ஐந்து விதமான தாமரை மலர்கள் பூத்து, பார்க்கப் பார்க்க மகிழ்ச்சியைத் தந்தது.

மேட்டுக்குடி என்பவள் எந்த ஒரு நல்ல காரியத்தையும் செய்யவில்லை.

தாயை நேசித்தல், தந்தையை நேசித்தல், மூத்தோரைக் கண்ணியப்படுத்துதல், உண்மை பேசுதல், கடுமையாகப் பேசுவதைத் தவிர்த்தல், அவதூறு செய்யாமை, கருமித்தனத்தை விட்டொழித்தல் இந்த ஏழு கட்டளைகளையும் போதிசத்துவர் ஒழுங்காக நிறைவேற்றினார்.

பெற்றோரை ஆதரித்து, பெரியோரை மதித்து, அமைதியாக இருந்து, நட்போடு பேசி, அவதூறைத் தவிர்த்து முரடனாய் இராமல், உண்மை பேசி, கோபத்துக்கு அடிமையாய் இராமல் அடக்கி ஆண்டு, எவன் நடந்துகொள்கிறானோ, அவனை முப்பத்துமூன்று லோகத்தில் இருப்பவர்கள் நல்லவன் என்று பாராட்டுவார்கள்.

இப்படி நற்காரியங்களைச் செய்து வந்த போதிசத்துவர், தமது வாழ்நாள் முடிவடைந்து காலமானார். முப்பத்து மூன்று உலகம் அடங்கிய தேவலோகத்தில் தேவர்களுக்கு அரசன் இந்திரனாக அவர் பிறந்தார். அவருடைய நண்பர்களும் மறு பிறவி அடைந்தார்கள்.

இந்தக் காலத்தில் முப்பத்து மூன்று லோகத்திலும் அசுரர்களும் வசித்தார்கள். அப்போது தேவர்களுக்கு அரசனான இந்திரன் "மற்றவர்களுடன் சேர்ந்துகொண்டு ராஜ்யத்தை ஆள்வதால் ஏதாவது நன்மை உண்டா?" என்று சொன்னான். பிறகு தேவர்கள் அருந்தும் மதுவை, அசுரர்கள் குடிக்கும்படி செய்தான். குடியினால் அசுரர்கள் போதை வயப்பட்டு இருந்தபோது சினேறு மலையுச்சியிலிருந்து, அவர்களைத் தேவர்கள், கீழே உருட்டிவிட்டார்கள்.

சினேறு மலையிலிருந்து உருட்டப்பட்ட அசுரர்கள் பாதாளத்தில் போய் விழுந்தார்கள். அதனால் அதற்கு அசுரர் ராஜ்யம் என்ற பெயர் ஏற்பட்டது. அதன் பரப்பு தேவர்களின் முப்பத்து மூன்று உலகத்தை நிகர்த்து இருந்தது.

தேவலோகத்தில் வளரும் பவழ மரத்துக்கு இணையாக ஒரு மரம் அங்கு வளர்ந்தது. ஊழிக்கால வயதுடையது அந்த மரம். அந்த மரத்தின் பூவுக்கு பல வண்ண எக்காள மலர் என்று பெயர். இந்த ராஜ்யத்தில் பவழ மலர் பூக்காத காரணத்தால், இது தேவலோகத்திலிருந்து வேறுபட்டது என்பதைப் பல வண்ண எக்காள மலர் எடுத்துக் காட்டியது. விவரத்தைத் தெரிந்துகொண்ட அசுரர்கள், "குடிபோதையில் எங்களைச் சிக்கவைத்து, எங்கள் தெய்வீக நகரை அபகரித்துக்கொண்டு தேவர்கள் எங்களை பாதாளத்தில் தள்ளிவிட்டார்கள்" என்று இரைந்தார்கள்." ஆகவே வாருங்கள். ஆயுதத்தைப் பயன் படுத்தி, நமது ராஜ்யத்தை நாம் மீட்டுக் கொள்ளலாம்" என்று கூவினார்கள்.

பிறகு தூண் மீது எறும்புகள் ஏறுவது போல், சினேறு மலையின் பக்கங்களில் அவர்கள் ஏறினார்கள்.

அசுரர்கள் மேலே வருகிறார்கள் என்பதை அறிந்த இந்திரன் பாதாள லோகத்திலே அசுரர்களுடன் சண்டை

இடும் பொருட்டு அங்கே போனான். அசுரர்களுடன் சண்டை போட்டபோது, இந்திரன் படுதோல்வி அடைந்தான். அவனுடைய ரதம் ஐநூறு முழ நீளமுள்ளது; அதற்கு வெற்றி ரதம் என்று பெயர். அது மேடு பள்ளங்களில் ஒரே வேகமாகப் போய்க்கொண்டு இருந்தது.

இலவம்பஞ்சு மரம் இருக்கும் பாதாள லோகத்துக்கு அந்தத் தேர் போய்ச் சேர்ந்தது. தேர் செல்லும் வழியில் இருந்த இந்த மரங்கள் பனைமர அளவுக்குப் பறித்துத் தள்ளப்பட்டன. இதனால் காயமடைந்த கருடப் பறவையின் குஞ்சுகள் கூச்சலிட்டுக் கத்தின. எனவே தனது தேர்ப்பாகன் மாதலியிடம் “மாதலா! இது என்ன சத்தம்?” என்று இந்திரன் கேட்டான். “இதயம் வேதனைப்படுகிறதே” என்று சொன்னான்.

அதற்குத் தேர்ப்பாகன் “பெருமானே! உங்களுடைய தேர் மரங்களை வேரோடு பறித்துத் தள்ளியதனால் ஏற்பட்ட வேதனை தாங்காது, கருடக் குஞ்சுகள் கதறுகின்றன” என்று தெரிவித்தான்.

உடனே இந்திரன் “மாதலியே! நண்பனே! என்னால் அவற்றுக்குச் சிரமம் ஏற்பட வேண்டாம். அரசின் பொருட்டு உயிர்களை அழிக்கலாகாது. இவற்றைக் காக்கும் பொருட்டு, அசுரர்களிடம் பலியாக நான் சித்தமாய் இருக்கிறேன். ஆகவே தேரைத் திருப்பு” என்று சொல்லி கீழ்வரும் பாடலைச் சொன்னான்.

> **மாதலி! நமது தேர் செய்யும் அழிவிலிருந்து காட்டிலுள்ள**
> **பறவைக் குஞ்சுகள் பத்திரமாய் இருக்கட்டும்**
>
> **அங்கே இருக்கும் அசுரர்களுக்கு எனது உயிரைப் பலி**
> **கொடுக்க நான் சித்தமாய் இருக்கிறேன்.**
>
> **தமது கூடுகள் அழிக்கப்படுவதால் இந்த அப்பாவிப்**
> **பறவைகள் அவதிப்பட வேண்டாம்.**

இந்திரன் கூறிய இந்த வார்த்தைகளைக் கேட்டதும் மாதலி, தேரைத் திருப்பி, வேறு வழியாகத் தேவலோகம் போய்ச் சேர்ந்தான்.

இந்திரனுடைய தேர் திரும்பி வருவதைப் பார்த்த அசுரர்கள் “இதர லோகத்து இந்திரர்கள் உதவிக்கு வருகிறார்கள்

போலும்; அதனால்தான் அவன் திரும்பி வருகிறான்" என்று கருதி, தேவலோகத்திலிருந்து ஓட்டம் பிடித்தார்கள். அசுர உலகத்தை அடையும் வரை வேறு எந்த இடத்திலும் அவர்கள் நிற்கவில்லை.

தேவலோகத்தை அடைந்த இந்திரன் நகரின் நடுவே நின்றான். பிரம்ம லோகத்தைச் சேர்ந்தவர்களும் தேவலோகத்தைச் சேர்ந்தவர்களும் இந்திரனைச் சுற்றி நின்றார்கள். இது சமயம் பூமியின் வெடிப்பிலிருந்து, ஐநூறு காதம் உயரமுள்ள மாளிகை ஒன்று கிளம்பிற்று. அதற்கு வெற்றி மாளிகை என்று பெயர் சூட்டினார்கள். இந்த மாளிகைக்குள் அசுரர்கள் புகுந்துவிடாதபடி ஐந்து வகையான காவல்காரர்களை இந்திரன் நியமித்தான்.

அசைக்க முடியாத நிலையில் இரு நகரங்களும் உள்ளன
ஐந்து வகையான காவல்காரர்கள் காவல் புரிந்தார்கள்,
நாகர் கருடர் கும்பந்தர்கள், குள்ளப் பேய்கள் மேலும்
நான்கு அரசர்கள்.

ஐந்து இடங்களில் தக்க காவலுடன், இந்திரன் சுகமாகத் தேவலோகத்தில் வாழ்ந்தான்.

இது சமயம் நன்மை என்பவள் இறந்து போய், இந்திரனுக்குப் பணிப்பெண்ணாக மீண்டும் தேவலோகத்தில் பிறந்தாள். அவள் வெகுமதி அளித்த கலசத்தின் காரணமாக, அங்கே ஒரு மாளிகை அவளுக்காக உண்டாயிற்று. அதற்கு நன்மை என்று பெயர் சூட்டினார்கள். அதில் ஐநூறு காத உயரத்துக்கு, தேவலோகத்து ஆபரணங்கள் பதிக்கப்பட்டு இருந்தன. அதன் உள்ளே இருக்கும் தேவலோகத்து விதானத்தின் மீது அமர்ந்துகொண்டு, தேவர்களையும் மனிதர்களையும் இந்திரன் ஆண்டான்.

சிந்தனை என்பவளும் காலமானாள். மீண்டும் இந்திரனின் பணிப் பெண்ணாக அவள் பிறந்தாள். அவள் ஏற்படுத்திய இன்பச் சோலைக்குப் பதிலாக, தேவலோகத்தில் ஒரு இன்பச் சோலை உண்டாயிற்று. அதற்கு சிந்தனை என்பவளின் இன்பச் சோலை என்னும் பெயர் சூட்டினார்கள்.

மகிழ்ச்சி என்பவளும் காலமாகி, இந்திரனின் பணிப் பெண் ஆனாள். அவள் வெட்டிய குளத்துக்குப் பதிலாக மகிழ்ச்சி என்னும் பெயரில் குளம் ஒன்று அங்கே உண்டாயிற்று.

மேட்டுக்குடி என்பவள் எந்த நல்ல காரியத்தையும் செய்யாததனால், காட்டிலுள்ள ஒரு குகையில் அவள் ஒரு கொக்காகப் பிறந்தாள்.

மேட்டுக்குடி என்பவளைப் பற்றிய செய்தி எதுவும் தெரியவில்லை. அவளுடைய மறுபிறப்பு எடுத்து இருக்கும் இடம் தெரியவில்லை. பிறகு அவள் மறுபிறவி எடுத்து இருக்கும் இடத்தை இந்திரன் தெரிந்துகொண்டான்.

"மேட்டுக்குடி கொக்காகப் பிறந்திருக்கும் குகைக்குச் சென்று அவளைத் தேவலோகத்துக்கு இந்திரன் அழைத்துப் போனான். நகரத்தின் அழகை எல்லாம் அவளுக்குக் காட்டினான். நன்மை என்பவளின் மண்டபம், சிந்தனை என்பவளின் இன்பச் சோலை, மகிழ்ச்சி என்பவளின் குளம் ஆகியவற்றைக் கொக்கு வடிவில் இருக்கும் மேட்டுக் குடிக்குக் காட்டினான். இவர்கள் மூவரும் செய்த நற்செயல்களின் விளைவாக, எனது பணிப்பெண்களாகப் பிறந்து இருக்கிறார்கள். நல்லது எதுவும் செய்யாததனால், நீ கீழ்க்கடையான பறவைப் பிறவி எடுத்து இருக்கிறாய். இனியாவது கட்டளைகளைக் கடைபிடித்து ஒழுகு" என்று அறிவுறுத்தினான்.

இவ்வாறு அறிவுறுத்தி ஐந்து கட்டளைகளில் உறுதியாக நிற்கும்படிக் கூறி, கொக்கை சுதந்திரமாகத் திரும்பிப் போகும்படி இந்திரன் விட்டுவிட்டான்.

இதன் பின்னர் அவள் ஐந்து கட்டளைகளைக் கடைபிடிக்கலானாள்.

அவள் உண்மையாக ஐந்து கட்டளைகளைக் கடைபிடிக்கிறாளா என்பதைச் சோதிக்கும் பொருட்டு, இந்திரன் மீன் வடிவத்தை எடுத்துக்கொண்டு மேட்டுக்குடி கொக்கின் முன்னே கிடந்தான். மீன் செத்துவிட்டதாக நினைத்து, கொக்கு மீன் தலையைக் கவ்விற்று. மீன் வாலை

ஆட்டியதும், அது உயிருடன் இருப்பதாகக் கருதி, அதைக் கீழே விட்டுவிட்டது.

"மிகவும் நன்று; மிகவும் நன்று. நீ ஐந்து கட்டளைப்படி நடப்பாய்" என்று குத்திச் சொல்லியபின் இந்திரன் அப்பால் போய்விட்டான்.

கொக்காய் இருந்த மேட்டுக்குடி இறந்துபோய், காசியில் இருக்கும் ஒரு குயவன் வீட்டில் பிறந்தாள்.

அவள் பிறந்திருக்கும் இடத்தை இந்திரன் முயன்று தெரிந்துகொண்டான். பிறகு ஒரு கிழவனைப் போல வேடம் அணிந்துகொண்டான். ஒரு வண்டி நிறையத் தங்கத்தால் செய்த வெள்ளரிக்காய்களை ஏற்றிக்கொண்டான். கிராமத்தின் நடுவே போய் வண்டியை நிறுத்திக்கொண்டு "விலைக்கு வெள்ளரிக்காய் கிடைக்கும்; விலைக்கு வெள்ளரிக்காய் கிடைக்கும்" என்று கூவினான்.

மக்கள் வந்து வெள்ளரிக்காய்களை விலைக்குக் கேட்டார்கள். அதற்கு இந்திரன் "நான் வெள்ளரிக்காய்களை விலைக்கு விற்பது இல்லை. கட்டளைகளைக் கடைபிடிப்போருக்குத்தான் கொடுப்பேன்" என்று சொன்னான்.

"நீ சொல்லும் கட்டளைகளை நாங்கள் அறியோம். வேண்டுமானால் வெள்ளரிக்காய்களை விலைக்கு வாங்கிக் கொள்கிறோம்" என்று அவர்கள் கூறினார்கள்.

அதற்கு இந்திரன் "எனக்குப் பணம் தேவையில்லை. கட்டளைகளைக் கடைபிடிப்போருக்குத்தான் கொடுப்பேன்" என்றான்.

இந்தக் குறும்புக்காரன் யார் என்று சொல்லி மக்கள் அப்பால் போய்விட்டார்கள்.

இதைக் கேள்விப்பட்ட மேட்டுக்குடி இந்த வெள்ளரிக் காய்கள் தனக்கு வந்திருப்பதாக எண்ணிக்கொண்டு, கொஞ்சம் வாங்கும் கருத்துடன் அங்கே வந்தாள். வந்தவள் தனக்குக் கொஞ்சம் வெள்ளரிக்காய்கள் வேண்டும் என்று கேட்டாள்.

நீ கட்டளைகளைக் கடைபிடிக்கிறாயா? என்று இந்திரன் கேட்டான்.

"ஆம். கடைபிடிக்கிறேன்" என்று அவள் பதில் சொன்னாள்.

"உனக்காகத்தான் இந்த வெள்ளரிக்காய்களைக் கொணர்ந்தேன்' என்று கூறி, வண்டியைக் கொண்டுபோய் அவள் வீட்டு வாசலில் நிறுத்திவிட்டு, அவன் திரும்பிவிட்டான்.

ஐந்து கட்டளைகளைக் கடைபிடித்து ஒழுகிய மேட்டுக்குடி, காலமானபின், அசுர அரசன் வேப்ப இத்தியனுக்கு மகளாகப் பிறந்தாள். அவள் செய்த நற்காரியங்களின் விளைவாக, அவள் பேரழகியாகப் பிறந்தாள். அவள் தக்க பருவத்தை எய்தியதும், அசுர வாலிபர்கள் கூட்டம் ஒன்றை அவள் தந்தை கூட்டினான். தனக்கு விருப்பமான வாலிபனை கணவனாக அவள் தேர்ந்து எடுத்துக் கொள்ளட்டும் என்று சொன்னான்.

விவரம் தெரியவந்ததும், இந்திரன் அசுரனைப் போல் உருவை மாற்றிக்கொண்டு அங்கு வந்தான். அவள் தன்னைத்தான் கணவனாகத் தேர்ந்தெடுப்பாள் என்று முடிவு செய்துகொண்டான்.

அலங்காரம் செய்து மேட்டுக்குடியைச் சபைக்கு அழைத்து வந்தார்கள். விரும்பிய ஆடவனைக் கணவனாகத் தேர்ந்து எடுக்கும்படி சொன்னார்கள். அவள் வாலிபர்களைக் கவனித்துக்கொண்டே வந்தபோது, முற்பிறவிகளில் தனக்கு இந்திரன் செய்த நன்மைகளின் விளைவாக அவன் பால் ஈர்க்கப்பட்டாள். ஆகவே அவனையே கணவனாக அவள் தேர்ந்து எடுத்தாள்,

அவளை இந்திரன் தேவலோகத்துக்கு அழைத்துப் போனான். இரண்டரை கோடி நடனமாதர்களுக்குத் தலைவியாக அவளை நியமித்தான். தனது ஆயுட்காலம் பூர்த்தியானதும் தனது செயல்களுக்கு உரிய பதவியை அவள் பெற்றாள்.

30. நாணம் இல்லாதவன்

உலக சரித்திரம் தொடங்கிய காலத்தில் ஒரு சமயம், விலங்குகள் சிங்கத்தைத் தங்கள் அரசனாகத்தேர்ந்து எடுத்தன. மீன்கள் அசுர மீனைத் தேர்ந்து எடுத்தன. பறவைகள் பொன் காட்டு வாத்தைத் தேர்ந்து எடுத்தன.

இந்தப் பொன் வாத்துக்கு அழகிய மகள் ஒருத்தி இருந்தாள். தன் மகள் மீது பிரியமுள்ள பொன் வாத்து, ஏதாவது வரம் கேள் என்று தன் புதல்வியிடம் கூறிற்று.

தனக்கு விருப்பமான வாலிபப் பறவையைத் தன் கணவனாகத் தேர்ந்து எடுத்துக்கொள்ள தன்னை அனுமதிக்குமாறு மகள் வாத்து வேண்டிற்று.

எனவே, பொன் வாத்து இமயமலைச் சாரலில் வாழும் பறவைகளை எல்லாம் கூடச் செய்தது. அன்னம், மயில் முதலிய பறவைகள் எல்லாம் விசாலமான குன்றின் மீது கூடின.

பிறகு காட்டு வாத்து தன் புதல்வியை அழைத்து, தனக்கு விருப்பமான கணவனைத் தேர்ந்து எடுத்துக் கொள்ளுமாறு அவளிடம் கூறிற்று.

பெண் வாத்து, பறவைகளை எல்லாம் கவனித்த போது, அதன் பார்வை ஒரு மயிலின் மீது விழுந்தது. பளபளவென மின்னும் அதனுடைய கழுத்தும், பல வண்ணமுள்ள தோகையும் வாத்தின் உள்ளத்தைப் பெரிதும் கவர்ந்ததால், அதனையே தன் கணவனாகத் தேர்ந்தெடுத்தது.

இதை அறிந்த மற்ற பறவைகள் மயிலிடம் சென்று அதை வாத்து கணவனாகத் தேர்ந்து எடுத்து இருப்பதைக் கூறின.

"மயில் நண்பனே! இளவரசி உன்னையே கணவனாகத் தேர்ந்து எடுத்து இருக்கிறாள்" என்று தெரிவித்தன.

இதைக் கேட்டதும் மயில் அளவற்ற ஆனந்தத்தால் குதித்தது. "நான் எவ்வளவு சுறுசுறுப்புள்ளவன் என்பது உங்களுக்குத் தெரியாது" என்று கூறி, தோகையை விரித்து ஆடலாயிற்று, ஆனால் அதனுடைய மர்ம ஸ்தானம் வெளிப்படையாகத் தெரிந்தது. அது குறித்து அது கொஞ்சமும் நாணப்படவில்லை.

இந்தக் காட்சியைப் பார்த்ததும் அரச வாத்து நாணம் அடைந்தது. "இந்த மயிலுக்கு உள்ளத்தில் அடக்கம் இல்லை; வெளியே கண்ணியமாக நடந்துகொள்ளத் தெரியவில்லை. நாணமில்லாத இந்தப் பறவைக்கு என் மகளை நான் மணம் செய்து கொடுக்கப்போவது இல்லை" என்று கூறி, கூடி இருந்த பறவைகளுக்கு, பின்வரும் பாடலை அது கூறிற்று.

உனது குரல் நன்றாய் இருக்கிறது; முதுகு அழகாய் இருக்கிறது. கழுத்து நீல மணிபோல் இருக்கிறது.

உனது தோகை வெகுதூரம் வெளிவருகிறது. இருந்தும் உனது நடனம் அனைத்தையும் இழக்கச் செய்கிறது.

இவ்வாறு கூறியபின் பொன்வாத்து தன் புதல்வியைத் தன் தங்கை மகன் வாலிப வாத்துக்கு மணம் செய்துவைத்தது.

இதனால் நாணமடைந்த மயில், இளவரசி கிடைக்காததனால் ஏக்கமுற்று, அங்கு இருந்து பறந்து போய்விட்டது.

பொன்வாத்தும் தனது இருப்பிடம் திரும்பிற்று,

31. ஒற்றுமையே பலம்

பிரம்மதத்தன் காசியை ஆண்டபோது போதிசத்துவர் ஒரு கௌதாரியாகப் பிறந்து இருந்தார். காட்டில் வாழும் ஆயிரக் கணக்கான கௌதாரிகளுக்கு, அந்தக் கௌதாரி தலைவனாகத் திகழ்ந்தது.

கௌதாரிகளைப் பிடிக்க, குருவிக்காரர்கள் அங்கு வருவது உண்டு. கௌதாரியைப் போல் கூவி, மற்ற கௌதாரிகளை அவன் அழைப்பது உண்டு. கும்பலாக அவை வந்ததும், வலையை அவற்றின் மீது வீசி, மொத்தமாகக் கௌதாரிகளை வலையில் பிடித்து, பிறகு ஒவ்வொன்றாகக் கூண்டுக்குள் போட்டு, ஊருக்குள் கொண்டு போய் விற்று, அவன் வாழ்ந்து வந்தான்.

இந்த நிலையில் போதிசத்துவர் ஒரு நாள் மற்ற கௌதாரிகளிடம் "நம் இனத்தவருக்குக் குருவிக்காரன் பெரும் பீதியை உண்டுபண்ணுகிறான். நம்மைக் குருவிக்காரன் பிடிக்க முடியாதபடி ஒரு உபாயம் சொல்லுகிறேன். குருவிக்காரன் உங்கள் மீது வலையை வீசியதும், ஒவ்வொருவரும் வலையின் ஓட்டைகள் வழியே தலையை நீட்டி, எல்லாரும் ஒரே சமயத்தில் தலையைத் தூக்கிக்கொண்டு பறந்துவிடுங்கள். விருப்பமான இடத்துக்குச் சென்று முள்கள் இருக்கும் இடமாகப் பார்த்து இறங்குங்கள். இந்த உபாயத்தின் மூலம் நாம் தப்பலாம்" என்று சொன்னார்.

"நல்ல ஏற்பாடு" என்று எல்லாக் கௌதாரிகளும் ஒப்புக்கொண்டன.

மறுதினம் குருவிக்காரன் வந்து வலையை வீசியதும் போதிசத்துவர் சொன்னபடி கௌதாரிகள் செய்தன. வலையைச் சுமந்துகொண்டு ஆகாயத்தில் பறந்தன. முள்கள் இருக்கும் இடத்தில் இறங்கி, தப்பித்துக் கொண்டன.

குருவிக்காரன் வலையை எடுக்க மிகவும் சிரமப்பட்டான். மாலை நேரம் வந்தது. வெறுங்கையோடு வீடு திரும்பினான். மறுதினமும் அடுத்த அடுத்த தினங்களிலும் கௌதாரிகள் இதே தந்திரத்தைச் செய்தன. இதனால் வலையைச் சிக்கு எடுப்பதும், வெறுங்கையோடு வீடு திரும்புவதும் குருவிக்காரனுக்கு ஒரு வழக்கமாகிவிட்டது. இதைப் பார்த்துக் குருவிக்காரன் மனைவி கோபம் கொண்டாள். "நாள்தோறும் நீ வீடு திரும்புவதைப் பார்த்தால் உனக்கு இன்னொரு மனைவி இருக்கிறாள் போலத் தோன்றுகிறது" என்று சொன்னாள்.

உடனே குருவிக்காரன் "அன்பே! அப்படி எல்லாம் சொல்லாதே. எனக்கு இரண்டாவது குடும்பம் இல்லை. கௌதாரிகள் இப்போது ஒற்றுமையாக வேலை செய்கின்றன. வலையை அவற்றின் மீது வீசியதும், அவை சேர்ந்து வலையோடு பறந்து வலையை முள்மீது போட்டுவிடுகின்றன. எப்பொழுதுமே ஒற்றுமையாக அவற்றால் வாழ முடியாது. அவற்றினிடையே சச்சரவு உண்டானதும், ஒட்டுமொத்தமாக அவற்றைப் பிடித்து வந்துவிடுகிறேன். அதனால் உன் முகத்தில் சிரிப்பு உண்டாகும்" என்று சொல்லி, அடியில் வரும் பாடலைச் சொன்னான்.

> **ஒற்றுமை நிலவும்போது, வலையுடன் பறவைகள் பறந்து விடுகின்றன. அவற்றினிடையே சச்சரவு நேரும்போது, அவை என்வசம் ஆகிவிடும்**

இது நடந்து அதிக நாள் ஆகவில்லை. உணவுக்காகத் தரையில் இறங்கியபோது, மற்றொரு கௌதாரியின் தலைமீது அதன் கால்கள் பட்டுவிட்டன.

"என் தலைமீது மிதித்தது யார்?" என்று அந்தக் கௌதாரி கோபமாகக் கேட்டது.

அதற்குத் தரைமீது இறங்கிய கௌதாரி, "நான் வேண்டும் என்று செய்யவில்லை. என்மீது கோபப்படாதே" என்று கூறிற்று.

இந்தப் பதிலைக் கேட்டும்கூட அந்தக் கௌதாரி கோபமாகவே இருந்தது. "நீதான் வலையைத் தூக்கிப் போவாயாக்கும்" என்று ஒன்றை ஒன்று பழித்துக் கோபமாகப் பேசின.

இதைப் பார்த்ததும் போதிசத்துவக் கௌதாரி, "சச்சரவு நிலம் இடம் பாதுகாப்பாய் இராது. ஒற்றுமையுடன் வலையைத் தூக்கும் உணர்வு கௌதாரிகளிடம் இல்லாது போய்விட்டது. இவை பெரிய அழிவில் சிக்கிக்கொள்ளப் போகின்றன. குருவிக்காரன் சந்தர்ப்பத்தைப் பயன்படுத்திக் கொள்வான். இனிமேல் நான் இங்கு தங்குவது கூடாது" என்று கூறி, உடன்வரச் சம்மதித்த மற்ற கௌதாரிகளை அழைத்துக் கொண்டு, வேறு ஓர் இடத்துக்குப் போய்விட்டது.

சில தினங்களுக்குப் பின்னர் நம்பிக்கையோடு, குருவிக்காரன் காட்டுக்கு வந்தான். கௌதாரியைப் போல் குரல் கொடுத்துக், கௌதாரிகளை எல்லாம் ஒன்று கூட்டினான்; பிறகு வலையை அவற்றின் மீது போட்டான்.

இது சமயம் ஒரு கௌதாரி மற்ற கௌதாரிகளிடம் "வலையைத் தூக்கும்போது, தலையிலுள்ள மயிர்கள் கொட்டி விடுவதாக அவர்கள் கூறுகிறார்கள். நீ தூக்கவேண்டிய நேரம், வலையைத் தூக்கிக்கொண்டு புறப்படு" என்று கூறிற்று. மற்ற கௌதாரிகளும் "வலையைத் தூக்கிக்கொண்டு பறப்பதால் சிறகுகள் பலவீனமடைந்துவிடுகின்றன" என்று சேர்ந்து குரல் கொடுத்தன. "நீயே வலையைத் தூக்க வேண்டிய நேரம் தூக்கிக் கொண்டு பற" என்று கூறின.

"வலையை முதலில் நீ தூக்கு" என்று ஒவ்வொரு கௌதாரியும் சொல்லவே, குருவிக்காரன் வலையைச் சேர்த்து இழுத்து, கௌதாரிகளைக் கூடைக்குள் போட்டுக்கொண்டு விட்டான். அவற்றை வீட்டுக்குக் கொண்டுபோனான். அவன் மனைவியின் முகம் மலர்ந்தது.

32. காம வேட்கை

பிரம்மதத்தன் காசியை ஆண்டபோது, போதிசத்துவர் குடும்ப புரோகிதராகப் பிறந்து இருந்தார்.

அப்போது செம்படவர்கள் சிலர், மீன் பிடிக்க ஆற்றுக்குச் சென்றார்கள். வலையை அவர்கள் ஆற்றில் வீசினார்கள். அப்போது பெரிய மீன் ஒன்று தன் மனைவி மீனுடன் காதல் விளையாட்டு விளையாடிக்கொண்டு, ஆற்றில் நீந்தி வந்து கொண்டு இருந்தது. அதனால் ஆற்றில் வலை வீசி இருப்பதை அது கவனிக்கவில்லை. ஆனால் முன்னதாகச் சென்ற மனைவி மீனோ அதைக் கவனித்துவிட்டது. ஆகவே, வலையை விட்டு ஒதுங்கி வளைந்து சென்று அது தப்பிவிட்டது. கணவன் மீனோ, காம வேட்கை காரணமாக, வலை விரித்து இருப்பதைக் கவனியாது அதில் அகப்பட்டுக்கொண்டது.

"வலையில் மீன் விழுந்து இருப்பதை அறிந்ததும் செம்படவர்கள் வலையை வெளியே இழுத்து, அகப்பட்டு இருக்கும் மீனை நெருப்பில் வாட்டி, உணவு அருந்தும் சமயம் சாப்பிடலாம்" என்று சொல்லிக் கொண்டார்கள். அதன்படி நெருப்பை மூட்டி, வாட்டுக் கம்பியில் மீனைக் குத்தி வாட்ட நினைத்தார்கள்.

இதைப் பார்த்ததும் மீன் தனக்குத் தானே சொல்லிக் கொள்ளலாயிற்று. "நெருப்பில் வாட்டுவதனால் ஏற்படும் துன்பமோ, முள்ளில் குத்துவதனால் ஏற்படும் வலியோ எனது மனதுக்கு வேதனை தரவில்லை. நான் யாரோ வேறு ஒரு பெண் மீனுடன் போய்விட்டதாக நினைத்து என் மனைவி பெரிதும் வருந்துவாள். இதுதான் எனக்கு அதிக வேதனை தருகிறது" என்று நினைத்த அது பின்வரும் பாடலைக் கூறிற்று.

குளிரோ வெப்பமோ வலையோ எனக்குத் துன்பமாகத் தோன்றவில்லை.

நான் வேறு ஒருத்தியுடன் போய்விட்டேன் என்று என் அன்பான மனைவி நினைப்பாளே அதுதான் எனக்கு வேதனை தருகிறது.

இது சமயம் புரோகிதர் தன் சிப்பந்தி அடிமைகளுடன் ஆற்றுக்கு நீராட வந்தார். அவருக்கு விலங்குகள் பேசுவது புரியும். அதனால் மீன் பேசுவது அவருக்குப் புரிந்துவிட்டது. "காம வேட்கை காரணமாக இந்த மீன் புலம்புகிறது. இந்த வேதனையோடு இறந்து போகுமானால், அது மறு பிறவியில் நரகத்தில் கிடந்து உழல நேரும்' அதைக் காப்பாற்ற வேண்டும்" என்று நினைத்துக்கொண்டார்.

பிறகு அவர் செம்படவர்களிடம் சென்று "நாள்தோறும் கறி சமைக்க உங்களால் மீன் தர முடியுமா?" என்று கேட்டார்.

அதற்குச் செம்படவர்கள் "ஏன் இப்படிச் சொல்கிறீர்கள்? எந்த மீன் உங்களுக்குப் பிரியமோ அதை நீங்கள் எடுத்துக் கொள்ளுங்கள்" என்று சொன்னார்கள்.

"இந்த மீனைத் தவிர்த்து வேறு எந்த மீனும் வேண்டாம். இதையே கொடுங்கள்" என்று போதிசத்துவர் கேட்டார்.

"அதையே எடுத்துக் கொள்ளுங்கள் ஐயா!" என்று செம் படவர்கள் கூறினார்கள்.

போதிசத்துவர் அந்த மீனைத் தமது இரு கைகளிலும் எடுத்துக்கொண்டு ஆற்றின் கரையில் உட்கார்ந்தார். அவர் மீனிடம் "நண்பனே! உன்னை நான் இன்று பார்த்திரா விட்டால் உனக்கு சாவு நேர்ந்திருக்கும். இனிமேல் ஆசைக்கு அடிமைப்பட்டு அலையாதே" என்று புத்திமதி சொல்லிவிட்டு, அந்த மீனை ஆற்று நீரில் விட்டுவிட்டு நகர் திரும்பினார்.

33. ஊழிக்கால அற்புதம்

மகத நாட்டில், போதிசத்துவர் மீண்டும் ஒரு முறை கவுதாரியாகப் பிறந்தார். முட்டை ஓட்டை விட்டு வெளியே வந்தபோது, ஒரு பந்து அளவு போதிசத்துவக் கவுதாரி பெரியதாய் இருந்தது. அதனுடைய கவுதாரிப் பெற்றோர், அதைக் காட்டிலே தங்கச் செய்து தம் அலகால் இரையைக் கொத்தி வந்து குஞ்சுக் கவுதாரிக்கு ஊட்டின.

குஞ்சுக் கவுதாரியால் சிறகு அடித்து ஆகாயத்தில் பறக்க முடியவில்லை; காலை ஊன்றிப் பூமியில் நடக்க முடியவில்லை.

ஆண்டுதோறும் அந்த இடத்தில் காட்டுத் தீ பரவுவது உண்டு. வழக்கம் போல் இந்த ஆண்டும், நெருப்பு அதிக ஆவேசத்தோடு பரவிற்று. பல்வேறு கூடுகளில் தங்கியிருந்த பறவைகள் தங்கள் உயிருக்கு ஆபத்து எனப் பயந்து, காட்டை விட்டு வந்து கூச்சலிட்டுக்கொண்டு பறந்து போயின. போதிசத்துவரின் பறவைத் தாயும் தந்தையும் கூட, போதி சத்துவரை விட்டுவிட்டு, தங்கள் உயிரைக் காப்பாற்றிக் கொள்ளப் பறந்து போய்விட்டன.

போதிசத்துவக் கவுதாரி கழுத்தை நீட்டி, வெளியே எட்டிப் பார்த்தபோது, தீ தன்னை நோக்கிப் பரவி வருவதைக் தீ கவனித்தது. பறக்கும் ஆற்றல் எனது இறகுகளுக்கு இருந்தால் நான் பறந்து தப்பிப் போய் இருப்பேன்; நடக்க கால்களுக்கு வலுவிருந்தாலும் நடந்து தப்பித்துக்கொள்ள முடியும்; சாவுக்குப் பயந்த என் பெற்றோர்கள் தங்கள் உயிரைக் காப்பாற்றிக்கொண்டு, பறந்துபோய்விட்டார்கள். இந்த உலகில் தனித்து நிற்க வேண்டிய அவல நிலை எனக்கு ஏற்பட்டு

உள்ளது. எனக்கு உதவி செய்வாரும் இல்லை; என்னைப் பாதுகாப்பாரும் இல்லை. இப்போது என்ன செய்வது என்று நினைத்துப் பார்த்தது.

"பிறகு அதன் உள்ளத்தில் ஒரு எண்ணம் உண்டாயிற்று. இந்த உலகில் நன்மைக்கு ஆற்றல் உண்டு; உண்மைக்கு ஆற்றல் உண்டு என்று கூறுகிறார்கள். முற்காலங்களில் தம்மை முழுமைப் படுத்திக் கொண்டவர்கள், போதி மரத்தின் கீழ் அமர்ந்து, ஞானம் பெற்றிருக்கிறார்கள். நன்மை, ஆனந்தம், ஞானம் இவற்றின் மூலம் விடுதலை பெற்றவர்கள், அந்த விடுதலையின் உணர்வையும் பெற்று விளங்குவார்கள். அவர்கள் உள்ளத்தில் பொறுமை, பரிவு, இரக்கம், உண்மை இவை நிறைந்திருக்கும். எல்லா உயிர்களையும் சமமாக அவர்கள் நோக்குவார்கள். இத்தகைய பூரண அறிவு பெற்றவர்களையே புத்தர்கள் என்கிறார்கள். அவர்கள் பெற்றுள்ள பண்புகளுக்கு ஆற்றல் உண்டு. ஒரு உண்மையை நான் பற்றிக் கொள்ளப் போகிறேன். இயற்கையில் நிகழும் ஒரு முக்கிய தத்துவத்தை நான் நம்புகிறேன்; கடைபிடிக்கப் போகிறேன். ஆகவே முன்பு புத்தர்கள் செய்தவற்றை அவர்களுக்கு இருந்த ஆற்றலை, அவர்களிடம் காணப்பட்ட உண்மையான அன்பை, இயற்கையின் ஒரு தத்துவத்தை நான் நினைவுபடுத்திக் கொள்கிறேன். அந்தச் செயலால், நெருப்பை ஒதுங்கிப் போகச் செய்துவிடலாம். அதன் மூலம் என்னையும் இதர பறவைகளையும் காப்பாற்றிக் கொள்ள வழி பிறக்கும்" என்று நினைத்தது.

பிறகு கீழ்வரும் பாடலை அது கூறிற்று.

நன்மையால், அதன் கண்ணியத்தால் பாதுகாப்பு ஏற்படுகிறது. அங்கு உண்மை இருக்கும்; பரிவு இருக்கும்; தூய்மை இருக்கும்.

ஆகவே ஈடு இணையற்ற சத்தியத்தை நான் கடைபிடிக்கிறேன்.

சத்தியத்தில் நம்பிக்கை கொண்டு சென்ற காலத்தில் இருந்தவர்கள் செய்ததை நினைத்துப் பார்க்கிறேன்.

சத்தியத்தின் வலிமையில் நம்பிக்கை கொண்டு, அதை நான் கடைபிடிக்கிறேன்.

சென்ற காலத்தில் புத்தர்கள் செய்த செயலின் விளைவை மனத்தில் கொண்டு போதிசத்துவர் சத்தியத்தைக் கடை பிடித்தார். கீழ்வரும் பாடலை அவர் சொன்னார்

சிறகைக் கொண்டு என்னால் பறக்க முடியாது; காலைக் கொண்டு என்னால் நடக்க முடியாது.

பெற்றோர்கள் என்னைப் புறக்கணித்தமையால் நான் இங்கே கிடக்கிறேன்.

நெருப்புத் தேவதையே! உன்னை நான் வணங்கி வேண்டு கிறேன்.

மூலமான சாத வேதனே! திரும்பிப் போய்விடு.

உண்மையைச் செய்ததும், நெருப்புத் தேவன் பதினாறு அளவு தூரத்துக்குப் பின்னடைந்தான். போகும் போது காட்டு வழியாகச் சென்று எதையும் அது எரிக்கவில்லை. தண்ணீருக்குள் முக்கி எடுத்த தீவட்டி போல அவன் போனான். இவ்வாறு சொல்லப்பட்டுள்ளது.

நான் சத்தியத்தைக் கடைபிடித்தேன். அதனால் தகிக்கும் நெருப்பு பதினாறு அளவு தூரம் தள்ளிப் போய்விட்டது. தண்ணீரில் அவிந்த நெருப்பு தீமை செய்யாதது போல அது தீமை செய்யவில்லை.

ஊழிக்காலம் முதல் தொடர்ந்து நடந்து வந்த ஒன்று, இப்பொழுது நடவாது நின்றுவிட்டதால், அதற்கு ஊழிக்கால அற்புதம் என்னும் பெயர் ஏற்பட்டு உள்ளது. போதிசத்துவர் காலமாகி, தான் செய்த செயல்களுக்கு ஏற்ற கதியை அடைந்தார்.

34. முன் எச்சரிக்கை

பிரம்மதத்தன் காசியை ஆண்ட போது ஒரு சமயம் போதிசத்துவர் ஒரு பறவையாகப் பிறந்து இருந்தார். காட்டில் பல கிளைகளுடன் கூடிய பெரிய மரம் ஒன்றில் அவர் வசித்தார். ஏராளமான பறவைகளும் அந்த மரத்தில் வசித்தன.

ஒருநாள் ஒரு கிளையுடன் இன்னும் ஒரு கிளை உராய்ந்த போது தூசு கொட்ட ஆரம்பித்தது. பிறகு புகை உண்டாயிற்று. இதைப் பார்த்த போதிசத்துவர் தனக்குத் தானே இவ்வாறு சொல்லிக்கொள்ளலானார். "ஒரு கிளையுடன் மற்றொரு கிளை உராயுமானால் அவசியம் நெருப்பு உண்டாகும். காய்ந்த இலைகளில் தீ பற்றிக் கொள்ளும். பிறகு மரத்தையும் தீப்பற்றிக் கொள்ளும். நாம் இங்கே நீடித்து இருக்கக் கூடாது. இந்த இடத்தைவிட்டு, வேறு எங்காவது போய்விடுவது நலம் ஆகும்."

பிறகு மற்ற பறவைகளுடன் சேர்ந்து போதிசத்துவப் பறவை பின்வருப் பாடலைப் பாடிற்று :

ஆகாயத்தில் பறக்கும் பறவைகளே! இந்தக் கிளைகளை உங்கள் இருப்பிடமாகக் கொண்டுள்ளீர்கள் நெருப்பின் அறிகுறிகள் உள்ளன.

பூமியில் வாழும் பறவை வளர்கிறது. பத்திரமான இடம் போங்கள். பறந்து போங்கள்.

நாம் தங்கிய பலமான இருப்பிடத்தில் சாவு தங்கி இருக்கிறது.

அறிவுள்ள பறவைகள் போதிசத்துவப் பறவை கூறிய அறிவுரைகளைக் கேட்டு அதன் பின்னே பறந்து போய்விட்டன.

ஆனால் முட்டாள் பறவைகளோ "அந்தப் பறவைக்கு இதுதான் எப்பொழுதும் வேலை, ஒருதுளி தண்ணீரில் முதலை இருப்பதாக அது எப்பொழுதும் நினைத்துக் கொள்ளும்" என்று சொல்லின.

போதிசத்துவப் பறவையின் பேச்சைப் பொருட்படுத்தாது அவை அங்கேயே தங்கின. போதிசத்துவர் எதிர்பார்த்தபடி சிறிது காலத்தில் அந்த மரத்தை நெருப்புப் பற்றிக் கொண்டது. புகையும் நெருப்பும் உண்டாயின. புகையின் காரணமாக பறவைகளுக்குக் கண் தெரியாது போயிற்று. அவற்றால் அப்பால் போக முடியவில்லை. ஒன்றன்பின் ஒன்றாக நெருப்பில் விழுந்து அழிந்து போயின.

35. முதியோரைப் போற்று

ஒரு காலத்தில் இமயமலை அடிவாரத்தில், மிகப் பெரிய ஆலமரம் ஒன்று இருந்தது. அதன் அருகே கவுதாரி ஒன்றும், குரங்கு ஒன்றும், யானை ஒன்றும் வசித்து வந்தன. அவை மூன்றும் நண்பர்களாய் இருந்தன.

நண்பர்களாய் இருந்தும் அவற்றிடையே ஒத்துழைப்பும் மரியாதையும் குறைவாய் இருந்தன. பொதுவாக வாழ்க்கையில் அவற்றிடையே எவ்வித ஒழுங்கும் இல்லை.

இவ்வாறு வாழ்வது சரியன்று என்ற எண்ணம் ஒரு நாள் அவற்றிடையே உண்டாயிற்று. தங்கள் மூவரிலும் யார் வயதானவரோ, அவரை மதித்து மற்றவை அடங்கி வாழ வேண்டும் என்று அவை முடிவு செய்தன.

இது பற்றிய சிந்தனையிலேயே அவை இருந்தபோது, அவற்றின் உள்ளத்தில் ஒரு எண்ணம் உதித்தது. அப்போது ஆலமரத்து அடியில் அவை மூன்றும் அமர்ந்து இருந்ததால், கௌதாரியும் குரங்கும் யானையிடம் “நண்பர் யானையாரே! முதன் முதலாக இந்த ஆலமரத்தைப் பார்த்த போது அது எந்த அளவில் இருந்தது? இதை நினைவுபடுத்திச் சொல்லும்” என்று கூறின.

“நான் குழந்தையாய் இருக்கும்போது இந்த ஆலமரம் ஒரு புதராக இருந்தது. நான் நடக்கப் பழகிய சமயத்தில் ஆலமரத்தின் நுனிப்பாகம் என் வயிற்று அளவுக்கு இருந்தது. புதராக இருந்த காலத்திலிருந்தே இந்த ஆலமரத்தை நான் அறிவேன்” என்று பதில் சொல்லிற்று.

அடுத்ததாக குரங்கைப் பார்த்து மற்றவை இரண்டும் இதே கேள்வியைக் கேட்டன.

அதற்கு அந்தக் குரங்கு, "நான் குட்டியாய் இருந்தபோது, தரையில் உட்கார்ந்து இருந்தபடியே, ஆலமரத்தின் தளிர்களை என்னால் தின்ன முடிந்தது. இந்த ஆலமரம் மிகச் சிறியதாய் இருக்கும்போதே அதை நான் அறிவேன்" என்று பதில் சொல்லிற்று.

இதன் பின்னர் இதே கேள்வியை கௌதாரியிடம் மற்றவை இரண்டும் கேட்டன.

"அன்பர்களே! முன்பு ஒரு காலத்தில் ஒரு மூலையில் முதிய ஆலமரம் ஒன்று இருந்தது. அதன் விதைகளைத் தின்று வந்த நான் ஒருநாள் இந்த இடத்தில் எச்சம் இட்டேன். அந்த எச்சத்தின் மூலமே இந்த ஆலமரம் இங்கு தோன்றியது. எனவே இந்த ஆலமரம் முளைக்கக் காரணம் எது என்பது எனக்குத் தெரியும். ஆகவே உங்கள் இருவரையும் விட நான்தான் மூத்தவன்" என்று கௌதாரி பதில் சொல்லிற்று.

இந்தப் பதிலைக் கேட்டதும் யானையும் குரங்கும் மூத்த கௌதாரியிடம் "நண்பரே! நீர்தான் முதியவர். இன்று முதல் உம்மை மதித்து, உமது வார்த்தைகளுக்குக் கட்டுப்பட்டு நாங்கள் நடப்போம். உமது செயல்களையும் மதித்துப் போற்றுவோம். நீர் கூறும் அறிவுரைகளுக்கு இணங்கி நடப்போம். ஆகவே நீர் தேவையான அறிவுரைகளை எங்களுக்கு வழங்கி, எங்களை வழிநடத்தி வைக்க வேண்டும்" என்று கூறின.

இதன் பின்னர் கௌதாரி, அவை இரண்டுக்கும் அறிவுரைகள் கூறலாயிற்று. ஐந்து கட்டளைகளைத் தான் கடை பிடிப்பது போல, அவற்றையும் கடைப்பிடிக்குமாறு செய்தது. மூன்றும் ஒன்றை ஒன்று மதித்து நடந்ததனால், வாழ்க்கையில் ஒருவித ஒழுங்கு முறை நிலவிற்று. இவ்வாறு ஒழுங்கு முறையோடு வாழ்ந்த அவை ஆயுள் முடிந்து சொர்க்க லோகம் சென்றன.

இந்த மூன்றும் கொண்ட உயர் நோக்கத்துக்கு, "கௌதாரியின் புனிதம்" என்ற பெயர் ஏற்படலாயிற்று. இதை விலங்குகள் மூன்றும் ஒரு ஏற்பாட்டுக்கு வந்து ஒரு

ஒழுங்கு முறையைக் கடைப்பிடிக்கும் போது, ஒன்றுடன் ஒன்று இணங்கி, மரியாதையுடன் நடந்து கொள்ளும் போது, சகோதரர்களே! சமய உணர்வு உள்ள நீங்கள், சட்ட திட்டங்களைக் கடைபிடிக்கும் நீங்கள் எவ்வளவோ இணங்கியும் மரியாதையுடனும் நடந்துகொள்ள வேண்டும். ஆகவே சகோதரர்களே! முதியோரின் சொல்லையும் செயலையும் நீங்கள் மதிக்க வேண்டும். வணங்கி மரியாதை செய்து பணிவிடை புரிய வேண்டும். முதியோருக்கு நல்ல ஜாகை, நல்ல உணவு, நல்ல நீர் இவற்றைக் கொடுக்க வேண்டும். முதியோருக்கு உள்ள ஜாகையை இளையோர் வசமாக்கிக் கொள்ளக் கூடாது. முதியோரை மதியாதவன் தவறு செய்தவன் ஆகிறான்" என்று சொன்னார்.

இந்தப் பாடத்தை முடிக்கும் தருணத்தில், புத்தரைப் போல, ஆசிரியர் இந்த வரிகளைச் சொன்னார்.

முதியோரைக் கண்ணியமாக நடத்துவோர் சத்தியத்தைக் கடைபிடிப்போர் ஆவர்.
இப்பொழுது புகழ், பிறகு பேரானந்தம் இவை அவர்களின் பண்பாகிவிடும்.

36. கொக்கும் நண்டும்

பிரம்மதத்தன் காசியை ஆண்டபோது ஒரு சமயம், தாமரைக் குளத்து அருகே இருந்த மரம் ஒன்றில் போதிசத்துவர் ஒரு மர தேவதையாக வசித்து வந்தார். சில சமயம் கோடைக் காலங்களில், பெரிதாய் இராத சிறு குளங்களில் நீர் வற்றி விடுவது உண்டு. அந்தச் சிறு குளங்களில் மீன்கள் ஏராளமாக வசிக்கும்.

குளத்தில் மீன்கள் இருப்பதைக் கவனித்த கொக்கு ஒன்று, தனக்குத் தானே இவ்வாறு சொல்லிக்கொள்ளலாயிற்று. "தந்திரம் செய்து ஏமாற்றி இந்த மீன்களை எல்லாம் தின்ன வேண்டும்." இந்த எண்ணத்துடன் இருந்த அந்தக் கொக்கு குளத்துத் தண்ணீர் அருகே போய் நின்றுகொண்டது.

இதைக் கவனித்த மீன்கள் "எஜமானரே! எதை நினைத்துக் கொண்டு நீங்கள் இருக்கிறீர்கள்?" என்று கேட்டன.

"உங்களைப் பற்றித்தான் நினைத்துக்கொண்டு இருக்கிறேன்" என்று கொக்கு பதில் சொல்லிற்று.

"எங்களைப் பற்றி எஜமானராகிய தாங்கள் என்ன நினைத்துக்கொண்டு இருக்கிறீர்கள்?" என்று மீன்கள் வினவின.

"குளத்தில் நீர் வற்றி வருகிறது. உணவு குறைவாய் இருக்கிறது. வெப்பம் மிகுதியாகி வருகிறது. மீன்களாகிய உங்களுக்கு என்ன நேருமோ என்று நினைத்து அச்சப்பட்டுக் கொண்டு இருக்கிறேன்."

"நாங்கள் என்ன செய்ய வேண்டும்?"

அதற்கு அந்தக் கொக்கு "என் யோசனையை நீங்கள் கேட்பதாய் இருந்தால் ஒவ்வொரு மீனாக எனது அலகில் கௌவிப்போய், பெரிய குளம் ஒன்றில் பத்திரமாய் விட்டு விடுகிறேன். அந்தக் குளத்தில் ஐந்துவிதமான தாமரை மலர்கள் பூக்கின்றன" என்று கூறிற்று.

உடனே மீன்கள் "எஜமானரே! உலகம் தோன்றிய நாள் முதல் மீன்களைப் பற்றிய நல்ல எண்ணம் கொக்குகளுக்கு இருந்தது கிடையாது. ஒவ்வொரு மீனாகத் தின்ன நீர் இவ்வாறு கூறுகிறீர்" என்று சொல்லின.

"என்னை நீங்கள் நம்பும்போது உங்களை நான் தின்ன மாட்டேன். வேண்டுமானால் உங்களில் யாராவது ஒருவர் என்னுடன் வாருங்கள். அந்தக் குளத்தை நான் காட்டுகிறேன்" என்று கூறிற்று கொக்கு.

கொக்கின் பேச்சை மீன்கள் நம்பின. தரையிலோ குளத்திலோ சமாளிக்கக் கூடிய ஒரு கண் பொட்டையான பெரிய மீன் ஒன்றை கொக்கிடம் காட்டி, "இந்தப் பெரிய மீன் உங்களுடன் வரும்" என்று கூறின.

பெரிய மீனைக் கௌவிக்கொண்டு கொக்கு குளத்துக்குப் புறப்பட்டுப் போயிற்று. குளத்து நீரில் அதை விட்டு, அதன் பரப்பைக் காட்டிவிட்டு, மீண்டும் அந்த மீனைக் கௌவிக் கொண்டு மற்ற மீன்களிடம் திரும்பிற்று. பழைய குளத்தில் அந்த மீனை விட்டதும், அது பெரிய குளத்தின் சிறப்பை மற்ற மீன்களிடம் கூறிற்று.

விவரம் தெரிய வந்ததும் மீன்கள் அந்தக் குளத்துக்குப் போகப் பெரிதும் ஆசைப்பட்டன. ஆகவே அவை கொக்கிடம் "எஜமானரே! எங்களை அந்தக் குளத்தில் கொண்டுபோய் விடும்" என்று வேண்டின.

ஒற்றைக் கண்ணுள்ள பெரிய மீனை முதலில் கொக்கு தனது அலகில் கௌவிப்போய், குளக்கரையில் இருக்கும் பெரிய கவட்டில் வைத்து, தன் அலகால் கொத்திக் கொத்தித் தின்றது. முழுதும் தின்று தீர்த்ததும், மரத்தின் அடியில் விழுந்திருந்த எலும்புகளைப் பொறுக்கி, இடத்தைச் சுத்தப்படுத்திவிட்டது.

பிறகு பழைய குளத்துக்குத் திரும்பி, "அந்த மீனைக் குளத்தில் விட்டுவிட்டேன். அடுத்து வருவது யார்?" என்று வினவிற்று கொக்கு.

இப்படி ஒவ்வொரு மீனாகப் பிடித்துப்போய் எல்லா மீன்களையும் தின்றுவிட்டது. ஒருநாள் கொக்கு குளத்துக்கு வந்தபோது குளத்தில் மீனே இல்லை. ஒரே ஒரு நண்டு மட்டும்தான் குளத்தில் எஞ்சி இருந்தது. அந்த நண்டையும் தின்ன கொக்கு விரும்பிற்று.

ஆகவே நண்டை அணுகி, "நண்டு மாமா! தாமரை நிறைந்த பெரிய நல்ல குளம் ஒன்றில் நான் எல்லா மீன்களையும் விட்டுவிட்டேன். புறப்பட்டு வா. உன்னையும் கொண்டு போய் குளத்தில் விட்டுவிடுகிறேன்" என்று சொல்லி கொக்கு அழைத்தது.

அதற்கு நண்டு, "என்னை நீ எப்படித் தூக்கிப் போவாய்?" என்று வினவிற்று.

"ஏன். எனது அலகில்தான் உன்னைக் கௌவிக்கொண்டு போவேன்" என்று கூறிற்று கொக்கு.

"நீ என்னைக் கீழே போட்டாலும் போட்டுவிடுவாய். அதனால் உன்னுடன் நான் வரமுடியாது" என்று சொல்லிற்று.

"நண்டே உனக்குப் பயம் வேண்டாம். உன்னை உறுதியாகப் பிடித்துக்கொள்கிறேன்" என்று கொக்கு சொல்லிற்று.

உடனே நண்டு தனக்குத் தானே இவ்வாறு எண்ணலாயிற்று. "கொக்கு மீன்களைக் குளத்தில் விட்டிருக்காது என்று தோன்றுகிறது. இது உண்மையாகவே என்னைக் குளத்தில் விடுமானால் நல்லதாய் போயிற்று. அப்படிச் செய்யாது போனால் இதன் தலையைத் துண்டித்து, கொக்கை நான் கொன்றுவிடுகிறேன்."

இப்படி எண்ணிய நண்டு கொக்கிடம், "கொக்கு நண்பனே! என்னை உறுதியாக உன்னால் பிடித்துக்கொள்ள முடியாது. வியக்கத்தக்க விதத்தில் நண்டுகளுக்கு பிடிப்பு ஆற்றல் உண்டு. எனது நகங்களால் உனது கழுத்தை நான் கெட்டியாகப் பிடித்துக்கொள்கிறேன். பிறகு என்னை நீ அழைத்துப் போகலாம்" என்று கூறிற்று.

நண்டு தன்னை ஏமாற்றப் பார்க்கிறது என்பதைப் புரிந்து கொள்ள முடியாத கொக்கு அதன் விருப்பத்துக்குச் சம்மதித்தது. குறடு போல உள்ள தமது நகங்களால், கொக்கின் கழுத்தை நண்டு கெட்டியாகப் பற்றிக் கொண்டதும், "புறப்படலாம்" என்று கொக்கினிடம் கூறிற்று.

அதன்படி புறப்பட்டுச் சென்ற கொக்கு, முதலில் நண்டுக்குக் குளத்தைக் காட்டிற்று. பிறகு மரத்துப் பக்கமாகப் புறப்பட்டது.

உடனே நண்டு சின்னம்மா! சின்னம்மா! குளம் இருக்கும் இடத்தை விட்டு வேறு பக்கம் ஏன் போகிறாய்?" என்று வினவிற்று.

அதற்குக் கொக்கு "நான் உனக்கு ஏற்ற சின்னம்மாதான். நீ எனக்கு ஏற்ற அக்கா பிள்ளைதான். இவ்வளவு தூரம் உன்னைத் தூக்கி வருவதற்கு, என்னை உன் அடிமை என்று நினைத்துக்கொண்டாயா என்ன?" என்று கேலி செய்தது. "இதோ பார் மரத்தின் அடியில் கிடக்கும் எலும்புக் குவியலை. இப்பொழுது உன்னை நான் தின்னப் போகிறேன்" என்று தொடர்ந்து கூறிற்று கொக்கு.

உடனே நண்டு "மீன்களின் முட்டாள் தனத்தினால் அவற்றை நீ தின்ன நேர்ந்தது. என்னைத் தின்பதற்கு உன்னை நான் விடமாட்டேன். உன்னால் ஒன்றும் செய்ய முடியாது. உன்னை நான் கொல்லப் போகிறேன். உன்னை நான் ஏமாற்றுவேன் என்பதை நீ தெரிந்துகொள்ளவில்லை. இறந்தால் நாம் இருவரும் இறக்கலாம். உனது தலையை நான் துண்டிக்கிறேன்" என்று கூறி கொக்கின் கழுத்தைத் தனது நகங்களால் நெருக்கிப் பிடித்தது.

கொக்கின் வாய் அகலத் திறந்துகொண்டது. கண்கள் நீரைச் சொரிந்தன. உயிருக்கு ஊசலாடிய கொக்கு "உன்னை நான் தின்னவில்லை. என் உயிரை நீ காப்பாற்று" என்று கெஞ்சிற்று.

"நல்லது அப்படியானால் என்னைக் குளத்துக்குக் கொண்டுபோய் இறக்கிவிடு" என்று நண்டு கூறிற்று.

கொக்கு குளத்துப்பக்கமாகத் திரும்பலாயிற்று. தண்ணீரின் ஓரத்தில் மண்மீது நண்டை இறக்க இருந்த சமயம், தாமரைத் தண்டைக் கத்தியால் வெட்டுவது போல, கொக்கின் கழுத்தை நண்டு துண்டித்துவிட்டது.

இவற்றையெல்லாம் மரத்திலிருந்த மர தேவதை கவனித்தது. வியப்புடன் நிகழ்ச்சியைப் பாராட்டிவிட்டு, காடே எதிரொலிக்கும்படி கீழ்வரும் பாடலைக் கூறிற்று.

ஏமாற்றுக்காரன், அதிக ஏமாற்றுக்காரனிடம் லாபம் அடைய முடியாது. நண்டிடம் கொக்கு எப்படி ஏமாந்தது என்பதைத்
தெரிந்துகொள்ளுங்கள்.

37. புதையலும் அடிமையும்

பிரம்மதத்தன் காசியை ஆண்ட போது, போதிசத்துவர் ஒரு நிலக் கிழாராகப் பிறந்திருந்தார். அப்போது இன்னொரு நிலக்கிழான் அந்த ஊரில் இருந்தான். அவன் வயதானவன் போதிசத்துவருக்கு நண்பன். அந்தக் கிழவனுக்கு வாலிப மனைவியும் ஒரு மகனும் இருந்தார்கள்.

அந்தக் கிழவன் தனக்குத் தானே இவ்வாறு சொல்லிக் கொள்ளலானான். "நான் இறந்து போனதும் என் வாலிப மனைவி வேறு எவனையாவது மணந்துகொண்டு விடுவாள். நான் சேகரித்து இருக்கும் பணத்தை எல்லாம் என் மகனுக்குக் கொடுக்காது அவள் செலவு செய்துவிடுவாள். ஆகவே நான் புதைத்து வைத்துவிட்டால் பணம் பத்திரமாய் இருக்கும் அல்லவா?

ஆகவே தன்னிடம் வேலை பார்க்கும் அடிமை நந்தன் என்பவனை உடன் அழைத்துக்கொண்டு கிழவன் காட்டுக்குப் போனான். செல்வத்தை எல்லாம் காட்டில் ஒரு இடத்தில் புதைத்துவைத்துவிட்டு அடிமையிடம் "நான் இறந்துபோன பின்னர், பணம் புதைத்து இருக்கும் இடத்தை என் மகனுக்குத் தெரிவி. இந்தக் காட்டை விலைக்கு விற்க வேண்டாம்" என்று சொன்னான்.

இவ்வாறு அடிமையிடம் சொல்லிய பின் கிழவன் இறந்து போனான்.

மகன் வளர்ந்து பெரியவன் ஆனான், அப்போது அவன் தாய் அவனிடம் "என் அருமை மகனே! உன் தந்தை நந்தனுடன் போய் பணத்தை எல்லாம் ஒரு இடத்தில் புதைத்து

வைத்திருக்கிறார். அந்த இடம் நந்தனுக்குத் தெரியும். நந்தனை அழைத்துப் போய் அந்தப் பணத்தைத் தோண்டி எடுத்து வந்து, குடும்பத்தைப் பரிபாலித்து வா" என்று சொன்னாள்.

எனவே அந்தப் பையன் ஒருநாள் நந்தனிடம் "என் தந்தை பணம் எதையும் புதைத்து வைத்திருக்கிறாரா?" கேட்டான்.

"ஆம். பிரபு. புதைத்து வைத்திருக்கிறார்"

"எந்த இடத்தில்"

"காட்டில் புதைத்து வைத்திருக்கிறார்"

கூடையையும் மண்வெட்டியையும் எடுத்துக்கொண்டு, நந்தனையும் உடன் அழைத்துக்கொண்டு மகன் காட்டுக்குப் போனான். பிறகு நந்தனிடம் "நந்தா! இடத்தைக் காட்டு" என்று சொன்னான்.

நந்தன் பணம் புதைத்து இருக்கும் இடத்தின்மீது நின்று கொண்டு அதைத் தன் பணமாக நினைத்துக்கொண்டு விம்மிப்போனான். ஆகவே தன் எஜமானை நோக்கி "அட வேசையின் மகனே! இந்த இடத்தில் எப்படியடா பணம் கிடைக்கும்?" என்று திட்டினான்.

வேலைக்காரனின் முரட்டுத்தனத்தை வாலிபன். பொறுத்துக் கொண்டான். "அப்படியானால் வா. வீட்டுக்குத் திரும்பலாம்" என்று சொல்லி, வேலைக்காரனை வீட்டுக்கு அழைத்துப் போனான்.

இரண்டு மூன்று தினங்களுக்குப் பின்னர் அந்த இடத்துக்கு நந்தனை அந்த வாலிபன் மீண்டும் அழைத்துப் போனான். அப்பொழுதும் வேலைக்காரன் முன்போலவே, முதலாளியை வைதான்.

பதிலுக்குத் திட்டாமல் காரணம் யாதாய் இருக்கலாம் என்று வாலிபன் சிந்திக்கலானான், "புறப்பட்டுப் போகும்போது, பணம் குறித்து இந்த அடிமை நன்றாகவே பேசுகிறான். ஆனால் அந்த இடத்தை அடைந்ததும் வாயில் வந்தவாறு ஏசுகிறான். ஏன் இப்படிச் செய்கிறான் என்பது எனக்குப் புரியவில்லை. என் தந்தையின் நண்பர் நிலக்கிழாரைக் கேட்டுப் பார்த்தால் விவரம் புரியலாம்" என்று முடிவுக்கு வந்தான்.

ஆகவே போதிசத்துவரிடம் சென்று, விவரத்தைச் சொன்னான். காரணம் யாதாய் இருக்கலாம் என்று அவரைக் கேட்டான்.

அதற்குப் போதிசத்துவர் "எந்த இடத்தில் வேலைக்காரன் நின்றுகொண்டு உன்னைத் திட்டுகிறானோ, அந்த இடமே உன் தந்தை பணத்தைப் புதைத்து வைத்திருக்கும் இடம். இன்னும் ஒரு முறை அவன் உன்னைத் திட்டத் தொடங்கும்போது, "அடிமைப் பயலே! யாரிடம் அடா இப்படிப் பேசுகிறாய்?" என்று சொல்லி அவனை அப்பால் இழுத்துவிடு." பிறகு மண்வெட்டி கொண்டு, அந்த இடத்தைத் தோண்டு. புதையல் கிடைக்கும். அந்தப் புதையலை அடிமையின் தலைமீது வைத்து எடுத்துப்போ" என்று சொல்லிப் பின்வரும் பாடலைச் சொன்னார்.

புதைத்து வைத்த பொன்னும் நகையும்
கீழ்மகன் நந்தா நின்று குரைக்கும் இடம்.

போதிசத்துவரிடம் மரியாதையோடு விடை பெற்றுக் கொண்டு, வாலிபன் வீடு திரும்பினான். பணம் புதைத்து வைத்திருக்கும் இடத்துக்கு நந்தனை அழைத்துப் போனான். போதிசத்துவர் சொன்ன புத்திமதிப்படி நடந்து, பணத்தைத் தோண்டி எடுத்துக்கொண்டு வீடு திரும்பினான், பிறகு போதிசத்துவர் கூறிய முறைப்படி வாழ்க்கை நடத்தினான். தான தருமங்களைச் செய்தான். சீலத்துடன் வாழ்ந்து அவன் இறந்து போனான். தனது செயல்களுக்கு உரிய கதியை அடைந்தான்.

38. மாரனின் வல்லமை

பிரம்மதத்தன் காசியை ஆண்ட போது, தலைமை நிதிக் கணக்கன் குடும்பத்தில் போதிசத்துவர் பிறந்தார். ஒரு இள வரசனைப் போன்று செல்வச் செழிப்பில் அவர் வளர்ந்தார். வயது பதினாறு நிரம்பிய சமயம், சகல துறைகளிலும் அவர் தேர்ச்சி பெற்றுத் திகழ்ந்தார். அவருடைய தந்தை காலமான பின்னர், அவரே தலைமை நிதிக்கணக்கர் ஆனார்.

அப்போது அவர் ஆறு தர்ம சத்திரங்களைக் கட்டினார். நகரின் நான்கு வாயில்களுக்கு அருகே ஒவ்வொன்றும், நகரின் நடுவே ஒன்றும், தனது மாளிகை வாயில் அருகே ஒன்றும் ஆக ஆறு சத்திரங்களைக் கட்டினார். செல்வச் செழிப்பில் வாழ்ந்த போதிலும் ஐந்து சீலங்களை அவர் கடைபிடித்தார். நோன்பு இருந்தார்.

ஒரு நாள் காலை உணவு நேரத்தில் வகையான சுவையான பதார்த்தங்கள் போதிசத்துவருக்காக கொண்டுவரப்பட்டன. அப்போது ஏழு தினங்கள் ஆன்மீக ஆனந்த நிலையில் மூழ்கி இருந்த பரிசேத புத்தர், இன்று காலை தலைமை நிதிக்கணக்கர் இல்லம் சென்று உணவு அருந்தினால் நன்றாய் இருக்கும் என நினைத்தார்.

ஆகவே எழுந்து வெற்றிலைக் கொடியால் பல்குச்சி செய்து பல் துலக்கினார். சுனோதத்தா ஏரியில் வாயைக் கொப்பளித்தார். உள்ளாடையை அணிந்துகொண்டு மனோசிலா மேட்டில் நின்றார். அரைக் கச்சையைக் கட்டிக்கொண்டார். மேலாடையையும் அணிந்துகொண்டார். பிச்சைப் பாத்திரத்தை வரவழைத்து எடுத்துக்கொண்டு, ஆகாய மார்க்கமாக, போதிசத்துவரின் மாளிகை அருகே

வந்து இறங்கினார். அது சமயம் காலை ஆகாரம் சாப்பிட போதிசத்துவர் ஆயத்தமாய் இருந்தார்.

பரிசேத புத்தர் வந்திருப்பதைப் பார்த்ததும், ஆசனத்தை விட்டு போதிசத்துவர் எழுந்தார். சிப்பந்தியைப் பார்த்தார். "பிரபோ! என்ன செய்ய வேண்டும்?" என்று சிப்பந்தி கேட்டான். "பெரியோருக்கு அமுது படைக்கும் பாத்திரத்தை எடுத்துவா" என்று போதிசத்துவர் சொன்னார்.

இதுசமயம் தீய நோக்கம் கொண்ட மாரன் பெரிதும் கலக்கம் அடைந்தான். "பரிசேத புத்தர் உணவு அருந்தி ஏழு நாட்கள் ஆகின்றன. இன்று உணவு அருந்தாவிட்டால் அவர் இறப்பார். நிதிக்கணக்கன் உணவு படைக்காதபடி தடுத்து, பரிசேத புத்தரை நான் அழித்து விடுகிறேன்" என்று சொன்னான்.

உடனே அவன் எழுந்து போய் மாளிகைக்குள் எண்பது அடி ஆழமுள்ள குழி ஒன்று உண்டாக்கினான். அது நிறைய வேலமர நெருப்புக் கங்கை நிரப்பினான். அவிசி நரகத்தில் எரிவது போல், நெருப்பு தகதகவென்று பிரகாசமாய் எரிந்தது. மாரன் வானத்தில் நின்றான்.

பெரியோருக்கு உரிய மரியாதைப் பாத்திரத்தை எடுக்கப் போல சிப்பந்தி, நெருப்பு எரிவதைக் கண்டு திகிலடைந்து திரும்பினான்.

"ஏன் திரும்பிவிட்டாய்?" என்று போதிசத்துவர் கேட்டார்.

"பிரபோ! வீட்டுக்கு நடுவே, நெருப்புக் கங்குகள் பிரகாசமாய் எரிகின்றன" என்று சொன்னான்.

அந்த நெருப்பு அருகே போன மனிதர்கள் எல்லாரும் திகிலடைந்து அங்கிருந்து ஓட்டம் பிடித்தார்கள்.

இது குறித்து போதிசத்துவர் சிந்திக்கலானார். "மயக்கும் இயல்புள்ள மாரனது செய்கையாகத் தான் இது இருக்கும். இன்று நான் பிச்சை இடுவதைத் தடுக்க இவன் காரியம் செய்கிறான். நூறு மாரர்கள், ஆயிரம் மாரர்கள் செய்வதைச் சமாளிக்க நான் தெரிந்துகொள்ள வேண்டும். மாரனுக்குப் பலம் அதிகமா அல்லது எனக்குப் பலம் அதிகமா என்பதை

நான் தெரிந்துகொள்ள வேண்டும்" என்று எண்ணினார். பிறகு தனது பாத்திரத்தையும் சிப்பந்தி கொணர்ந்த பாத்திரத்தையும் எடுத்துக்கொண்டு, அந்த நெருப்புக் குழி அருகே அவர் சென்றார். பிறகு ஆகாயத்தை அண்ணாந்து பார்த்தார். அங்கே மாரன் நிற்பதைப் பார்த்து "நீ யார்?" என்று வினவினார். "மாரன்" என்று பதில் கிடைத்தது.

"இந்தக் குழிக்குள் நெருப்புக் கங்குகளை உண்டாக்கியவன் நீதானா?" என்று கேட்டார்.

"ஆம். நான்தான்"

"ஏன்?"

"பிச்சை இடாது உம்மைத் தடுக்கவும் பரிசேத புத்தனை அழிக்கவும் நான் இவ்வாறு செய்தேன்" என்று மாரன் பதில் சொன்னான்.

"பிச்சை இடாது என்னைத் தடுக்கவும், பரிசேத புத்தரை அழிக்கவும் உன்னை நான் அனுமதியேன்" என்றார் போதி சத்துவர். "உனக்குப் பலம் அதிகமா? அல்லது எனக்குப் பலம் அதிகமா என்பதை இன்று நான் சோதித்துவிடப் போகிறேன்"

அந்தப் பயங்கரமான குழி அருகே நின்றுகொண்டு, "மதிப்புக்கு உரிய பரிசேத புத்தரே! இந்த நெருப்புக் கங்குக் குழியில் விழுந்தாலும் விழுவேனேயன்றி, இங்கிருந்து நான் திரும்ப மாட்டேன். நான் தரும் உணவை அருள் கூர்ந்து நீங்கள் சாப்பிட வேண்டும்" என்று கூறினார்.

பிறகு இந்தப் பாடலைச் சொன்னார்.

இந்தக் குழிக்குள் நேரே விழுந்தாலும் விழுவேனேயன்றி,
நரகத்தில் உழல நேர்ந்தாலும், நாணத்தை நான் துறக்க மாட்டேன்.
ஐயன்மீர்! அருள்பாலித்து நான் தரும் உணவை ஏற்றுக் கொள்ளுங்கள்.

இந்த வார்த்தைகளைக் கூறியபின், உணவுப் பாத்திரத்தைக் கையில் எடுத்துக்கொண்டு, நெருப்புக் குழியில் அசையாத உறுதியோடு இறங்கினார்.

இவ்வாறு அவர் இறங்கியதும் அந்தக் குழியிலிருந்து, எண்பது அடி உயரமுள்ள, ஒப்பற்ற பெரிய தாமரை மலர் ஒன்று தோன்றியது. போதிசத்துவரின் பாதங்களை, அந்த மலர் தாங்கிக் கொண்டது. அதிலிருந்து ஒரு படி அளவு மகரந்தப் பொடிகள் போதிசத்துவரின் உடல் முழுதும் விழுந்தது. அதனால் அவருடைய உடல் கால் முதல் தலை வரை தங்க மயமாயிற்று. தாமரை மலரில் நின்றபடியே போதிசத்துவர், தனது பாத்திரத்தில் இருக்கும் உணவை பரிசேத புத்தரின் பாத்திரத்தில் வார்த்தார்.

பரிசேத புத்தர் உணவைப் பெற்றுக்கொண்டு, உணவு மக்கள் இருக்கும் பாத்திரத்தை ஆகாயத்தில் வீசினார். பார்த்துக்கொண்டு இருக்கும்போதே தானும் ஆகாயத்தில் கிளம்பினார். மேகங்கள் அற்புதமாக அமைத்திருந்த வானவீதி வழியே, அவர் இமயமலையை அடைந்தார்.

தோல்வியுற்று மனம் புழுங்கிய மாரன், தனது இடத்துக்குத் திரும்பினான்.

தாமரை மலரில் இருந்தபடியே போதிசத்துவர் உண்மைகளை, மக்களுக்கு உபதேசம் செய்தார். பிச்சையிடுவதையும் சீலத்துடன் நடப்பதையும் உயர்த்திப் பேசினார். இவ்வாறு மக்களுக்குப் போதனை செய்துவிட்டு, மீண்டும் தனது மாளிகை திரும்பினார். தான தர்மங்களையும் இதர நற்காரியங்களையும் தமது வாழ்நாள் முழுதும் செய்தார்.

பின்னர் தனது செயலுக்குரிய மேலான கதியை அவர் அடைந்தார்.

39. தலைக்கனமுள்ளவன்

புத்த காசப்பர் வாழ்ந்த காலத்தில், சகோதரத் துறவி ஒருவர் கிராமத்தில் வாழ்ந்தார். அவரை கிராமத்து நிலக்கிழார் ஆதரித்தார். இவர் சீலத்துடன் வாழ்ந்தார். நல்ல முறையில் நடந்துகொண்டார். கூர்த்த மதியினராய் விளங்கினார்.

இவருக்கு வயதில் மூத்த அருகந்தர் ஒருவர் இருந்தார். அவர் மற்றவர்களுடன் சமமாகப் பழகினார். சகோதரத் துறவிகளை ஆதரிக்கும் நிலக்கிழாரின் கிராமத்துக்கு ஒருநாள் இந்த அருகந்தர் வந்தார். முதிய அருகந்தரின் நடையுடை பாவனைகளைக் கவனித்த நிலக்கிழார், அருகந்தரின் பாத்திரத்தைத் தனது கையில் வாங்கிக்கொண்டு, மிக்க மரியாதையுடன் வீட்டுக்குள் அவரை அழைத்துப்போய், உணவு அருந்துமாறு வேண்டினார். சாப்பிட்ட பின்னர், முதியவர் செய்த போதனையைச் செவிமடுத்தார். போதனை முடிந்ததும், தலைதாழ்த்தி அவரை வணங்கிவிட்டு, "பெருமானே! எங்கள் மடத்தைக் கடந்து தாங்கள் போகவேண்டாம். அருகே இருக்கும் மடத்திலேயே தங்குங்கள். மாலையில் வந்து தங்களை நான் சந்திக்கிறேன்" என்று சொன்னார்.

பிறகு விடைபெற்றுக்கொண்டு, முதியவர் மடத்துக்குக் கிளம்பினார். மடத்துக்கு வந்த அவரை, மடத்தில் தங்கி இருக்கும் பிக்கு மரியாதையுடன் வரவேற்று அருகே இருக்கச் செய்தார். அவருக்கு பிச்சை கிடைத்ததா என்ற கேட்டார்.

"ஆம். கிடைத்தது" என்று முதியவர் பதில் சொன்னார்.

"எங்கு?" என்று கேட்டார் பிக்கு.

"ஏன். இந்தக் கிராமத்து நிலக்கிழார் வீட்டில்தான் சாப்பிட்டேன்" என்று பதில் சொல்லிவிட்டு, தான் தங்குவதற்குரிய அறை எது என்று கேட்டார் முதியவர்.

அறை தயாரானதும் முதியவர் சென்று அதில் தங்கினார். ஆடையையும் பிச்சைப் பாத்திரத்தையும் அருகே வைத்துவிட்டு, ஆசனத்தில் அமர்ந்தார். பிறகு தியானத்தில் அமர்ந்து, நெறிகளைக் கடைப்பிடிப்பதால் கிட்டும் ஞானத்தையும் பலன்களையும் ஆனந்தமாக அனுபவித்தார்.

"மாலையில் நிலக்கிழார் மலர்கள், வாசனைத் திரவியங்கள், விளக்கு, எண்ணெய் ஆகியவற்றை வேலைக்காரர்கள் எடுத்து வர, மடத்துக்குப் போனார். அங்கே தங்கி இருக்கும் சகோதரத் துறவியைச் சந்தித்து வணங்கிவிட்டு, விருந்தினராக முதியவர் வந்தாரா?" என்று கேட்டார்.

"ஆம்" என்று சகோதரத் துறவி பதில் சொன்னார்.

"எந்த அறையை ஒதுக்கிக் கொடுத்தீர்கள். அறை எங்கே இருக்கிறது?" என்று வினவினார் நிலக்கிழார்.

விவரம் தெரிந்துகொண்டு, முதியவர் தங்கி இருக்கும் அறைக்கு நிலக்கிழார் போனார். சந்தித்துத், தலைதாழ்த்தி மரியாதையுடன் வணங்கிவிட்டு, முதியவரின் அருகே அமர்ந்து, அவர் செய்யும் போதனைகளைச் செவிமடுத்தார்.

குளிர்ந்த மாலை நேரத்தில் போதிமரத்துக்குச் சென்று விளக்கு ஏற்றி வழிபாடு செய்துவிட்டுத் திரும்பினார். பிறகு முதியவரையும் சகோதரத் துறவியையும் மறுநாள் தனது இல்லத்துக்கு உணவு உண்ண வருமாறு அழைத்தார்.

சகோதரத் துறவியின் மனதில் பேதபுத்தி உண்டாயிற்று. "முதியவர் இங்கேயே தங்குவாரானால், நிலக்கிழாரிடம் எனக்கு இருக்கும் பிடிப்பும் மதிப்பும் குறைந்து போகும்" என்று நினைத்தார். ஆகவே "முதியவரைத் தங்காது செய்துவிட்டால் நன்றாய் இருக்கும்" என்று முடிவு செய்துகொண்டார்.

மறுதினம் முதியவர் மரியாதைக்காகச் சகோதரத் துறவியைக் காண வந்தபோது, அவர் வாய் திறந்து பேசவில்லை. சகோதரத் துறவியின் மனப்போக்கை அருகந்தர் தெரிந்து

கொண்டார். "இந்தப் பிக்குவை ஆதரிக்கும் குடும்பத்துக்கோ, பிக்கு கூட்டத்துக்கோ நான் குறுக்கே நிற்க மாட்டேன் என்பதை இந்தச் சகோதரத் துறவி தெரிந்துகொள்ளவில்லை" என்று எண்ணிய அவர் தனது அறைக்குத் திரும்பி மௌனத்தில் ஆழ்ந்தார். பேரானந்த நிலையில் அவர் திளைத்தார்.

மறுதினம் கவனத்தோடு மெதுவாக சேகண்டியை நகத்தால் தட்டிவிட்டு, தான் மட்டும் தனியே நிலக்கிழார் வீட்டுக்குச் சகோதரத் துறவி போனார். பிச்சைப் பாத்திரத்தை அவர் கையிலிருந்து வாங்கிக்கொண்டு, அவரை அமரச் சொல்லி விட்டு, முதியவர் எங்கே என்று கேட்டார்.

"உங்கள் நண்பரைப் பற்றிய செய்தி எனக்கு எதுவும் தெரியாது" என்று சகோதரத் துறவி பதில் சொன்னார். "சேகண்டியை அடித்தும், கதவைத் தட்டிப் பார்த்தும் அவர் எழவில்லை. நேற்று அவர் சாப்பிட்ட சுவையான உணவு அவருக்குச் சரிப்பட்டு வரவில்லை போலும். அதனால் படுக்கையிலிருந்து அவரால் எழ முடியவில்லை என்று நினைக்கிறேன். இது உங்களுக்கு நன்மையாகத்தான் இருக்கும் போலும்" என்று கூறினார்.

இதற்கு இடையில் அருகந்தர் எழுந்து நீராடி உடை உடுத்துக்கொண்டு, பிச்சைப் பாத்திரத்தை எடுத்துக் கொண்டார். ஆகாய மார்க்கமாக வேறு ஒரு இடத்துக்கு பிச்சைக்கு அவர் போய்விட்டார்.

சகோதரத் துறவியின் பாத்திரத்தில் நிலக்கிழார் தேன், பால், சோறு, சர்க்கரை, நெய் இவற்றை இட்டார், அவர் சாப்பிட்டு முடிந்ததும், வேறு ஒரு பிச்சைப் பாத்திரத்தை நறுமணச் சுண்ணாம்பால் சுத்தம் செய்து, பிறகு அதை உணவால் நிரப்பி, "பெரியவர் பசியால் களைத்துப்போய் இருப்பார். இந்த உணவை அவரிடம் கொண்டுபோய் கொடும்" என்று சொல்லிக் கொடுத்தான்.

எதுவும் முணங்காமல், சகோதரத் துறவி உணவுப் பாத்திரத்தை வாங்கிக்கொண்டு கிளம்பினார்; போகும்போதே அவர் உள்ளத்தில் பலவித எண்ணங்கள் ஊடாடின. "ஒரு முறை இந்த உணவைச் சுவைக்கச் செய்து நண்பனை

கழுத்தைப் பிடித்துத் தள்ளிக் காலால் எட்டி உதைப்பதன் மூலம் தொலைத்துவிடலாமா? இந்த உணவை எவ்வாறு தொலைப்பது? இதை வேறு யாருக்காவது கொடுத்தால் வெளியே தெரிந்துவிடும். தண்ணீரில் கொட்டினால் நெய் மேலே மிதக்கும். தரைமீது கொட்டினால் அந்த இடத்துக்கு, பல பக்கங்களிலிருந்தும் காக்கைகள் வந்து கூடிவிடும்."

இப்படிக் குழம்பிய நிலையில் இருந்த பிக்கு, எரிந்து கிடந்த ஒரு வயலைப் பார்த்தான். கரியை ஒதுக்கிவிட்டு பள்ளம் ஒன்று தோண்டி, அந்தக் குழிக்குள் உணவைக் கொட்டி குழியை மூடிவிட்டு வீடு போய்ச் சேர்ந்தான்.

மடத்துக்கு வந்தபோது முதியவரைக் காணவில்லை. "தான் பொறாமைப்படுவதைத் தெரிந்துகொண்டு, அருகந்தர் போய் விட்டார் போலும்" என்று நினைத்துக் கொண்டார். "நான் நாசமாய்ப் போனேன். பேராசை என்னைப் பாவம் செய்யும் படித் தூண்டிவிட்டதே"

இதனால் அவர் உள்ளத்தைத் துயரம் வாட்டியது. நடமாடும் பேய் போல் அவர் திரிந்துகொண்டு இருந்தார். பிறகு காலமான பின், இலட்சக்கணக்கான ஆண்டுகளுக்கு மேல் நரகத்தில் உழன்றார். பாவம் முற்றியதன் விளைவாக, மேலும் ஐநூறு பிறவிகள் பேயாய்ப் பிறந்து அலைந்தார். போதிய அளவு உண்ண உணவு கிடைக்காது தவித்தார். ஒரே ஒருநாள் மட்டும் உண்ண கழிவுப் பொருள் கிடைத்தது. பிறகு மேலும் ஐநூறு பிறவிகள் நாயாகப் பிறந்தார். அப்போதும் ஒருநாள் மட்டும் வாந்தி எடுத்த உணவைத் தின்ன நேர்ந்தது. இந்த இருவேளைகளையும் தவிர்த்து, வயிறு நிறைய அவரால் உணவு உண்ண முடியவில்லை, நாய்ப் பிறவி கழிந்த பின் காசியிலுள்ள ஒரு கிராமத்தில் பிச்சைக்காரக் குடும்பத்தில் அவர் பிறந்தார். அவர் பிறந்த தினத்திலிருந்து அந்தக் குடும்பம் உணவுக்கு மேலும் அவதிப்பட்டது. அரை வயிற்றுக்குக்கூட அந்த பிக்குவுக்குக் கஞ்சி கிடைக்கவில்லை. மித்தன் விந்தகன் என்ற பெயர் அவருக்கு ஏற்பட்டது.

பசியின் கொடுமை தாங்காது, அவனுடைய பெற்றோர், "சனியனே! எங்காவது போய்த்தொலை" என்று வீட்டை விட்டு அடித்து அவனைத் துரத்திவிட்டார்கள்.

எங்கும் சுற்றியலைந்த புறக்கணிக்கப்பட்ட அந்தச் சகோதரத் துறவி கடைசியாகக் காசி நகரம் வந்து சேர்ந்தான். அப்போது போதிசத்துவர் உலகப் புகழ்பெற்றுத் திகழ்ந்தார். ஐநூறு பிராமணச் சீடர்கள் அவருக்கு இருந்தார்கள். அந்தக் காலத்தில் தழைப் பிள்ளைகளுக்கு, இலவசக் கல்வியும் உணவும் அளிப்பது வழக்கம். ஆகவே போதிசத்துவரின் கீழ் இயங்கும் இந்த அறப்பள்ளியில் மித்தன் விந்தகன் சேர்ந்துகொண்டான்.

மித்தன் விந்தகன் முரடனாய் இருந்தான். மற்ற பிள்ளைகளோடு சண்டை பிடித்தான். ஆசிரியர் கண்டித்தும் கட்டுப் படவில்லை. வருவாய் குறைந்துபோயிற்று. அதனால் போதிசத்துவர் பள்ளியில் அவனால் படிக்க முடியவில்லை. சண்டை பிடித்தான். கண்டித்தால் திருந்தவில்லை. அதனால் பள்ளிக்கூடத்திலிருந்து அவன் ஓடிவிட்டான். கிராமத்தின் கடைக்கோடியில் கூலிவேலை பார்த்தான்; ஏழைப் பெண்ணைக் கல்யாணம் செய்துகொண்டான். இரண்டு பிள்ளைகள் பிறந்தன.

பிறகு கிராமத்தார்கள், எது நல்லது எது கெட்டது என்பதை அவன் கூறுவதைக் கொண்டு தெரிந்துகொண்டார்கள். கிராமத்தின் கோடியில் அவனுக்கு ஒரு குடிசை கட்டிக் கொடுத்தார்கள். மித்தன் விந்தகன் அந்தக் கிராமத்தில் வசிக்க வந்தது முதல் பலமுறை அந்தக் கிராமம் அவதிக்கு உள்ளாயிற்று. அரசன் அந்தக் கிராமத்தார் மீது கோபம் கொண்டு, அந்தக் கிராமத்தை ஏழு முறை தரைமட்டம் ஆக்கினான். ஏழுமுறை குளங்கள் வற்றிவிட்டன.

கிராமவாசிகள் இது குறித்து யோசித்தார்கள். "மித்தன் விந்தகன் வருவதற்கு முன்னர் இந்தக் கதி நமக்கு நேரவில்லை. இவன் வந்த நாள்முதல் நாளுக்கு நாள் நிலைமை மோசமாகி வருகிறது. ஆகவே அடி கொடுத்து கிராமத்தை விட்டு அவனைத் துரத்திவிட்டார்கள். குடும்பத்தையும் அழைத்துக் கொண்டு, பேய்கள் நடமாடும் காட்டில் அவன் சுற்றி அலைந்தான். அங்கே பேய்கள் அவன் மனைவியையும், குழந்தைகளையும் கொன்றுவிட்டன. அங்கிருந்து ஓட்டம் பிடித்த அவன், காம்பீரக் கடற்கரையிலுள்ள ஒரு கிராமத்தை அடைந்தான்.

அங்கு ஒரு கப்பல் புறப்படத் தயாராக இருந்தது. அந்தக் கப்பலில் அவன் கூலி வேலை பார்த்தான். ஏழு நாட்கள் கப்பல் சேர்ந்தாற்போல் தடை எதுவும் இல்லாது ஓடிற்று. எட்டாம் நாள் ஒரு பாறையில் மோதியதுபோல, ஓடாமல் நடுக்கடலில் கப்பல் நின்றுவிட்டது. தங்களுக்கு வினையாக வந்திருப்பவன் யார் என்பதைத் தெரிந்துகொள்ள, ஏழு முறை சீட்டுக் குலுக்கிப் போட்டு எடுத்தார்கள். ஏழு முறையும் மித்தன் விந்தகன் பெயரே சீட்டில் வந்தது. ஆகவே மூங்கில் கழிகளால் ஆன தெப்பம் ஒன்று கட்டி அதன்மீது மித்தன் விந்தகனைத் தூக்கிப் போட்டார்கள். பிறகு கப்பல் புறப்படலா யிற்று.

அலைகள் மோத, மித்தன் விந்தகன் கடலிலே மிதந்தான். புத்த கவியபரின் கட்டளைகளுக்குக் கீழ்ப்படிந்து நடந்ததன் விளைவாக, ஏழாம் நாளன்று நான்கு தேவமாதர்கள் வாழும் பளிங்கு மாளிகையை அவன் கண்டான். அவர்களுடன் மகிழ்ச்சியோடு ஏழு தினங்கள் தங்கினான். அந்த அரண்மனைப் பேய்கள் ஏழு தினங்கள் மட்டுமே அங்கு மகிழ்ச்சியாக வாழலாம். தாங்கள் தண்டனை அனுபவிக்க வேண்டிய ஏழாம் நாள் அன்று அவை மித்தன் விந்தகனிடம் "நாங்கள் திரும்பும் வரை இங்கேயே இரு" என்று உத்தரவிட்டுப் புறப்பட்டுப் போயின.

அந்தப் பேய்கள் போனபின்னர் மித்தன் விந்தகன் தனது தெப்பத்தில் பயணம் செய்து, எட்டுத் தேவமாதர்கள் வாழும் வெள்ளி அரண்மனையை அடைந்தான். அவர்களிடம் விடைபெற்றுக்கொண்டு, பதினாறு தேவமாதர்கள் வாழும் இரத்தின அரண்மனையை அடைந்தான். அதன் பின்னர் முப்பத்து இரண்டு தேவமாதர்கள் வாழும் தங்க அரண்மனைக்குப் போனான். அவர்கள் கூறியதைப் பொருட் படுத்தாமல், மேலும் பயணம் செய்து, மனிதனைத் தின்னும் அரக்கியர்கள் வாழும் தீவை அடைந்தான்.

அப்போது ஒரு அரக்கி ஒரு வெள்ளாடு வடிவத்தில் இருந்தாள். அது அரக்கி என்பதை அறியாத மித்தன் விந்தகன், அந்த வெள்ளாட்டின் காலைப் பிடித்து இழுத்தான். அரக்க

இயல்புள்ள அந்த ஆடு ஒரு உதை கொடுத்ததால் கடலில் போய் அவன் விழுந்தான். கடலால் ஒதுக்கப்பட்டு, காசி யிலுள்ள ஒரு முள் மேட்டை அவன் அடைந்தான். அங்கிருந்து தரையில் உருண்டு விழுந்தான்.

அரசரின் ஆடுகளைப் பிடித்து, கொன்று தின்பதற்காக, திருடர்கள் இந்த மேட்டுக்கு வந்து போவது வழக்கம். ஆடு திருடும் போக்கிரிகளைப் பிடிக்க இடையர்கள் மறைந் திருந்தார்கள்.

உணர்வு வந்தபோது, மித்தன் விந்தகன் வெள்ளாடுகள் நிற்பதைப் பார்த்தான். கடலின் மத்தியில் இருக்கும் தீவிலுள்ள இந்த வெள்ளாடுதான் காலால் உதைத்து என்னைக் கடலில் தள்ளியது. இந்த ஆட்டின் காலைப் பிடித்து நான் இப்போது இழுத்தால், பெண்கள் வாழும் அரண்மனைக்கு என்னை இது உதைத்துத் தள்ளக் கூடும்.

இப்படி எண்ணிய அவன் ஒரு வெள்ளாட்டின் காலைப் பிடித்து இழுத்தான். ஆடு கத்த ஆரம்பித்தது; நாற்புறங்களிலிருந்தும் இடையர்கள் ஓடி வந்தார்கள். அவனைப் பிடித்துக் கொண்டு, "அரசரின் வெள்ளாடுகளைத் திருடித் தின்பவன் இவன்தான்" என்று சொல்லி, அவனுடைய கைகளைக் கட்டி அரசனிடம் இழுத்துப் போனார்கள்.

இது சமயம் ஐநூறு பிராமணச் சீடர்களையும் அழைத்துக் கொண்டு போதிசத்துவர் நீராட வந்தார். மித்தன் விந்தகனை இனம் தெரிந்துகொண்டு, "அன்பர்களே! இவன் என் சீடர்களில் ஒருவன் ஆயிற்றே! நல்லவர்களே! எதற்காக இவனைப் பிடித்துப் போகிறீர்கள்?" என்று கேட்டார்.

"குருதேவா! அரசரின் ஆடுகளை இவன் திருடிவிட்டான். அதனால் இவனைப் பிடித்துப் போகிறோம்" என்று அவர்கள் சொன்னார்கள்.

அதற்குப் போதிசத்துவர் "இவனை நீங்கள் எங்களிடம் ஒப்படைத்துவிட்டால், எங்களிடம் அடிமைபோல இவன் நடந்துகொள்வான்" என்று சொன்னார்.

"சரி. ஐயனே!" என்று சொல்லி போதிசத்துவரிடம் அவனை ஒப்படைத்துவிட்டு, இடையர்கள் போய்விட்டார்கள்.

பிறகு இவ்வளவு காலமும் எங்கே இருந்தாய் என்று மித்தன் விந்தகனைப் போதிசத்துவர் கேட்டார்.

தான் செய்தவற்றை எல்லாம் போதிசத்துக்கு அவன் சொன்னான்.

நல்லவர்களின் யோசனையைக் கேட்காததனால், இந்தத் துயரங்களை எல்லாம் நீ அனுபவிக்க நேர்ந்துளது என்று சொல்லி, பின்வரும் பாடலை அவர் சொன்னார்.

அன்போடு நண்பர்கள் கூறுவதை, தலைக்கனம் உள்ளவன்
கேட்பது இல்லை.
அவர்கள் மித்தகனைப் போல் அவதிப்படுவார்கள்.
வெள்ளாடு மேயும் போது காலைப் பற்றி இழுப்பார்கள்.

இதன் பின்னர் ஆசிரியரும் மித்தகனும் காலமாகி, தங்கள் தங்கள் செயலுக்கு உரிய கதியை அடைந்தார்கள்,

40. காகமும் புறாவும்

பிரம்மதத்தன் காசியை ஆண்டபோது போதிசத்துவர் ஒரு புறாவாகப் பிறந்திருந்தார். அப்போது காசியில் வாழும் மக்கள் பறவைகளுக்கு உதவும் பொருட்டு நல்ல எண்ணத்துடன், அங்கங்கே, பல இடங்களில் மூங்கில் கூடைகளைத் தொங்கப் போட்டிருப்பார்கள்.

காசியின் நிதிக்கணக்கருடைய சமையற்காரன் ஒரு மூங்கில் கூடையைச் சமையல் கூடத்தில் தொங்கப் போட்டு இருந்தான். இந்தக் கூடையில் போதிசத்துவப் புறா வசிக்கலாயிற்று. பொழுது புலர்ந்ததும், உணவின் பொருட்டு அது வெளியே புறப்பட்டுப் போய்விடும். மாலையில் தனது இல்லமான கூடைக்குத் திரும்பிவிடும். இப்படியாக அந்தப் புறா வாழ்ந்து வந்தது.

ஒருநாள் காக்கை ஒன்று சமையல் கட்டுக்குப் பறந்து வந்தது. அங்கே இருக்கும் புதிய மீன், இறைச்சி, உப்பு இவற்றின் மணம் அதன் ஆவலைத் தூண்டிற்று. இவற்றை ருசிபார்க்க வேண்டும் என்ற விருப்பம் காக்கைக்கு உண்டா யிற்று. ஆகவே பக்கத்தில் அமர்ந்துகொண்ட அது, இவற்றை எவ்வாறு ருசிப்பது என எண்ணலாயிற்று. இது சமயம் தனது இருப்பிடமாகிய சமையல் கூடத்துக்கு, புறா வந்து சேர்ந்தது. இதைப் பார்த்ததும், "இந்தப் புறாவைக் கொண்டு, தனது விருப்பத்தை நிறைவேற்றிக் கொள்ளலாம்" என்று காக்கை எண்ணிற்று.

மறுதினம் அதிகாலையில் உணவின் பொருட்டு புறப்பட்ட போது, நிழலைப் போல, காகம் அதைப் பின்தொடர்ந்தது.

புறா போன இடத்துக்கெல்லாம் காகம் உடன் பறந்து போயிற்று. இதைக் கவனித்த புறா "நண்பனே! என்னை நீ ஏன் பின்தொடருகிறாய்?" என்று வினவிற்று.

அதற்குக் காக்கை "எஜமானரே! உங்கள் தோற்றத்தைப் பார்த்து எனக்கு வியக்கத் தோன்றுகிறது. அதனால்தான் உங்களைப் பின்தொடர்ந்து வருகிறேன்" என்று பதில் சொல்லிற்று.

உடனே புறா, "நண்பனே! உனது உணவும் எனது உணவும் ஒரே வகையானதன்று. ஆகவே என்னை நீ தொடர்வதன் மூலம் உனக்குச் சிரமம் ஏற்படக் கூடும்" என்று சொல்லிற்று.

அதைக் கேட்டதும் "நீங்கள் உண்ணும் உணவை நானும் உண்ணுகிறேன்" என்று கூறிற்று.

"அவ்வாறே செய். நீ செய்வதை உளப்பூர்வமாகச் செய்" என்று கூறிற்று. புறா காக்கைக்கு இந்த முன்னெச்சரிக்கையைச் செய்துவிட்டு, புறா புறப்பட்டுச் சென்று சுற்றிப் பறந்து புல் விதைகளைப் பொறுக்கித் தின்னலாயிற்று. காகமும் புறப்பட்டுச் சென்று, சாணியில் இருக்கும் புழுக்களை வயிறு கொண்ட மட்டும் கொத்தித் தின்றது. பிறகு புறாவிடம் திரும்பி, எஜமானரே! நீங்கள் உணவு உண்ண அதிக நேரம் பிடிக்கிறது. இதைத் தவிர்ப்பது அவசியம்" என்று புத்திமதி சொல்லிற்று.

உணவை முடித்துக்கொண்டு புறா மாலையில் சமையல் கூடத்துக்குத் திரும்பிற்று. காகமும் சமையல் கூடத்துக்கு வந்து சேர்ந்தது.

"நம் பறவை வேறு ஒரு பறவையை அழைத்து வந்திருக்கிறதே" என்று சமையல்காரன் வியப்போடு கூறினான். பிறகு இரண்டாவது கூடு ஒன்றைக் கொண்டுவந்து தொங்கவிட்டான். அன்றிலிருந்து இரண்டு பறவைகளும் சமையல் கூடத்தில் ஒன்றாகவே வாழ்ந்து வந்தன.

இந்த நிலையில் ஒருநாள் நிதிக்கணக்கன் நிறைய மீன்களைக் கொணர்ந்து சமைக்கும் பொருட்டு, சமையல்காரனிடம் கொடுத்தான். அவற்றைச் சமையல்காரன் சமையல் கூடத்தில் தொங்கவிட்டு இருந்தான். இந்த மீன்களைப் பார்த்ததும்

மறுதினம் ஆகாரத்துக்குப் போக வேண்டாம் என்று காகம் தீர்மானித்தது. மீன்களைச் சாப்பிடுவது சுவையாய் இருக்கும் என நினைத்தது.

ஆகையால் இரவு முழுவதும் முனகிக்கொண்டே இருந்தது. மறுதினம் உணவு தேடப் புறப்படலாம் வா என்று காக்கையைப் புறா அழைத்தபோது, காகம் "நண்பனே! நீ மட்டும் இன்று போ. எனக்கு வயிற்று வலியாக இருப்பதால் என்னால் வரமுடியாது" என்று சொல்லிற்று.

உடனே புறா "நண்பனே! காக்கைகளுக்கு வயிற்று வலி ஏற்படும் என்று நான் கேள்விப்பட்டது இல்லை. இரவு விழித்து இருக்கும் மூன்று நேரங்களிலும் காகங்களுக்குச் சோர்வு ஏற்படும் என்று கேள்விப்பட்டு இருக்கிறேன். விளக்குத் திரியைத் தின்றால் காகங்களுக்குப் பசி சிறிது தணியக்கூடும் என்று சொல்லுகிறார்கள். சமையல் கூடத்தில் இருக்கும் மீன்கள்மீது ஆசைப்பட்டுக்கொண்டிருக்காதே! மனிதர்கள் சாப்பிடும் உணவு உனக்குப் பொருந்தி வராது. ஆகவே என்னுடன் வந்துவிடு. என்னுடன் வந்து உனக்குத் தேவையான உணவை நீயே தேடிக்கொள்" என்று அழைத்தது.

"எஜமானே! உண்மையாகவே என்னால் வரமுடியாது" என்று கூறிற்று காக்கை.

அதற்குப் புறா "உனது நடத்தையே நீ யார் என்பதைக் காட்டிவிடும். பேராசைக்கு இடம் கொடுக்காதே. நிதானமாகவும் உறுதியாகவும் நடந்துகொள்" என்று அறிவுரை கூறியபின் புறா போய்விட்டது.

பலவிதமான மீன்களை எடுத்துச் சமையல்காரன் பலவிதங்களில் பக்குவம் செய்தான். குழம்புச் சட்டியிலிருந்து ஆவி வரும் பொருட்டு, சிறிது திறந்து சிப்பல் தட்டால் மூடிவிட்டு, வியர்வையைத் துடைத்துக்கொள்ளும் பொருட்டு அப்பால் போனான்.

இது சமயம் கூண்டுக்குள் இருந்து தலையை நீட்டி எட்டிப் பார்த்தது. சமையல்காரன் அப்பால் போய் இருக்கிறான் என்பதைக் காகம் தெரிந்துகொள்ளலாயிற்று. "இதுதான் சரியான நேரம். இதுபோனால் இனிச் சாத்தியப்படாது" என்று

காகம் நினைத்தது. "பெரிய துண்டமாக எடுப்பதா அல்லது, கொத்துக் கறியாக எடுப்பதா?"

நீண்ட நேரம் யோசித்து, கொத்தின கறியையே நிறைய எடுப்பது என முடிவுக்கு வந்தது. பிறகு பெரிய துண்டம் ஒன்றை எடுத்து, கூண்டில் வைத்துக்கொண்டு தின்பதே நலம் என்று தீர்மானித்தது. ஆகவே கூட்டை விட்டுப் பறந்துபோய், சிப்பல் தட்டின் மீது உட்கார்ந்தது. சிப்பல் தட்டில் சப்தம் உண்டாயிற்று.

சிப்பல் தட்டின் சத்தம் கேட்டதும், "என்னமாய் இருக்கும்?" என்று நினைத்துக்கொண்டு, சமையல்காரன் ஓடிவந்தான். காக்கையைப் பார்த்ததும், இந்த "அயோக்கியக் காக்கை என் எஜமானரின் உணவைத் தின்னப் பிரியப் படுகிறது. நான் சமைத்தது என் எஜமானருக்கே அன்றி, இந்த அயோக்கியக் காக்கைக்கு அன்று" என்று சொன்னான்.

பிறகு கதவைச் சாத்திவிட்டு, காகத்தைப் பிடித்துக் கொண்டு, உடலில் மீதம் இல்லாமல் அதன் இறக்கைகளைப் பறித்தான். சீரகம், இஞ்சி, உப்பு இந்த மூன்றையும் சேர்த்துப் பொடிசெய்து, புளித்த மோரில் கலந்தான். கடைசியாக இந்தக் கரைப்புக்குள் காக்கையை ஊறுகாய் போட்டான். பிறகு போட்டுவிட்டான். வலி தாங்க எடுத்துக் கூண்டுக்கள் முடியாமல் காகம் கத்தியபடி இருந்தது.

மாலையில் திரும்பிய புறா, காகத்தின் அவலமான கதியைக் கவனித்தது. "பேராசையுள்ள காகமே! நான் கூறிய அறிவுரைகளை நீ கேட்க மறுத்துவிட்டாய். உனது பேராசையே உனக்குத் தீங்காய் முடிந்தது" என்று சொல்லிக் கீழ்வரும் பாடலைச் சொன்னார்.

தலைக்கனமுள்ளவன் நண்பர்கள் கூறும்
அறிவுரைகளைக்
கேட்டகமாட்டான்.

அன்பான ஆலோசனையையும் ஏற்க மாட்டான்
பேராசை பிடித்த காகம் போல அவன் நிச்சயம்
அழிவான்.

புறா சொன்ன எச்சரிக்கை வார்த்தைகளை அது பொருட் படுத்தவில்லை.

இதன் பின்னர் அங்கு வசிக்கப் பிரியப்படாது புறா பறந்து போய்விட்டது. காகம் அப்போதே இறந்து போயிற்று. கூடையிலிருந்து எடுத்து, அதைச் சமையல்காரன் குப்பைத் தொட்டியில் போட்டான்.

41. பாம்பொடு பழகாதே

ஒரு சமயம் காசி நாட்டில் போதிசத்துவர் பணக்காரக் குடும்பம் ஒன்றில் பிறந்திருந்தார். நன்மை தீமைகளை வேறு படுத்திக் காணும் அறிவுத் திறன் அவருக்கு ஏற்பட்டபோது, பேராசையால் விளையும் துயரத்தையும் அதைக் கட்டுப்படுத்து வதால் ஏற்படும் ஆனந்தத்தையும் அவர் தெரிந்துகொண்டார். ஆசைகளை விட்டொழித்து, இமயமலை சென்று அவர் துறவி ஆனார். தியானத்தில் ஈடுபட்டார். ஐந்துவகை மேலான ஞானத்தையும், எட்டுவகைப் பேறுகளையும் அவர் பெற்றார். ஆன்மீக உள்ளுணர்வு வாழ்க்கையில் அவர் திளைத்தார். ஒரு காலத்தில் ஐநூறு துறவிகளுக்கு, அவர் தலைமைத் துறவியாக விளங்கினார்.

இது சமயம் ஒரு நாள் தனது இயல்புப்படி சுற்றித் திரியும் நச்சுப் பாம்பு ஒன்று, ஒரு துறவியின் குடிலுக்கு வந்தது. அந்தக் குடிலைச் சார்ந்த பிக்கு அந்தப் பாம்புக் குட்டியைத் தனது குழந்தை போல் நினைந்து அன்பு செலுத்தினார். மூங்கில் கழிகளை இணைத்து ஒரு பெட்டி செய்து, அதற்குள் அந்தப் பாம்பு குட்டியைத் தங்கச் செய்தார். மூங்கில் கழிகளுக்கு இடையே தங்கியதனால் அந்தப் பாம்புக் குட்டிக்கு, "மூங்கில்' என்ற பெயர் ஏற்பட்டது. அதைத் தன் குழந்தைபோல் மிக்க நேசத்தோடு முனிவர் வளர்த்ததனால், அவருக்கு "மூங்கிலின் தந்தை" என்ற பெயர் உண்டாயிற்று.

இவர் பாம்புக் குட்டியை வளர்ப்பது போதிசத்துவருக்குத் தெரியவந்தது. உடனே அவரை அழைத்துவரச் செய்து, பாம்புக்

குட்டியை வளர்ப்பது உண்மைதானா என்று கேட்டார். ஆம் என்று முனிவர் தெரிவித்ததும் "நச்சுப் பாம்புகளை ஒருபோதும் நம்பலாகாது. அதை வளர்க்க வேண்டாம்" என்று சொன்னார்.

அந்தப் பிக்கு சம்மதிக்கவில்லை. "ஆசிரியர் சீடனை நேசிப்பதைப் போல இந்தப் பாம்புக் குட்டியை நான் நேசிக்கிறேன். அதைப் பிரிந்து என்னால் வாழ முடியாது" என்று கூறினார்.

பிக்கு சொன்னதைக் கேட்ட போதிசத்துவர், "இந்தப் பாம்பினால்தான் உமது உயிருக்கு ஆபத்து நேரும். இதைத் தெரிந்து கொள்ளும்" என்று கூறினார்.

ஆசான் எச்சரித்தும் அந்தப் பிக்கு கேட்கவில்லை. பிரிய மனம் இல்லாது அந்தப் பாம்பை செல்லமாக வைத்துக் கொண்டார்.

சில தினங்களுக்குப் பின்னர், கனிகள் சேகரிக்க பிக்குகள் சென்றார்கள். ஓர் இடத்துக்கு அவர்கள் போனபோது அங்கு பல்வகையான பழங்கள் இருந்தன. அதனால் அவற்றைச் சேகரிக்கும் பொருட்டு, இரண்டு மூன்று தினங்கள் இங்கேயே தங்கினார்கள். மற்ற பிக்குகளும் கனிகள் சேகரிக்க அங்கேயே தங்கினார்கள். மூங்கில் தந்தையும் அவர்களுடன் சென்றார். அதனால் பாம்புக் குட்டி மூன்று நான்கு தினங்கள் இரை இல்லாது மூங்கில் பெட்டிக்குள்ளே கிடக்க வேண்டியதாயிற்று.

இரண்டு தினங்களுக்குப் பின் திரும்பிய அவர், பாம்புக் குட்டி பசியாய் இருக்குமே என்று கருதி, மூங்கில் கழிப் பெட்டியைத் திறந்து "மகனே! உனக்குப் பசியாய் இருக்குமே. வெளியே வா" என்று கையை நீட்டினார்.

இரண்டு தினங்களாகப் பசியுடன் இருந்த பாம்புக்குட்டி, அந்தப் பிக்குவைக் கடித்துவிட்டு, தப்பி காட்டுக்குள் ஓடிவிட்டது. முனிவர் அந்த இடத்திலேயே இறந்துபோனார்.

பிக்கு இறந்து கிடப்பதைப் பார்த்த மற்ற பிக்குகள், போதிசத்துவரிடம் வந்து தெரிவித்தார்கள். அவருடைய உடலைத் தகனம் செய்யும்படி போதிசத்துவர் சொன்னார். பிறகு எல்லாருக்கும் மத்தியிலே இருந்துகொண்டு, கீழ்வரும் பாடலைச் சொன்னார்.

அன்பர்கள் கூறும் அறிவுரைகளை, தலைக்கனமுள்ளவர்கள் கேட்பது இல்லை.

மூங்கில் தந்தை அழிந்ததைப்போல அவர்களும் அழிவார்கள்.

தம் சீடர்களுக்கு இவ்வாறு போதிசத்துவர் அறிவுரைகள் கூறினார். பிறகு மேலான நான்கு நிலைகளை அவர் அடைந்தார். காலமான பின்னர் பிரம்ம லோகத்தில் அவர் பிறந்தார்.

42. அசட்டுப் பிள்ளை

ஒரு சமயம் காசி நாட்டில் போதிசத்துவர் ஒரு வியாபாரியாகப் பிறந்திருந்தார். காசி நாட்டின் எல்லைப்புறக் கிராமம் ஒன்றில், பல தச்சர்கள் வசித்தார்கள். அவர்களுள் ஒரு தச்சனின் தலை முழுதும் வழுக்கையாய் இருந்தது. மரம் ஒன்றைப் பொறுக்கி எடுத்து மும்முரமாக அதில் அவன் வேலை செய்துகொண்டிருந்தபோது, அவனுடைய வழுக்கைத் தலை, பித்தளை சட்டிபோல் பிரகாசித்தது. அப்போது ஒரு கொசு அவன் தலைமீது உட்கார்ந்து, அம்பு போன்ற தனது கொடுக்கால் அவனைக் கடித்துவிட்டது.

தச்சனுக்குப் பக்கத்திலே அவன் மகன் உட்கார்ந்து இருந்தான். அவனிடம் "மகனே! ஒரு கொசு என் தலைமீது உட்கார்ந்து என்னைக் கடிக்கிறது. அதை ஒரு அடி கொடுத்து விரட்டு" என்று தச்சன் சொன்னான்.

அதற்கு மைந்தன் "அப்பா! அசையாமல் இருங்கள். ஒரு போடு போட்டு அதை நான் கொன்றுவிடுகிறேன்" என்று கூறினான்.

இது சமயம் போதிசத்துவர், வியாபாரத்தின் பொருட்டு, தச்சன் கடைக்கு வந்திருந்தார்.

"கொசுவை விரட்டி விடு" என்று தந்தை கூவினான்.

புதல்வன் தந்தைக்குப் பின்புறம் நின்றுகொண்டிருந்தான். "சரி அப்பா!" என்று சொல்லி, கொசுவைக் கொல்லும் பொருட்டு, கூர்மையான ஒரு கோடாரியால் தந்தையின்

தலையில் ஒருபோடு போட்டான். தலை இரண்டாகப் பிளந்து, தந்தை அந்த இடத்திலேயே இறந்துபோனான்.

இந்தக் காட்சியைப் போதிசத்துவர் நேரில் பார்த்தார். "அசட்டு நண்பனை விட, அறிவுள்ள பகைவன் மேல். ஏனெனில் அறிவுள்ளவன் பழிக்கு அஞ்சி, பிறரைக் கொல்லாது ஒதுங்கிக்கொள்வான்" என்று சொல்லி, பின்வரும் பாடலை அவர் சொன்னார்.

அறிவில்லாத நண்பனைக் காட்டிலும் அறிவுள்ள பகைவன் மேல்.

கொசுவைக் கொல்வதற்காகத் தந்தையின் தலையைப் பிளந்த புதல்வனே தக்கச் சான்று.

இந்தப் பாடலைப் பாடியபின் போதிசத்துவர் அங்கிருந்து எழுந்து போய்விட்டார். காலமானபின் தனது செயல்களுக்கு உரிய கதியை அவர் அடைந்தார்.

தச்சனின் உடலை உறவினர்கள் எடுத்துத் தகனம் செய்தார்கள்.

43. குரங்குகளின் முட்டாள்த்தனம்

பிரம்மதத்த மன்னன் காசியை ஆண்டபோது, நகரில் பெரிய திருவிழா ஒன்று நடைபெற இருந்தது. திருவிழா தினத்தை விடுமுறை நாளாகக் கொண்டாடும்படி மக்களுக்கு முரசு அரைந்து அரசன் அறிவிக்கச் செய்தான்.

இது சமயம் அரசனுடைய உத்தியான வனத்தில் குரங்குகள் கூட்டமாக வசித்தன. தோட்டக்காரன் ஒருவன் இருந்தான். அவன் தனக்குத்தானே சொல்லிக்கொள்ளலானான். "நகரில் விடுமுறை தினத்தை மக்கள் கொண்டாடுகிறார்கள். நந்த வனத்திலுள்ள செடிகளுக்கு, குரங்குகளை நீர் பாய்ச்சச் சொல்லி, நாமும் நகருக்குப் போய் இதர மக்களைப் போல், இன்பமாகப் பொழுதைக் கழிக்கலாம்."

இவ்வாறு நினைத்த அவன் குரங்குகளின் தலைவனிடம் சென்று, நந்தவனத்தில் வசித்து பழங்கள், தளிர்கள், மலர்கள் இவற்றைக் குரங்குகள் அனுபவிப்பதை எடுத்துக் கூறினான். பிறகு "இன்று நகரில் திருவிழா நடக்கிறது. அதில் கலந்து கொண்டு மகிழ எனக்கு விருப்பமாய் இருக்கிறது. நான் திரும்பும் வரை இளம் செடிகளுக்குத் தண்ணீர் பாய்ச்சுவீர்களா?" என்று கேட்டான்.

"செய்கிறோம்" என்று குரங்கு சம்மதித்தது.

"சரி. கவனமாகச் செய்யுங்கள்" என்று மரத் தோண்டிகளையும் தண்ணீர் எடுக்கும் தோல் பைகளையும் குரங்குகளிடம் கொடுத்துவிட்டு, தோட்டக்காரன் போய்விட்டான்.

தோல்பைகளையும் தோண்டிகளையும் எடுத்துக்கொண்டு, இளம் செடிகளுக்கு நீர் பாய்ச்சக் குரங்குகள் கிளம்பின.

அப்போது குரங்குகளின் தலைவன் "தண்ணீரை வீணாக்காது பார்த்துக்கொள்ளுங்கள். ஒவ்வொரு செடியையும் பிடுங்கி எடுத்து, வேர் எவ்வளவு நீளம் இருக்கிறது என்று பார்த்து அந்த அளவுக்குத் தண்ணீர் ஊற்றுங்கள்" என்று சொல்லிற்று. "வேர் நீளமாய் இருப்பதற்கு நிறையத் தண்ணீர் விடுங்கள். வேர் குறைவாய் இருப்பதற்குக் குறைவாகத் தண்ணீர் ஊற்றுங்கள். தண்ணீர் முழுதும் செலவழிந்து விட்டால் பிறகு நமக்குத் தண்ணீர் கிடைப்பது சிரமமாய் இருக்கும்" என்று சொல்லிற்று.

"சரி. அப்படியே செய்கிறோம்" என்று சம்மதித்துக் குரங்குகள் அவ்வாறே செய்தன.

இந்தச் சமயத்தில் அறிவாளி ஒருவர் அங்கு வந்தார். அவர் குரங்குகள் செய்துகொண்டிருப்பதைப் பார்த்து, "ஒவ்வொரு செடியாகப் பிடுங்கி வேர் நீளத்தைப் பார்த்துவிட்டு, தண்ணீர் ஊற்றுகிறீர்களே ஏன்?' என்று கேட்டார்.

"எங்கள் தலைவனின் கட்டளை" என்று குரங்குகள் கூறின.

இந்தப் பதிலைக் கேட்டதும், அறிவாளி சிந்திக்கலானான். நல்லது செய்வதாக எண்ணிக்கொண்டு முட்டாள்களும் அறிவிலிகளும் கேடு செய்துவிடுகிறார்கள். பிறகு அவர் இந்தப் பாடலைச் சொன்னார்.

அறிவு முயற்சிக்கு வெற்றியைக் கொடுக்கிறது.
தங்கள் மடமையால் அறிவிலிகள் காரியங்களைக் கெடுத்துவிடுகிறார்கள்.
நந்தவனத்து மரங்களைக் குரங்குகள் பிடுங்கியதே இதற்குச் சான்று.

குரங்குகளின் தலைவனை இவ்வாறு இடித்துக் கூறிவிட்டு, தன்னுடன் வந்தவர்களையும் அழைத்துக்கொண்டு, அறிவாளி உத்தியான வனத்திலிருந்து போய்விட்டார்.

44. நவரத்தின மழை

பிரம்மதத்த மன்னன் காசியை ஆண்டபோது, ஒரு கிராமத்தில் பிராமணன் ஒருவன் இருந்தான். வேதபம் என்னும் வித்தையை அவன் கற்று இருந்தான். இந்த வித்தை விலை மதிக்க முடியாத ஒரு சிறந்த வித்தை என்று கூறுகிறார்கள். சில கிரகங்கள் ஒன்று சேரும் சமயம் பார்த்து, இந்த வித்தையை உச்சரித்து, ஆகாயத்தை அண்ணாந்து பார்த்தால், அங்கிருந்து மதிப்பரிய ஏழு பொருட்கள் மழையாகப் பொழியும். தங்கம், வெள்ளி, முத்து, பவழம், கோமேதகம், மாணிக்கம், வைரம் இந்த ஏழும் மழையாகப் பொழியும்.

இந்தப் பிராமணனிடம் போதிசத்துவர் சீடனாக இருந்தார். ஒரு நாள் குரு ஏதோ ஒரு காரியமாக கிராமத்தை விட்டுச் சேதி நாட்டுக்குப் புறப்பட்டார். தன் சீடன் போதிசத்துவரையும் அவர் உடன் அழைத்துச் சென்றார்.

வழியில் இருக்கும் காட்டில் ஐநூறு திருடர்கள் வசித்தார்கள். அவர்களுக்கு "அனுப்பிவைப்போர்" என்று பட்டப் பெயர் உண்டு. அதனால் அந்தக் காட்டு வழியே யாரும் பயணம் செய்வது இல்லை. இந்தத் திருடர்கள் போதிசத்துவரையும் வேதப் பிராமணரையும் பிடித்துக் கொண்டார்கள்.

இந்தத் திருடர்களுக்கு "அனுப்பிவைப்போர்" என்ற பட்டப் பெயர் ஏன் ஏற்பட்டது?

ஆள்கள் இருவரைப் பிடித்துக் கொண்டதும் அவர்களில் ஒருவனை, பிணைப் பணம் வாங்கிவருமாறு அனுப்பி வைப்பார்கள். அதனால் அவர்களுக்கு "அனுப்பிவைப்பவர்கள்" என்ற பெயர் உண்டாயிற்று.

பணம் வாங்க ஆள் அனுப்புவதில் அவர்கள் ஒரு முறையைக் கையாண்டார்கள். தந்தையையும் மகனையும் பிடித்துக்கொண்டால், பணம் வாங்கிவரும் பொருட்டுத் தந்தையை அனுப்பிவைப்பார்கள். தாயையும் மகளையும் பிடித்துக்கொண்டாள், தாயை அனுப்பி வைப்பார்கள். சகோதரர் இருவரைப் பிடித்துக்கொண்டால் மூத்தவனை அனுப்பிவைப்பார்கள். குருவையும் சீடனையும் பிடித்துக் கொண்டால், சீடனை அனுப்புவார்கள். இந்த வழக்கத்தை அனுசரித்து, வேதப் பிராமணனைத் தங்களிடம் நிறுத்திக் கொண்டு, போதிசத்துவரைப் பணம் வாங்கிவரும்படி அனுப்பினார்கள்.

போவதற்கு முன்பு போதிசத்துவர் தம் குருவைத் தலை தாழ்த்தி வணங்கியபின் "குருவே! இரண்டு ஒரு தினத்தில் நான் பணத்துடன் திரும்பிவிடுகிறேன். அஞ் சாமல் இருங்கள். நான் சொல்வதைச் செய்யத் தவறாதீர்கள். இன்று கிரகங்கள் ஒன்று சேர்வதால் நவரத்தின மழை பொழிவதற்கு உரிய நாளாகும். ஆசையால் உந்தப்பட்டு, நவரத்தின மழை பொழியச் செய்யாதீர்கள். பொழியும்படிச் செய்தால் உங்களுக்கும் திருடர்களுக்கும் ஆபத்து உண்டாகும்" என்று எச்சரித்துவிட்டு, பிணைப் பணம் பெறும் பொருட்டு புறப்பட்டுப் போய்விட்டார்.

திருடர்கள் பிராமணனைக் கட்டிப் போட்டார்கள். இது சமயம் பூரணச் சந்திரன் கீழ்த் திசையில் உதயமாயிற்று. ஆகாயத்தைப் பிராமணன் அண்ணாந்து பார்த்தான். கிரகங்கள் சேர்ந்திருப்பதைத் தெரிந்துகொண்டான். "நான் எதற்கு இப்படி அவதிப்பட வேண்டும்? மந்திரத்தைச் சொல்லி நவரத்தின மழை பொழியச் செய்து அதன்மூலம் விடுதலைப் பணத்தைக் கொடுத்துவிட்டுப் போய்விடலாம்" என்று நினைத்தான். பிறகு திருடர்களைக் கூப்பிட்டு "நண்பர்களே! நீங்கள் ஏன் என்னைக் கைதியாக்கி வைத்திருக்கிறீர்கள்?" என்று கேட்டான்.

"பிணைப்பணம் பெறுவதற்காக" என்று திருடர்கள் பதில் சொன்னார்கள்.

"நண்பர்களே! அதுதான் உங்கள் எண்ணமாயின், விரைந்து என்னை அவிழ்த்துவிடுங்கள். என் தலையில்

தண்ணீரை ஊற்றி புதிய உடை தாருங்கள். நறுமணத்தைப் பூசி மலரால் என்னை அலங்கரியுங்கள். பிறகு என் போக்கில் என்னை விட்டுவிடுங்கள்" என்று சொன்னான்.

அவன் சொன்னபடி திருடர்கள் செய்தார்கள். இதன் பின்னர் பிராமணன் கிரகங்களின் சேர்க்கையைக் கணக்கிட்டுப் பார்த்து, ஆகாயத்தை நோக்கி மந்திரத்தை உச்சரித்தான். வானத்திலிருந்து நவரத்தின மழை பெய்தது. திருடர்கள் மகிழ்ச்சியுடன் நவரத்தினங்களைப் பொறுக்கி மூட்டை கட்டிக்கொண்டார்கள். பிறகு அவர்கள் அங்கிருந்து புறப் பட்டுப் போனார்கள். பிராமணன் அவர்களுடன் பின்னே சென்றான்.

நவரத்தினங்களுடன் போன திருடர்களை, ஐநூறு பேர்கள் கொண்ட மற்றொரு திருடர் கூட்டம் மடக்கிப் பிடித்துக் கொண்டது. அவர்களிடம் இருக்கும் நவரத்தினங்களைப் பறிக்கும் கருத்துடன் இரண்டாவது கூட்டத்தைச் சேர்ந்த திருடர்கள் அப்பால் போகாமல் தடுத்தார்கள்.

"எங்களை ஏன் தடுக்கிறீர்கள்?" என்று முதல் கூட்டத்தைச் சேர்ந்த திருடர்கள் கேட்டார்கள்.

"உங்களிடம் இருக்கும் நவரத்தினங்களை அபகரிக்க" என்று இரண்டாவது கூட்டத்தைச் சேர்ந்தவர்கள் சொன்னார்கள்.

அதற்கு முதல் கூட்டத்துத் "திருடர்கள் எங்களைத் தொந்திரவு செய்ய வேண்டாம். அந்தப் பிராமணனைப் பிடித்துக்கொள்ளுங்கள். அவன் வானத்தை அண்ணாந்து பார்த்தால் நவரத்தின மழை கொட்டுகிறது. அவனால் தான் இந்த நவரத்தினங்கள் எல்லாம் எங்களுக்குக் கிடைத்தன" என்று சொன்னார்கள்.

இந்த விவரம் தெரியவந்ததும், முதல் கூட்டத்தை விட்டு விட்டு, பிராமணனை இரண்டாவது கூட்டத்தார் பிடித்துக் கொண்டார்கள். அவனிடம் "எங்களுக்கும் நவரத்தின மழை பொழியச் செய்" என்று அதட்டினார்கள்.

அந்தப் பிராமணன் "மகிழ்ச்சியாகப் பொழியச் செய்வேன். இன்னும் ஒரு ஆண்டுகளுக்குப் பின்னர்தான் கிரகங்கள் ஒன்று

சேரும். அதுவரை பொறுத்திருங்கள். அது சமயம் நவரத்தின மழை பொழியச் செய்கிறேன்" என்று சொன்னான்.

இதைக் கேட்டதும் இரண்டாவது கூட்டத்தைச் சேர்ந்த திருடர்கள் கூச்சல் போட்டார்கள். "அயோக்கியப் பிராமணா! அந்தக் கூட்டத்தாருக்கு மழை பொழியச் செய்து, உடனே கொடுத்துவிட்டாய். எங்களை ஒரு ஆண்டு வரை காத்திருக்கச் சொல்லுகிறாயா?" என்று கூறி, அவனை இரண்டு துண்டாய் வெட்டி, நடுச் சாலையில் போட்டுவிட்டார்கள். பிறகு முதல் கூட்டத்துத் திருடர்களை விரட்டிச் சென்று, சண்டை போட்டுக் கொன்றுவிட்டார்கள். திருடர் கூட்டத்தினரிடையே இப்படி நடந்த சண்டையில், ஆயிரம் பேர்களில் இரண்டு திருடர்களைத் தவிர, மற்றவர்கள் அனைவரும் மாண்டு போனார்கள்.

மாண்டு போகாமல் எஞ்சிய இரு திருடர்களும் செல்வத்தை எடுத்துப் போய், கிராமத்துக்கு அருகே புதைத்து வைத்தார்கள். ஒருவன் வாளை உருவிக் கையில் வைத்துக்கொண்டு காத்திருந்தான். மற்றொருவன் சாப்பாடு கொண்டுவரும் பொருட்டு கிராமத்துக்குள் போனான்.

பேராசைதான் அழிவுக்குக் காரணமாக அமைகிறது. செல்வத்தைக் காத்துக்கொண்டு இருந்தவன் தனக்குத் தானே சொல்லிக்கொண்டான். "மற்றொருவனுக்கு ஏன் இதில் பாதி கொடுக்க வேண்டும். ஊருக்குள் போயிருப்பவன் திரும்பியதும், அவனை வெட்டிக் கொன்றுவிட்டால், முழுச் செல்வமும் எனக்குக் கிடைத்துவிடும்" என்ற முடிவுக்கு வந்து, வாளை உருவிக் கையில் வைத்துக்கொண்டு தயாராக இருந்தான். ஊருக்குள் உணவு எடுத்தவரச் சென்றவனோ நஞ்சைக் கலந்து காவல் இருப்பவனுக்குக் கொடுத்து, அவனைக் கொன்றுவிட்டு, செல்வம் முழுவதையும் தானே அடைய எண்ணினான்.

ஆகவே ஒரு பாதியைச் சாப்பிட்டுவிட்டு, மறு பாதியில் நஞ்சைக் கலந்து, காவல் இருப்பவனுக்கு எடுத்துச் சென்றான்.

ஊருக்குள் போனவன் உணவு கொண்டு வந்ததும், அவன்மீது பாய்ந்து வாளால் வெட்டி காவல் இருந்தவன் அவனைக் கொன்றுவிட்டான். பிறகு செல்வத்தைத் தோண்டி

எடுத்துக்கொண்டு போய், உணவைச் சாப்பிட்டான். அதன் விளைவாக அவனும் இறந்துபோனான். செல்வத்தின் விளைவாக பிராமணன் மட்டும் அன்றி, திருடர்கள் அனைவருமே இறந்து போனார்கள்.

இரண்டொரு தினங்களுக்குப் பின்னர் பிணைப் பணத்தை எடுத்துக்கொண்டு போதிசத்துவர் திரும்பினார். தான் விட்டுச் சென்ற இடத்தில் குருவைக் காணவில்லை. சுற்றும் முற்றும் இரத்தினங்கள் சிதறிக் கிடந்தன. தான் கூறியதைக் கேளாமல், இரத்தின மழை பெய்யச் செய்து, அதன் விளைவாக தன் குரு அழிந்து போனார் என்பதைத் தெரிந்துகொண்டார். ஆகவே சாலை வழியாக அவர் சென்றபோது, தன் குருவின் உடல் இரண்டு துண்டாக வெட்டப்பட்டுக் கிடப்பதை அவர் பார்த்தார். "நான் எச்சரித்ததைக் கருத்தில் கொள்ளாது இறந்துபோய்விட்டாரே" என்று வருந்தினார். பிறகு சிதை அடுக்கி, தன் குருவின் உடலைத் தகனம் செய்தார்; காட்டு மலர்களைத் தூவி அஞ்சலி செய்தார். பிறகு மேலும் அவர் நடந்து சென்றபோது, "அனுப்புவோர்" என்னும் ஐநூறு திருடர்களும் இறந்து கிடப்பதைக் கண்டார். அதற்கு மேலும் இருநூற்று ஐம்பது பேர் இறந்து கிடப்பதைப் பார்த்தார்; அதற்கு மேலும் இரண்டு பேர் இறந்து கிடப்பதைப் பார்த்தார். இந்த இருவர் உயிர் தப்பி, மற்றவர்கள் அனைவரும் இறந்துபோகக் காரணம் என்ன என்று சிந்தித்துப் பார்த்தார். அந்த இருவரும் சண்டையிட்டுக்கொண்டு மாண்டுபோய் இருப்பார்கள் என்ற முடிவுக்கு வந்தார். ஆகவே அவர்கள் எங்கே என்று தேடிப் போனார். நவரத்தின மூட்டையை அவர்கள் இருவரும் புதைத்து வைத்திருந்த இடத்தை அவர் அடைந்தார். பக்கத்திலே பல மூட்டைகள் கிடந்தன. அதன் அருகே உணவுப் பாத்திரத்தோடு ஒருவன் செத்துக் கிடந்தான். நிலையைப் புரிந்துகொண்ட போதிசத்துவர், இன்னொருவனைக் காணோமே என்று சிந்தித்தார். மறைவான ஓர் இடத்தில் அவன் வெட்டுண்டு கிடப்பதை அவர் கண்டார்.

"நான் சொன்னதைக் கேளாமல், மனம்போன போக்கில் நடந்துகொண்டு, தான் அழிந்ததோடு மட்டும் நில்லாமல் ஆயிரம் பேர் மாள்வதற்கும் பிராமணர் காரணமாகிவிட்டார். தவறு செய்வதாலும் பிழையான நெறியைக் கடைபிடிப்பதாலும்,

என் குரு அழிந்ததைப் போல் மற்றவர்களும் அழிவார்கள்" என்று கூறிவிட்டு, பின்வரும் பாடலை அவர் சொன்னார்.

தவறான நெறியில் சென்றால் நஷ்டம் ஏற்படுமேயன்றி, லாபம் ஏற்படாது.

வேதபனைத் திருடர்கள் கொன்றுவிட்டார்கள். அவர்களும் கொலையுண்டு அழிந்து போனார்கள்.

இந்தப் பாடலைக் கூறிய போதிசத்துவர் மேலும் சொன்னார் "தவறான நெறியில் சென்று, தவறான முயற்சியில் ஈடுபட்டதால், நவரத்தின மழை பொழியும் ஆற்றலைப் பெற்று இருந்தும் கூட, என் குரு அழிந்து போனதோடு கூட, பிறருடைய அழிவிற்கும் காரணமாகிவிட்டார். இப்படித் தவறான நெறியில், தங்கள் நலத்தில் அக்கறை செலுத்துவோர், தாங்கள் அழிவதோடு, பிறர் அழியவும் காரணம் ஆவார்கள்" என்று சொன்னார்.

போதிசத்துவரின் இந்த வார்த்தைகள் காடு முழுவதிலும் எதிரொலித்தன. வனதேவதைகள் இதற்காக போதிசத்துவரைப் பாராட்டின.

இருக்கும் செல்வம் முழுவதையும் வீட்டுக்கு போதிசத்துவர் எடுத்துவரச் செய்தார். வாழ்நாள் முழுதும் தான தர்மங்களையும் இதர நற்காரியங்களையும் செய்தார். வாழ்நாள் முடிந்தபின் தேவலோகத்தை அடைந்தார்.

45. துறவியின் ஆத்திரம்

பிரம்மதத்தன் காசியை ஆண்டபோது, நகரத்து வாழ்பவர்கள் நாட்டுப் புறத்தில் வாழும் பெண்ணைத் திருமணம் செய்து தருமாறு கேட்டு, திருமண தினத்தையும் குறித்து விட்டார்கள். இவ்வாறு நாளை முடிவு செய்துவிட்டு, தங்கள் குடும்பக் குருவிடம் சென்று "நாங்கள் குறிப்பிட்டு இருக்கும் நாள் திருமணம் செய்யப் பொருத்தமான நாளா?" என்று கேட்டார்கள். தன்னிடம் முதலில் கேட்காமல் நாளை நிச்சயப்படுத்திவிட்டு, பொருத்தமான நாளா என்று பிறகு அவர்கள் தன்னைக் கேட்டது குருவுக்குப் பிடிக்கவில்லை. ஆகவே திருமணம் நடைபெறாமல் தடுத்துவிட அவர் எண்ணினார். எனவே அந்த நாள் பொருத்தமான நாள் அன்று என்றும் அன்று திருமணம் நடந்தால் அதனால் கடுமையான தீமைகள் விளையக்கூடும் என்றும் சொன்னார்.

சோதிடர் சொன்னதின் பொருட்டு, கிராமம் செல்லாமல் நகரவாசிகள் நகரத்தில் தங்கிவிட்டார்கள்.

நகர வாசிகள் திருமணத்துக்கு வராதது குறித்து, கிராம வாசிகள் தங்களுக்கு இடையே பேசிக்கொண்டார்கள். "திருமணத்துக்குத் தேதியை அவர்கள்தான் நிச்சயித்தார்கள். ஆனால் அவர்கள் வராமல் இருந்துவிட்டார்கள். நிச்சயமாக அவர்கள் யாரோ" என்று பேசிக்கொண்டு, அந்தப் பெண்ணை வேறு ஒருவனுக்கு மணம் முடித்துவிட்டார்கள்.

மறுதினம் நகரவாசிகள் வந்து, பெண்ணைத் திருமணம் செய்து தரும்படி, கிராமவாசிகளைக் கேட்டார்கள்.

அதற்குக் கிராமவாசிகள் "நகரவாசிகளான உங்களிடம் பொது ஒழுங்கு முறையே இல்லை. திருமண நாளை நிச்சயித்தவர்கள் நீங்கள்தான், பெண்ணை அழைத்துப் போக நீங்கள் வரவில்லை. நீங்கள் வராமல் இருந்துவிட்டதால் பெண்ணை வேறு ஒருவனுக்குத் திருமணம் செய்து கொடுத்து விட்டோம்" என்று சொன்னார்கள்.

உடனே நகரவாசிகள் "நாங்கள் எங்கள் குருவைக் கேட்டோம். நாள் நன்றாக இல்லை என்று அவர் சொன்னார். அதனால்தான் நாங்கள் நேற்று வரவில்லை. இன்று பெண்ணை அழைத்துப் போகவந்தோம்' என்று சொன்னார்கள்.

இதைக் கேட்டதும் கிராமவாசிகள் "சரியான நேரத்துக்கு நீங்கள் வரவில்லை. பெண் வேறு ஒருவனுக்கு உரியவள் ஆகிவிட்டாள். அவளை எப்படி இரண்டாம் முறையாக நாங்கள் திருமணம் செய்து தர இயலும்" என்று சொன்னார்கள்.

இவர்கள் இப்படிச் சச்சரவிட்டுக் கொண்டிருந்த சமயம், அறிஞர் ஒருவர் வியாபாரத்தின் பொருட்டு, நகரத்திலிருந்து கிராமத்துக்கு வந்திருந்தார். நாள் நல்ல நாளாக இல்லை என்று தங்கள் குரு சொன்னதாகவும், கிரகநிலை சாதகமாக இல்லாததால்தான் தாங்கள் வரவில்லை என்றும் நகரவாசிகள் விவரத்தைச் சொன்னார்கள்.

அதற்கு அவர் "கிரகங்கள் என்ன செய்யும் பெண்ணை அடைவதுதான் அதிர்ஷ்டமான காரியம்" என்று சொல்லி, இந்தப் பாடலைச் சொன்னார்.

> **முட்டாள்கள்தான் அதிர்ஷ்ட நாளைப் பார்க்கிறார்கள்.**
> **அதனால் பெரும்பாலும் அதிர்ஷ்டம் அவர்களை**
> **விட்டுவிடுகிறது. அதிர்ஷ்டம் என்பதே ஒரு கிரகம்.**
> **கிரகங்களால் என்ன செய்ய முடியும்.**

அதனால் பெண்ணை அடையாமல் நகரவாசிகள் திரும்ப வேண்டியதாயிற்று,

46. நேர்த்திக்கடன்

ஒரு காலத்தில் பிரம்மதத்தன் காசியை ஆண்ட சமயம் போதிசத்துவர் அரசியின் கருவில் உருவானார். பெயர் சூட்டும் நாளன்று அவருக்கு, இளவரசன் பிரம்மதத்தன் என்ற பெயர் சூட்டப்பட்டது. அவருக்கு வயது பதினாறு நிரம்பிய சமயம், தட்ச சீலத்தில் கல்வி பயின்று, மூன்று வேதங்களையும் அவர் மனப்பாடம் செய்து இருந்தார். பதினெண் வகை சாத்திரங்களிலும் அவர் தேர்ச்சி பெற்றிருந்தார். அரசன் அவரைத் தனக்குப் பிரதிநிதியாக அமர்த்தினான்.

அந்தக் காலத்தில் காசியில் வாழும் மக்கள், தெய்வங்களுக்குத் திருவிழா எடுப்பதில் மகிழ்ச்சியுடையவர்களாய் இருந்தார்கள். தெய்வங்களை அவர்கள் மதித்துப் போற்றினார்கள். அவர்கள் அது சமயம், ஆடு, வெள்ளாடு, கோழி, பன்றி, இதர ஜீவ ஜந்துக்கள் ஆகியவற்றைப் பலியிட்டு, தேவதைகள் முன்பு, சவங்களைப் படைத்தார்கள். அதோடு கூட மலர்களையும் நறுமணங்களையும் கொண்டு சடங்குகளைச் செய்தார்கள்.

கருணை உள்ளம் படைத்த போதிசத்துவர், தனக்குத்தானே இவ்வாறு எண்ணினார். "மூட நம்பிக்கையால் வழி தவறி, மக்கள் வேண்டும் என்றே உயிர்களைப் பலி இடுகிறார்கள். மக்களில் மிகப் பெரும்பாலோர், சமயத்துக்குப் புறம்பான காரியத்தில் ஈடுபட்டு உள்ளார்கள். என் தந்தை காலமான பிறகு, நான் பட்டத்துக்கு வந்தபின் இவ்வாறு உயிர்களுக்கு அழிவு நேருவதைத் தடுக்க ஏதாவது வழிகாண வேண்டும். எந்தத் தனி மனித உயிருக்கும் தீங்கு நேராதபடி இந்தத் தீய பழக்கத்தை நிறுத்த சாமர்த்தியமாக ஒரு உபாயம் செய்ய வேண்டும்."

இந்த எண்ணத்தில் தோய்ந்திருந்த இளவரசன் ஒருநாள் ஒரு தேரில் ஏறிக்கொண்டு, நகரத்தை விட்டு வெளியே போனார். வழியில் புனிதமான ஆலமரம் ஒன்று இருப்பதையும், அதைச் சுற்றி, மக்கள் கூட்டமாக நின்று, மகன், மகள், செல்வம், புகழ், இவை குறித்து, இதயம் நிறையும்படியாக அந்த மரத்தில் மீண்டும் பிறப்பு எடுத்திருக்கும் தேவதையைப் பிரார்த்திப்பதையும் அவர் பார்த்தார்.

உடனே போதிசத்துவர் ரதத்தை விட்டு இறங்கிக் கொண்டு, மக்கள் மரத்தை வழிபடுவதைப் போல, தானும் மரத்தை வலம் வந்து சுற்றினார். மலர் நறுமணம் முதலியவற்றைத் தூவி வழிபட்டார்; நீரைத் தெளித்தார்; பிறகு தேரில் ஏறிக்கொண்டு நகரம் திரும்பினார்.

இதன் பின்னர் போதிசத்துவர் இடைஇடையே ஆல மரத்துக்கு வந்து அதை வழிபட்டார். தேவதைகளிடம் உண்மை நம்பிக்கை உடையவர்களைப்போல அவரும் நடந்து கொண்டார்.

காலக்கிரமத்தில் அவருடைய தந்தை காலமாகிவிட்டார். தந்தையின் இடத்தில் அமர்ந்து போதிசத்துவர் ஆட்சி செய்யலானார். நான்கு தீமைகளை அகற்றி, பத்து அரசியல் ஒழுங்கங்களைக் கடைபிடித்து, நேர்மையாக ஆட்சி செய்தார். தான் அரசன் ஆகிவிட்ட படியால் போதிசத்துவர், தான் கொண்டிருந்த விருப்பங்களை நடைமுறைப் படுத்த எண்ணினார்.

ஆகவே, "அமைச்சர்கள், அந்தணர்கள், பிரமுகர்கள், இதர மக்கள் அடங்கிய கூட்டம் ஒன்றைக் கூட்டி, தான் அரசனாக நேர்ந்ததற்கு உரிய காரணங்கள் அவர்களுக்குத் தெரியுமா?" என்று கேட்டார்.

அவர்களுள் யாராலும் பதில் சொல்ல முடியவில்லை.

"நறுமணங்களைக் கொண்டு, நான் ஆலமரத்தைப் போற்றி வழிபட்டு, வலம் வந்ததை நீங்கள் பார்த்திருக்கிறீர்களா?" என்று கேட்டார்.

"ஆம். பார்த்திருக்கிறோம்" என்று அவர்கள் பதில் சொன்னார்கள்.

"அப்போது நான் ஒரு உறுதிமொழி எடுத்துக் கொண்டேன். நான் அரசனாக நேர்ந்தால், அந்த மரத்துக்குப் பலி கொடுப்பதாக நான் நேர்த்திக்கடன் செய்து கொண்டேன். அந்த மரத் தேவதையின் உதவியால், நான் அரசன் ஆகியுள்ளேன். நான் நேர்த்திக்கடன் செய்து கொண்டதை நான் பலி கொடுக்க விரும்புகிறேன். அதற்கான ஏற்பாடுகளை விரைந்து செய்ய வேண்டும்."

"நாங்கள் என்ன என்ன ஏற்பாடுகளைச் செய்ய வேண்டும்?" என்று அவர்கள் கேட்டார்கள்.

"நான் செய்துகொண்ட நேர்த்திக்கடன் இதுதான்" என்று அரசர் தெரிவித்தார். ஐந்து பாதகங்களைச் செய்து செய்து பழகியவர்கள், உயிர் இனங்களைக் கொலை செய்வோர், அது போன்ற காரியங்களைச் செய்வோர், நேர்மையற்ற பத்துக் காரியங்களைச் செய்வோர், ஆகியோரை நான் வெட்டித் தள்ளுவேன், அவர்களின் ரத்தம், நிணம், குடல், அவர்களின் உயிர்நாடி உறுப்புகள், ஆகியவற்றை நான் படைப்பேன். பேரிகைகளை முழக்கி இதை மக்களுக்கு அறிவியுங்கள்." நம் அரசர், அரசப் பிரதிநிதியாய் இருக்கும்போது, கட்டளைகளை மீறுவோரை வெட்டித் தள்ளுவதாகச் சபதம் எடுத்துக் கொண்டாராம். ஐந்து பாதகங்களையும், பத்து நேர்மையற்ற ஒழுக்கங்களையும் கடைபிடிக்கும் ஆயிரம் பேர்களை வெட்டித் தள்ள அரசர் சபதம் எடுத்துக்கொண்டுள்ளார். அவர்களின் சதை, இதயம் ஆகியவற்றை தேவதைகளைப் பெருமைப்படுத்த பலி கொடுக்கப் போகிறார். இந்த எண்ணத்தை நகர் முழுதும் அறிவியுங்கள். இந்தத் தேதிக்குப் பின்னர் சட்டத்தை மீறுவோர் ஆயிரம் பேரை பலியிட்டு, தனது நேர்த்திக்கடனை அரசர் நிறைவேற்றிக் கொள்ள விரும்புகிறார்" என்று சொல்லி, தனது கருத்தைத் தெளிவுபடுத்த, பின்வரும் பாடலைச் சொன்னார்.

தீமை செய்வோர் ஆயிரம் பேரைக் கொல்வது என்று நான் ஒருமுறை சபதம் எடுத்துக்கொண்டேன். தீமை செய்வோர் நிறையபேர் இருக்கிறார்கள். எனது சபதத்தை நான் நிறைவேற்றிக்கொள்ளப் போகிறேன்.

அரசரின் கட்டளைக்கு இணங்க, காசி நகரம் முழுதும், முரசறைந்து அமைச்சர்கள் அறிவிக்கச் செய்தார்கள். இந்த

அறிவிப்பின் பயனாக, ஒரு மனிதன் கூட, பழைய தீமைகளைச் செய்ய முனைப்புடன் இல்லை. போதிசத்துவர் ஆட்சி செய்துவந்த காலத்தில் யாரும் அத்து மீறி நடக்கவில்லை. யாருக்கும் எவ்விதத் தீங்கும் செய்யாமல், தனது ஆட்சிக் காலம் முழுதும் கட்டளைகளைக் கடைபிடிக்கச் செய்தார்.

தனது இறுதிக்காலத்தில் பிச்சை இட்டு இதர நற்காரியங்களையும் செய்து, போதிசத்துவரும் அவரைச் சார்ந்தோரும் தேவலோகம் போய்ச் சேர்ந்தார்கள்.

47. இளவரசன் நல்லான்

*கா*சியைப் பிரம்மதத்தன் என்னும் அரசன் ஆண்டபோது, அரசிக்கு, போதிசத்துவர் குழந்தையாகப் பிறந்திருந்தார். பெயர் சூட்டும் நாளன்று, இளவரசன் நல்லான் என்னும் பெயர் அந்தக் குழந்தைக்குச் சூட்டப்பட்டது.

வயது பதினாறு முடிந்த சமயம் கல்வி கற்று அவர் முடித்தார். அவர் தந்தை காலமான பின்னர், நாட்டுக்கு அவரே அரசர் ஆனார். அரசன் நல்லான் என்ற பெயரில் நாட்டு மக்களை அவர் நன்கு பரிபாலித்தார். நகரத்தின் நான்கு நுழைவாயில்களிலும் நான்கு அன்ன சத்திரங்களை அவர் கட்டி இருந்தார். நகரின் நடுவே ஒரு அன்ன சத்திரத்தையும், அரண்மனை வாயில் அருகே ஒரு அன்ன சத்திரத்தையும் அவர் கட்டி இருந்தார். இந்த ஆறு சத்திரங்களிலும் ஏழை யாத்திரீகர்களுக்கும் தேவையானவர்களுக்கும் உணவு பரிமாறப்பட்டது. கட்டளைகளைக் கடைப்பிடித்தார். தவறாது விரதம் இருந்தார். பொறுமை நிரம்பியவராய் விளங்கினார். கருணையோடும் அன்போடும் நடந்துகொண்டார். நாட்டை நேர்மையோடு பரிபாலித்தார். தந்தை தன் மகனிடம் நேசத்தோடு நடப்பதைப் போல, எல்லா சீவ ராசிகளையும் அவர் பரிவோடு நேசித்தார்.

அமைச்சர்களுள் ஒருவன் அரசனின் அந்தப் புறத்தில் நயவஞ்சகமாக நடந்து கொண்டான். ஊர்மக்கள் இது குறித்துப் பேசும் நிலைமை ஏற்பட்டுவிட்டது. மற்ற அமைச்சர்கள் இது குறித்து அரசனிடம் தெரிவித்தார்கள். அரசனே நேரில் விசாரித்துப் பார்த்ததில், அமைச்சன் குற்றம் செய்து இருக்கிறான் என்பது திட்டவட்டமாகத் தெரியவந்தது.

அரசன் குற்றவாளியை அழைத்து வரச் வரச் செய்தான். "மடமையால் நீ அறிவிழந்து போனாய், பாவம் செய்து விட்டாய். எனது அரசில் வாழ உனக்கு அருகதை இல்லை. உன் மனைவி மக்களை அழைத்துக்கொண்டு, சொத்துக்களையும் எடுத்துக்கொண்டு நாட்டை விட்டு நீ போய்விடு" என்று கட்டளையிட்டான்.

காசி நாட்டை விட்டு நாடுகடத்தப்பட்ட அந்த அமைச்சன், கோசல நாட்டுக்குச் சென்று, அந்த நாட்டு அரசனிடம் உத்தியோகம் பார்த்தான். நாளடைவில் கோசல நாட்டு அரசனின் நன்மதிப்பையும் நம்பிக்கையையும் பெற்ற அதிகாரியாக ஆனான்.

ஒருநாள் அவன் கோசல நாட்டு அரசனிடம், "அரசே! காசி நாடு வளமான நாடு; தேனீக்களால் கெட்டுப் போகாத தேன் கூடு. அரசன் வலுவு இல்லாதவன். சிறிது அளவு படையைக் கொண்டு நாடு முழுவதையும் பிடித்துவிடலாம்" என்று சொன்னான்.

அமைச்சனின் கூற்றைச் செவிமடுத்த அரசனுக்குச் சந்தேகம் உண்டாயிற்று. பெரிய நாடு. சிறுபடையைக் "காசி நாடு கொண்டு அதைப் பிடித்துவிடலாம் என்று இவன் சொல்லுகிறான். என்னை ஆபத்தில் சிக்க வைக்க இந்த வஞ்சகன் எண்ணுகிறான். காசுக்காக எதையும் செய்யும் கயவன் போல் தோன்றுகிறது" என்று நினைத்த அரசன் "அட துரோகி! இப்படி எனக்கு யோசனை சொல்ல உனக்கு யார் பணம் தந்திருக்கிறார்கள்?" என்று கேட்டான்.

அதற்கு அந்த அமைச்சன் "உண்மையில் நான் காசு பெற்றுக்கொண்டு பேசவில்லை. நான் கூறுவது உண்மை. உங்களுக்குச் சந்தேகம் இருக்குமானால், நான் சொல்லுகிறபடி செய்து பாருங்கள். ஆட்களை அனுப்பி, எல்லைப் புறத்தில் இருக்கும் கிராமம் ஒன்றைப் படுகொலை செய்து அழித்துவிடுங்கள். கொலை செய்தவர்களைப் பிடித்துப்போய் அரசன் முன்பு நிறுத்துவார்களானால், காசி நாட்டு அரசன் அவர்களை விடுவிப்பதோடு, அவர்களுக்கு வெகுமதிகளும் வழங்குவான். இதை நீங்கள் சோதனை செய்து பார்க்கலாம்" என்று கூறினான்.

“இந்த அமைச்சன் உறுதியோடு சொல்வதால் இதைச் சோதித்துப் பார்க்கலாமே” என்று அரசன் முடிவுக்கு வந்தான். ஆகவே தன் ஆட்களில் சிலரை அனுப்பி, காசி நாட்டு எல்லையில் இருக்கும் ஒரு கிராமத்துக்குத் தொந்திரவு கொடுத்தான்.

காவலாளிகள் அந்தப் போக்கிரியைப் பிடித்துப்போய், காசி நாட்டு அரசன் முன்பு நிறுத்தினார்கள். அரசன் அவர்களைப் பார்த்து “குழந்தைகளே! நீங்கள் ஏன் கிராமத்தார்களைக் கொன்றீர்கள்?” என்று கேட்டான்.

“வயிறு வளர்க்க வசதி இல்லை. அதனால் கொன்றோம்” என்று அவர்கள் பதில் சொன்னார்கள்.

“அப்படியானால் நீங்கள் ஏன் என்னிடம் வரவில்லை? இனி இப்படிச் செய்யாதீர்கள்” என்று அரசன் சொன்னான். பிறகு வெகுமதிகள் வழங்கி, அவர்களை அனுப்பி வைத்தான்.

அவர்கள் கோசல நாட்டு அரசனிடம் திரும்பி நடந்தவற்றைச் சொன்னார்கள். இந்த நிகழ்ச்சி, கோசல நாட்டு அரசனைப் படையெடுப்புக்குத் தூண்டுவதாய் அமையவில்லை. ஆகவே, காசி நாட்டின் நடுவே இருக்கும் ஒரு கிராமத்தைக் கொலை செய்து கொள்ளை அடிக்க, இரண்டாம் முறையாகச் சில ஆட்களை அவன் அனுப்பினான்.

இரண்டாம் முறை சென்று கொலை செய்த கூட்டத்தாருக்கும் முன்னைப் போலவே காசி அரசன் வெகுமதிகள் கொடுத்து அனுப்பினான்.

இதையும் வலிய ஒரு சான்றாக கோசல நாட்டு அரசன் கொள்ளவில்லை. ஆகவே மூன்றாவது கூட்டம் ஒன்றை அனுப்பி, காசி நகரத்துத் தெருக்களில் கொள்ளையடிக்க ஏற்பாடு செய்தான். முன்பு அட்டூழியம் செய்த கூட்டத்தாருக்கு, வெகுமதி அளித்ததைப் போலவே, இந்தக் கூட்டத்துக்கும் காசி நாட்டு அரசன் வெகுமதிகள் கொடுத்தனுப்பினான்.

இந்த நடத்தைகளைக் கவனித்த கோசல நாட்டு அரசன், காசி நாட்டு அரசன் மிகவும் நல்லவன் என்பதைத் தெரிந்து கொண்டான். ஆகவே அவனுடைய நாட்டைப் பிடித்துக் கொள்ள எண்ணம் கொண்டு, அவனைத் தாக்க யானைகளையும் படைகளையும் அனுப்பினான்.

இது சமயம் காசி நாட்டு அரசனிடம் அஞ்சா நெஞ்சம் படைத்த ஆயிரம் வீரர்கள் இருந்தார்கள். மதம் பிடித்த யானையையும் அவர்கள் சமாளிக்க வல்லவர்கள். இந்திரனுடைய வச்சிராயுதத்துக்கும் அவர்கள் பயப்பட மாட்டார்கள். ஈடு இணையில்லாத அவர்களை யாராலும் வெல்ல முடியாது. பாரத நாடு முழுவதையும் அரசனின் ஆட்சியின் கீழ் கொணர, அவர்கள் ஆயத்தமாய் இருந்தார்கள்.

கோசல நாட்டு அரசன் காசி நாட்டு அரசன் மீது படையெடுத்து வருகிறான் என்பது தெரியவந்ததும், அஞ்சா நெஞ்சம் படைத்த இந்த வீரர்கள் அரசனிடம் சென்று, படை எடுத்து வருபவனை எதிர்த்துச் சமாளிக்க, தங்களுக்கு அனுமதி அளிக்குமாறு வேண்டினார்கள். "எல்லைப் புறத்தில் அடி எடுத்து வைக்கும் முன்னரே, தோல்வி அடையச் செய்து அவனை நாங்கள் பிடித்து வந்துவிடுகிறோம்" என்று சொன்னார்கள்.

அதற்குக் காசி நாட்டு அரசன் "குழந்தைகளே! அவ்வாறு செய்ய வேண்டாம். என் பொருட்டு யாரும் சிரமப்படக் கூடாது, எனது ராஜ்யத்தின் மீது ஆசை கொண்டவர்கள் விரும்பினால் அதைப் பிடித்துக் கொள்ளட்டும்" என்று சொல்லி, ஆக்கிரமிப்பாளனைத் தடுக்க, அந்த அரசன் அனுமதி கொடுக்கவில்லை.

கோசல நாட்டு அரசன் எல்லையைக் கடந்து, காசி நாட்டின் நடுவே படையெடுத்து வந்துவிட்டான். மீண்டும் அரசனை அணுகி, தங்களை அனுமதிக்குமாறு வீரர்கள் கெஞ்சினார்கள். அரசன் இப்பொழுதும் மறுத்துவிட்டான்.

இப்போது கோசல நாட்டு அரசன் நகரின் புற வாயிலுக்கு வந்துவிட்டான். "நாட்டைத் தன்னிடம் ஒப்படைத்துவிடு மாறும், இல்லாது போனால் சண்டை செய்ய வருமாறும் சொல்லி அனுப்பினான்."

அதற்குக் காசி நாட்டு அரசன் "தான் சண்டை செய்யப் பிரியப்படவில்லை என்றும் வேண்டுமானால், தனது நாட்டைப் பிடித்துக் கொள்ளட்டும்" என்றும் பதில் அனுப்பினான்.

மூன்றாவது முறையாக வீரர்கள் காசி நாட்டு அரசனை அணுகி, கோசல நாட்டு அரசனை நகருக்குள் அனுமதிக்க வேண்டாம் என்றும், நகருக்குள் நுழையுமுன் அவனைத்

தோற்கடித்துப் பிடித்துக் கொள்ளத் தங்களை அனுமதிக்கு மாறும் வேண்டினார்கள்.

இப்போதும் காசி நாட்டு அரசன் சம்மதிக்கவில்லை. நகர வாயிலைத் திறந்து விடுமாறு உத்தரவிட்டான். அஞ்சா நெஞ்சம் படைத்த ஆயிரம் அமைச்சர்களும் தன்னைச் சூழ்ந்திருக்க, காசி நாட்டு அரசன் சிம்மாசனத்தில் அமர்ந் திருந்தான்.

நகருக்குள் நுழைந்த கோசல நாட்டு அரசன், தன்னைத் தடுக்க யாரும் முன்வரவில்லை என்பதை அறிந்து, படையுடன் நேரே அரண்மனைக்குச் சென்றான். அரண்மனை வாயில்கள் பெரிய அகலத் திறக்கப்பட்டன. காசி நாட்டு அரசன் சிம்மாசனம் ஒன்றில், ஆயிரம் மந்திரிகள் புடை சூழ அமர்ந்திருந்தான். இவர்கள் அனைவரையும் பிடித்துக்கொள்ளுங்கள் என்று கோசல நாட்டு அரசன் கூச்சலிட்டான். "இவர்களின் முதுகுப்புறம் இழுத்துக் கட்டி புதைகுழிக்கு அழைத்துச் செல்லுங்கள்" என்று கூவினான். அங்கே குழிகள் தோண்டி கழுத்து மட்டும் வெளியே தெரியும்படி உயிரோடு புதையுங்கள். கால்களையும், கைகளையும் அசைக்க முடியாத படி புதைத்துவிடுங்கள். இரவில் நரிகள் வந்து அவர்களைச் சாகடித்துவிடும் என்று கூறினான்.

கோசல நாட்டு அரசன் இவ்வாறு முரட்டுத்தனமாகச் சொன்னதும், அவனைச் சேர்ந்த ஆட்கள், காசி நாட்டு அரசனையும் அவனுடைய அமைச்சர்களையும் பிடித்துத் தள்ளிக்கொண்டு போனார்கள். இந்தச் சமயத்திலும் அரசன் நல்லான் அந்த முரடர்களிடம் கோபம் கொள்ளவில்லை. அரசரின் அமைச்சர்களும் சிறிதுகூடக் கோபம் கொள்ளாது, மிகுந்த கட்டுப்பாட்டுடனும் அடக்கத்துடனும் நடந்து கொண்டார்கள்.

கோசல நாட்டைச் சேர்ந்த ஆட்கள் காசி நாட்டு அரசனையும் அவனது அமைச்சர்களையும், குழிகள் தோண்டி தனித்தனியே புதைத்தார்கள். நடுவே அரசனையும் அவனுக்கு இருபக்கங்களில் அமைச்சர்களையும் புதைத்தார்கள். சுற்றிலும் மண்ணைப் போட்டு மிதித்துவிட்டு, அவர்கள் திரும்பி விட்டார்கள்.

இப்படி அவர்கள் கொடுமை செய்தும் காசி நாட்டு அரசன் நல்லான் சிறிதும் கோபம் கொள்ளவில்லை. அடக்கத்துடன் அமைதியாக இருந்தான். தமது அமைச்சர்களிடம் "குழந்தைகளே! பகைமை உணர்வு கொள்ளாதீர்கள். உங்கள் உள்ளத்தில் அன்பும் தரும சிந்தையும் உண்டாகட்டும்" என்று கூறினான்.

நள்ளிரவில் மனித ஊனைத் தின்னும் பொருட்டு நரிகள் புதைகுழிக்கு வந்தன. உடனே அரசனும் அவனைச் சேர்ந்தவர்களும் பெரிய கூப்பாடு போட்டதால், நரிகள் பயந்து ஓடிவிட்டன. ஓடின நரிகள் கூட்டமாக நின்றுகொண்டு திரும்பிப் பார்த்தன. யாரும் தங்களை விரட்டி வரவில்லை என்பதைத் தெரிந்துகொண்டு, நரிகள் மீண்டும் திரும்பி வந்தன. இரண்டாவது முறை அவர்கள் மீண்டும் கூச்சல் போடவும் அவை திரும்பிவிட்டன. பிறகு மூன்றாவது முறை அவை வந்தபோது, கூச்சல் போட்டவர்கள் தங்களைத் துரத்தி வராததைத் தெரிந்துகொண்டன. இவர்கள் தண்டிக்கப்பட்டவர்கள் என்பது அவற்றுக்குப் புரிந்து போயிற்று. ஆகவே அவை தைரியமாக அவர்களிடம் வந்தன. கூச்சத்தால் அச்சம் அடைந்து அவை திரும்பவில்லை. ஒவ்வொரு நரியும் ஒரு மனிதனைத் தின்னும் பொருட்டு அருகே சென்றது. தலைவனாக இருந்த நரி, அரசனை அணுகி, அவனைத் தின்னப் போயிற்று; மற்ற நரிகள் இதர மனிதர்களைத் தின்னப் போயின.

தலைமை நரி தன்னை அணுகியதும், அரசன் அதைத் தன் அருகே வர அனுமதித்தான். கிட்ட வந்ததும், நரியின் தொண்டையை, தனது பற்களால் பலமாக, தப்பித்துக்கொள்ள முடியாதபடி கடித்தான்.

வலி தாங்க முடியாமல் அந்த நரி கூப்பாடு போட்டுக் கதறிற்று. தங்கள் தலைவன் கூப்பாடு போடுவது காதில் விழுந்ததும் தங்கள் தலைவனுக்கு ஆபத்து நேர்ந்துவிட்டது எனக் கருதி, மற்ற நரிகள் கூட்டமாக ஓட்டம் பிடித்தன. தின்னும் ஆசையை விட்டொழித்து, தங்கள் உயிரைக் காப்பாற்றிக் கொள்வதில் அவை முனைந்து முயன்றன.

பிடிப்பிலிருந்து தன்னை விடுவித்துக்கொள்ள, தலைமை நரி பெரிதும் முயன்றது. அரசனைச் சுற்றிச் சுற்றி அது

குதித்ததால், அரசனைச் சுற்றிப் போட்டு இருந்த மண் முழுதும் வெளிப்பட்டுவிட்டது. இதனால் அரசன் நரியைத் தன் பிடியிலிருந்து, விடுவித்துவிட்டு, தனது பலம் வாய்ந்த கைகளால் சுற்றிலும் இருந்த மண்ணைத் தோண்டி தன்னை விடுவித்துக் கொண்டான். பிறகு குழியின் ஓரத்தில் தனது கைகளை ஊன்றி, எவ்விக் குதித்து, காற்றால் உந்தப்பட்ட மேகம் போல, விரைந்து வெளியே வந்தான்,

பிறகு தோழர்களை நோக்கி, "நீங்கள் கவலைப்பட வேண்டாம்" என்று உற்சாகப்படுத்திவிட்டு, அவர்களைப் புதைத்திருந்த மண்ணைத் தோண்டித் தோண்டி எல்லாரையும் விடுவித்தான். விடுவிக்கப்பட்ட அனைவரும் புதைகுழியில் நின்றார்கள்.

அந்தப் புதைகுழியில் பிணம் ஒன்று கிடந்தது. அது இரு அரக்கிகளின் எல்லைக்குள் கிடந்தது. அந்தப் பிணத்தைப் பங்கிட்டுக்கொள்வது குறித்து, இரண்டு அரக்கிகளுக்கும் இடையே சச்சரவு உண்டாயிற்று. பிறகு அந்த இரு அரக்கியரும் ஒரு தீர்மானத்துக்கு வந்தனர். "இதைப் பங்கிட்டுக் கொள்வது நம் இருவருக்கும் சாத்தியப்படாது. அரசன் நல்லான் இங்கே இருக்கிறான். அவன் மிகவும் நல்லவன். அவனிடம் சொல்லி, பிணத்தைப் பங்கிட்டு நம் இருவருக்கும் தருமாறு கேட்கலாம்" என்ற முடிவுக்கு வந்து, பிணத்தை அரசன் நல்லானிடம் இழுத்துப் போயினர். பிறகு அவனிடம் "ஐயா! இந்தப் பிணத்தை எங்களிடையே பங்கிட்டுத் தாரும்" என்று கூறினர்.

அதற்கு அரசன் நல்லான் "நண்பர்களே! உங்கள் விருப்பம்போல் செய்து தருகிறேன். நான் அழுக்காய் இருப்பதால் முதலில் குளிக்க விரும்புகிறேன்" என்று சொன்னான்.

உடனே தங்களுக்கு உள்ள மந்திர சக்தி மூலம் அந்த அரக்கியர் அரசன் குளிக்கும் பொருட்டு நறுமண நீரைக் கொணர்ந்து கொடுத்தனர். அரசன் குளித்து முடித்ததும், சிறந்த ஆடை கொண்டு வந்து கொடுத்தனர். அரசன் அணிந்து கொண்டதும், நான்கு வகையான நறுமணம் உள்ள பெட்டி ஒன்றைக் கொணர்ந்து கொடுத்தனர். அரசன் நறுமணத்தைப் பூசிக் கொண்டதும், பல்வகையான பூக்கள் நிரம்பிய தங்கக் கூடை ஒன்றைக் கொடுத்தனர். மலர்களால்

அரசன் தன்னை அலங்கரித்துக் கொண்டதும், தாங்கள் மேலும் செய்ய வேண்டியது இருக்குமா என்று அவனிடம் அவர்கள் கேட்டனர்.

தான் பசியுடன் இருப்பதாக, அரக்கியரிடம் அரசன் தெரிவித்துக் கொண்டான். அவை புறப்பட்டுச் சென்று, கோசல நாட்டு அரசனுக்காகச் சித்தம் செய்திருந்த நறுமண உணவை எடுத்து வந்து அரசன் நல்லானிடம் கொடுத்தனர். அரசன் குளித்து ஆடை அணிந்து நறுமணம் பூசிக்கொண்டு, உணவு உண்டு உட்கார்ந்தான். அப்போது அரக்கியர் அரசன் நல்லான் கை கழுவி வாய் அலம்பிக்கொள்ள, தங்கக் கிண்ணத்தையும் குவளையையும் கொண்டு வந்தனர். அரசன் கை கழுவி வாய் அலம்பிக் கொண்டான். தங்கக் குவளையில் நீர் அருந்தி, கை அலம்பி, வாய் கொப்பளித்து முடித்தபின் அரசனிடம் வாசனையுள்ள வெற்றிலை கொண்டு வந்து கொடுத்தன. அது முடிந்தபின் தாங்கள் ஏதும் செய்ய வேண்டியது இருக்குமா என்று கேட்டன. "படை எடுத்து வந்திருக்கும் அரசன் தலைமாட்டில் தலையணை அருகே வாள் ஒன்று இருக்கிறது. அதை எடுத்து வாருங்கள்" என்று அவற்றிடம் கூறினான்.

அரக்கியர் இரண்டும் சென்று வாளை எடுத்து வந்து அரசனிடம் கொடுத்தனர். அரசன் பிணத்தைத் தூக்கி நேராக நிறுத்தி, நடுமையத்தில் இரு கூறாக அதை வெட்டினான். பிறகு ஒவ்வொரு கூறையும் ஒவ்வொரு அரக்கியிடம் கொடுத்தான் இதன் பின்னர் வாளைக் கழுவிச் சுத்தம் செய்து தனது இடுப்பில் கட்டிக்கொண்டான்.

பிணத்தை வயிறு நிறையத் தின்றபின், அரக்கியர் இருவரும் பெரிதும் திருப்தி அடைந்தன. பிறகு அரசனிடம் மிகவும் நன்றியறிதலோடு, தாங்கள் மேலும் ஏதும் செய்ய வேண்டியது இருக்குமா என்று வினவின.

அதற்கு அந்த அரசன் "உங்கள் மந்திர சக்தியால், எனது நாட்டை வசப்படுத்திக் கொண்டு இருப்பவன் அறையில் என்னைக் கொண்டு சேர்த்துவிடுங்கள். எனது மந்திரி ஒவ்வொருவனையும் அவன் அவன் இல்லத்தில் சேர்த்து விடுங்கள்" என்று அரசன் நல்லான் கூறினான்.

"அவ்வாறே செய்கிறோம்" என்று கூறி, கூறினபடி காரியத்தை அரக்கியர் செய்து முடித்தனர்.

அரசாங்கப் பள்ளி அறையில் இருக்கும் படுக்கையில் ஆக்கிரமிப்பாளன் அயர்ந்து தூங்கிக்கொண்டு இருந்தான். ஆனந்தமாகத் தூங்கிக் கொண்டிருந்த அவனை அரசன் நல்லான் வயிற்றில் ஓங்கி ஒரு வெட்டு வெட்டினான்.

நடுக்கமுற்று விழித்து எழுந்த கோசல நாட்டு அரசன், அரசன் நல்லான் அறையில் நிற்பதைப் பார்த்தான். தைரியத்தை வரவழைத்துக்கொண்டு, படுக்கையை விட்டு எழுந்து நின்றான். அவன் அரசன் நல்லானிடம் "ஐயா! இப்பொழுது இரவு நேரம். காவல் இருக்கிறது. கதவு தாளிடப்பட்டு உள்ளது. இந்த அறைக்குள் யாரும் நுழைய முடியாது. அப்படி இருக்கும்போது, சிறந்த உடுப்பை உடுத்திக்கொண்டு, கையில் வாளுடன் இந்த அறைக்குள் எப்படி வந்தீர்கள்?" என்று கேட்டான்.

நடந்தவற்றை விவரமாக, அரசன் நல்லான் சொன்னான்.

விவரம் தெரிய வந்ததும் ஆக்கிரமிப்பாளன் நெஞ்சம் நெகிழ்ந்துவிட்டது. உடனே அவன், "அரசே! மனித இயல்பு படைத்தவனாய் இருந்தும் உமது நல்லியல்புகளை நான் அறிந்து கொள்ளாது போனேன். ஆனால் மனித ஊனையும் இரத்தத்தையும் உண்ணும் அரக்கியர் உமக்கு உதவியுள்ளனர். கொடுமையும் பயங்கரமும் வாய்ந்த அவைகள் அந்த மனித இயல்புகளைப் பெற்றுவிட்டன. ஆகவே, இனி உமக்கு விரோதமாக நான் சதி செய்ய மாட்டேன்" என்று சொல்லிவிட்டு, வாளைத் தொட்டு அவரிடம் மன்னிப்பு கேட்டுக்கொண்டான். பிறகு அரசன் நல்லானைச் சிம்மாசனத்தில் அமரச் செய்து, தான் ஒரு சிறிய ஆசனத்தில் அமர்ந்து கொண்டான்.

மறு தினம் பொழுது புலர்ந்தது. சூரிய உதயம் ஆனதும், முரசு அறைந்து தனது அதிகாரிகள் அனைவரையும் வந்து ஒருங்கே ஒரு இடத்தில் கூடுமாறு கோசல நாட்டு அரசன் உத்தரவிட்டான். அவர்கள் முன்னிலையில் அரசன் நல்லானை வானளாவ உயர்த்திப் பேசினான். அரசை அவனிடம் திருப்பிக் கொடுத்து மீண்டும் மன்னிப்பு கேட்டான். பிறகு

அரசன் நல்லானிடம் "அரசு உங்களது ஆகிவிட்ட போதிலும் தீயோரைத் தண்டிக்கும் உரிமை எனக்கு இருக்கட்டும்" என்று கேட்டுக் கொண்டான். பிறகு அரசன் நல்லானுக்குத் தீமை செய்தவனைத் தண்டித்துவிட்டு, தனது படைகளுடனும் யானைகளுடனும் தனது நாட்டுக்குத் திரும்பினான்.

"அரசன் நல்லான் கம்பீரமாகவும் கண்ணியமாகவும், வெள்ளை விதானத்தின் கீழ், சிம்மாசனத்தில் அமர்ந்து இருந்தான். அந்தச் சிம்மாசனம் மான் கால்களைக் கொண்டதாய் தங்கத்தில் செய்யப்பட்டு இருந்தது. அரசன் நல்லான் தனது பெருமைக்குறித்து, தனக்குத் தானே இவ்வாறு சொல்லிக் கொண்டான்." நான் உயிர் பிழைத்திராவிட்டால், இந்தப் பெருமையை நான் அடைந்திருக்க முடியாது. எனது ஆயிரம் மந்திரிகளும் உயிர் பிழைத்து இருக்கமாட்டார்கள். எனது முயற்சியால் தான் இழந்த ராஜ்யத்தை நான் பெறலானேன். மந்திரிகள் ஆயிரம் பேரும் உயிர் பிழைத்தார்கள். இடை விடாது நாம் முயற்சியில் ஈடுபட வேண்டும். ஊக்கத்துடன் முயல வேண்டும். முயற்சியின் விளைவுகள் சிறப்பைத் தரும்.'

இவ்வாறு சொல்லிவிட்டு, கீழ்வரும் பாடலை அவர் உணர்வோடு சொன்னார்.

"சகோதரனே! முயற்சியில் ஈடுபடு. நம்பிக்கையோடு உறுதியாக நில்.
தைரியத்தை இழக்காதே; சோர்வு அடைந்துவிடாதே.
எனக்கு ஏற்பட்ட துயரங்களை நானே அனுபவித்தேன்.
அவை கடந்து போயின. இப்பொழுது நான் இதய நிறைவுடன் இருக்கிறேன்.

இதய நிறைவோடு போதிசத்துவர் பேசினார். உண்மையான முயற்சி நற்பயனை உறுதியாகத் தரும். நீண்ட காலம் நல்ல காரியங்களைச் செய்தபின்னர் அவர் காலமாகிவிட்டார். அதன் பின்னர் தனது செயல்களுக்கு உள்ள கதியை அவர் அடைந்தார்.

48. மிடாக் குடியர்கள்

"முன்பு எல்லாம் தீயவர்கள் நல்லவர்களை ஏமாற்றி வந்தார்கள். இப்பொழுது தீயவர்களை நல்லவர்கள் ஏமாற்ற வேண்டிய நிலை ஏற்பட்டு உள்ளது" என்று கூறி சேதவனத்தில் இருக்கும்போது, புத்தர் பெருமான் இந்தக் கதையைச் சொன்னார். எச்சரிக்கையாய் இல்லாது போனால், தீயவர்களின் பிடிப்பில் சிக்கிக் கொண்டு தவிக்க நேரும் என்பதை விளக்கினார்.

பிரம்மதத்தன் காசி நகரை ஆண்டபோது, போதிசத்துவர் அந்த நகரத்தின் நிதிக்கணக்கராய் இருந்தார்.

அப்போது மிடாக் குடிக்கூட்டம் ஒன்று மதுவில் போதை மருந்தைப் போட்டு நிதிக்கணக்கரை ஏமாற்ற முடிவு செய்தது. அதன்படி மதுவில் போதை மருந்தைக் கலந்துவிட்டு, அவரிடம் சென்று, தங்களிடம் சிறந்த மது இருப்பதாகவும் உடன் வந்து தங்களுடன் சேர்ந்து பருக வேண்டும் என்றும் அவரை அழைத்தார்கள். நிதிக்கணக்கர் குடிப்பதில் விருப்பம் இல்லாதவர். இருப்பினும் குடியர்களின் அழைப்புக்கு இணங்கி அவர்களுடன் சேர்ந்து சென்றார்.

குடியர்களின் எண்ணத்தைப் புரிந்து கொண்ட அவர், குடியர்களைப் பயமுறுத்தி விரட்டும் பொருட்டு ஒரு தந்திரம் செய்தார். "அரண்மனைக்குப் போகும்போது குடிப்பது நல்லதன்று. அரண்மனைக்குச் சென்று அரசனைச் சந்தித்து விட்டுத் திரும்பி உங்களுடன் சேர்ந்து குடிக்கிறேன்" என்று சொன்னார்.

பிறகு அவர் திரும்பி வந்தபோது, குடியர்கள் அவரை மது அருந்த அழைத்தார்கள். போதை மருந்து கலந்த மது வைத்திருந்த கிண்ணத்தைப் பார்த்த அவர், "நீங்கள் நடந்து கொள்ளும் முறை எனக்குப் பிடிக்கவில்லை. நான் அரண் மனைக்குச் சென்றபோது, நிரம்பி இருந்தபடியே, மதுக் கிண்ணம் மதுவால் நிரம்பி இருக்கிறது. இந்த மதுவை நீங்கள் ஆயிரமாகப் புகழ்ந்து பேசுகிறீர்கள். இருந்தும் இந்த மதுவில் ஒரு துளிகூட உங்கள் நாவில் நீங்கள் விட்டுப் பார்க்கவில்லை என்று தெரிகிறது. நீங்கள் கூறுவது போல் அது நல்ல மதுவாய் இருக்குமாயின், உங்களுக்கு உள்ள பங்கை நீங்கள் இதுவரை பருகி இருப்பீர்கள். ஆகவே இந்த மதுவில் போதை மருந்து கலந்து இருக்கிறது" என்று சொல்லி, கீழ்வரும் பாடலை அவர் கூறினார்.

என்ன, நீங்கள் புகழும் மதுவை நீங்கள் தொடவில்லை.
அருமையான மதுவை நீங்கள் தொடாமல் இருப்பீர்களா?
இது நல்ல மது இல்லை என்பதற்கு இதுவே சான்று.

காலமான பின்னர் தனது தகுதிக்கு ஏற்ற நிலையை போதிசத்துவர் அடைந்தார்.

அயோக்கியர்கள், தீயவர்கள் ஆகியோர் எந்தக் காலத்திலும் ஒரே மாதிரியாகவே இருப்பார்கள் என்பது இந்தக் கதையின் போதனை.

49. நச்சுமரம்

பிரம்மதத்தன் காசியை ஆண்டபோது, போதிசத்துவர் ஒரு வியாபாரியாகப் பிறந்திருந்தார். வளர்ந்து பெரியவன் ஆனதும் ஐநூறு வண்டிகளில் சரக்குகள் ஏற்றிக்கொண்டு வியாபாரம் செய்யப் புறப்பட்டார். ஒருநாள் பெரியக் காட்டைக் கடக்க வேண்டிய சாலைக்கு அவர் வந்து சேர்ந்தார். காட்டின் தலைவாயிலில் வண்டிகளை நிறுத்திவிட்டு, தன்னுடன் வந்திருக்கும் கூட்டத்தாருக்கு அவர் இவ்விதம் சொன்னார். காட்டில் நச்சுமரங்கள் இருக்கும். என்னைக் கேட்காமல், பழக்கப்படாத இலை, பூ, பழம் எதையும் சாப்பிடாதீர்கள்.

"சரி" என்று எல்லாரும் சம்மதித்தார்கள். பிறகு காட்டுக்குள் பயணம் செய்யத் தொடங்கினார்கள். காட்டின் தலைவாயிலில் கிராமம் ஒன்று இருந்தது. கிராமத்துக்குப் புறத்தே காட்டு மரத்தின் இலை, பூ, காய், பழம், அடிமரம், கிளைகள் ஆகிய அனைத்தும் மாமரத்தை ஒத்து இருந்தன. வெளித் தோற்றத்தில் மட்டும் அல்லாமல், அதன் காயும் பழமும், சுவையாலும் மணத்தாலும், மாம்பழத்தை நிகர்த்து இருந்தது.

பேராசைக்காரர்கள், வியாபாரக் கூட்டத்துக்கு முன்னதாகவே இந்தக் காட்டு மரத்துக்கு வந்தார்கள். மாம்பழம் என்று கருதி, அதன் பழம் ஒன்றை அவர்கள் பறித்துத் தின்றார்கள். மற்றவர்களோ "நம் தலைவரைக் கேட்டுவிட்டுச் சாப்பிடலாம்" என்று சொல்லிக்கொண்டார்கள். மற்றவர்களோ பழத்தைக் கையில் வைத்துக்கொண்டு தங்கள் தலைவரின் வருகைக்காகக் காத்திருந்தார்கள். அவர் வந்ததும் "இது மாம்பழம் இல்லை. சாப்பிட வேண்டாம்" என்று சொன்னார்.

மற்றவர்களைச் சாப்பிடாது தடுத்துவிட்டு, முன்னதாகவே சாப்பிட்டவர்கள் பக்கம் போதிசத்துவர் திரும்பினார். முதலில் வாந்தி எடுக்க அவர்களுக்கு மருந்து கொடுத்தார். பிறகு நான்குவித இனிப்பு உணவைச் சாப்பிடக் கொடுத்தார். அவர்கள் குணம் அடைந்தார்கள்.

முன்புவந்த வியாபாரக் கூட்டத்தார் காட்டுப் பழத்தை மாம்பழம் என்று கருதிப் பறித்துத் தின்று இறந்துபோனார்கள். காலையில் கிராமத்தார் வந்து இறந்தவர்களை இரகசியமான ஒரு இடத்தில் தூக்கிப் போட்டுவிட்டு, வியாபாரக் கூட்டத்தாரின் சரக்குகளை வண்டிகளுடன் அபகரித்துக்கொண்டு போய்விடுவார்கள்.

இந்த நிகழ்ச்சி நடந்த அன்று கிராமத்தார்கள், சரக்குகளை அபகரித்துப் போக அதிகாலையில் வந்தார்கள். "நமக்கு வண்டி மாடுகள் கிடைக்கும்" என்று சிலர் சொன்னார்கள். "வண்டிகள் கிடைக்கும்" என்று மற்றவர்கள் சொன்னார்கள். "தங்களுக்குச் சரக்குகள் கிடைக்கும்" என்று மற்றவர்கள் சொன்னார்கள். ஆகவே ஆவலோடு மரத்தின் அருகே வந்தார்கள். வியாபாரக் கூட்டம் முழுதும் நலமாய் இருப்பதைப் பார்த்துத் திகைத்தார்கள்.

ஏமாந்து போன கிராமத்தார் "இது மாம்பழம் இல்லை என்று உங்களுக்கு எப்படித் தெரிந்தது?" என்று கேட்டார்கள்.

"எங்களுக்குத் தெரியாது. எங்கள் தலைவர்தான் தெரிந்து சொன்னார்" என்று அவர்கள் தெரிவித்தார்கள்.

கிராமத்தார்கள் போதிசத்துவரை அணுகி "அறிஞரே! இது மாமரம் இல்லை என்பது உங்களுக்கு எப்படித் தெரிந்தது?" என்று கேட்டார்கள்.

இரண்டு விஷயங்களால் தெரிந்துகொண்டேன்" என்று சொல்லி அடியில் வரும் பாடலை, போதிசத்துவர் அவர்களுக்குச் சொன்னார்.

ஒரு கிராமத்து அருகே மரம்
ஒன்று வளருமானால்
ஏறுவதற்குச் சிரமமில்லாததாக
இருக்குமானால், வேறு சான்று தேவையில்லை.

அது தெளிவாகவே தெரிந்து
விடக்கூடிய விஷயம் ஆகும்.
சாப்பிடக்கூடிய பழமாய் இருந்தால்
மரத்தில் பழம் இருக்காது.

இவ்வாறு கூட்டத்தாருக்குத் தெரிவித்துவிட்டு, பயணத்தைப் பத்திரமாக முடித்துக்கொண்டார்.

50. மனிதர்களில் சிங்கம்

பிரம்மதத்தன் காசியை ஆண்ட போது ஒரு சமயம், போதிசத்துவர் மீண்டும் ஒரு முறை அரசிக்கு மகவாய்ப் பிறந்தார். குழந்தைக்குப் பெயர் சூட்ட வேண்டிய நாளன்று, எண்ணூறு பிராமணர்களை அழைத்து, குழந்தையின் எதிர் காலம் எப்படி இருக்கும் என்று பலன் கேட்டான். ஐம்பொறிகளும் திருப்தியாக அனுபவிக்கும் அளவு அவர்களுக்கு வாரிக் கொடுத்தான். பையனுக்கு நல்ல எதிர்காலம்; பெருமைமிக்க எதிர்காலம் இருக்கிறது என்பதைக் கணித்துத் தெரிந்து கொண்டார்கள். அரசன் காலமான பின்னர், இளவரசன் அரசனாகி நாட்டை ஆள்வான் என்றும் அறநெறிகளில் மேம்பட்டு விளங்குவான் என்றும் ஐந்து ஆயுதங்களில் வல்லவன் என்ற பெரும் புகழ் அவனுக்கு உண்டாகும் என்றும் ஜம்புத் தீவத்தில் ஈடு இணையற்று இளவரசன் விளங்குவான் என்றும் பலன் சொன்னார்கள்.

பிராமணர்கள் சொன்ன பலன்களை அனுசரித்து, பெற்றோர், இளவரசனுக்கு ஐந்து ஆயுத இளவரசன் என்று பெயர் சூட்டினார்கள்.

பதினாறு வயதை இளவரசன் அடைந்த போது நல்லது கெட்டதை அறியும் திறமை இளவரசனுக்கு இருந்தது. கல்வி கற்கச் செல்லுமாறு, அரசன் இளவரசனிடம் சொன்னான்.

"யாரிடம் சென்று கல்வி கற்க வேண்டும்?" என்று கேட்டான் இளவரசன்.

"காந்தார நாட்டிலுள்ள தட்ச சீலத்தில் உலகப் புகழ்பெற்ற ஆசிரியர் இருக்கிறார். அவருக்குக் கொடுக்க வேண்டிய ஊதியம்

இதோ பெற்றுக் கொள்” என்று சொல்லி இளவரசனிடம் அரசன் ஆயிரம் நாணயங்களைக் கொடுத்தான்.

இளவரசன் தட்சசீலம் சென்று அங்கு கல்வி கற்றான். ஐந்துவித ஆயுதங்களில் இளவரசனுக்கு ஆசிரியர் பயிற்சி கொடுத்தார். கல்வி முடிந்ததும் ஆயுதங்களை ஆசிரியரிடமிருந்து பெற்றுக்கொண்டு, நன்றியும் வணக்கமும் தெரிவித்து ஆசிரியரிடமிருந்து விடை பெற்றுக் கொண்டு, தட்சசீலத்திலிருந்து காசிக்குப் புறப்பட்டான் இளவரசன்.

வழியில் ஒரு காடு இருந்தது. அங்கே கம்பளி சடையன் என்னும் பெயருடைய ஒரு அரக்கன் வசித்தான். காட்டின் புறத்தே நின்ற சில மனிதர்கள் இளவரசனிடம் “வாலிபப் பிராமணனே! இந்தக் காட்டு வழியே செல்ல வேண்டாம். கம்பளிச் சடையன் என்னும் அரக்கன் ஒருவன் இந்தக் காட்டில் வசிக்கிறான். தன்னைச் சந்திப்பவர்களை அவன் கொன்று விடுகிறான்.

ஆனால் சிங்கம் போல் தைரியமும் தன்னம்பிக்கையும் கொண்ட இளவரசன் காட்டுக்குள்ளே நடந்தான். நடுக்காட்டை அடைந்தபோது, அரக்கனை அவன் சந்தித்தான்.

அந்த அரக்கன் பனைமரம்போல் உயரமாக இருந்தான். தலை கொடிப்பந்தல் போல் பெரிதாய் இருந்தது. கண்கள் இரண்டும் இரு சட்டிகளைப்போல் இருந்தன. கோரைப் பற்கள் முள்ளங்கியைப் போல் நீண்டு பருந்தின் மூக்கைப் போல இருந்தன. வயிறு ஊதா நிறத்தில் இருந்தது. உள்ளங்கைகளும் உள்ளங்கால்களும் கருநீல நிறத்தில் இருந்தன.

இளவரசனைப் பார்த்ததும், “நீ எங்கே போகிறாய்?” என்று அரக்கன் கூவினான். “நில். எனக்கு நீ உணவாகப் போகிறாய்!” என்று கத்தினான்.

உடனே இளவரசன் “அரக்கனே என்ன செய்ய நேரும் என்பதைத் தெரிந்து கொண்டுதான் நான் காட்டுக்குள் நுழைந்தேன். என்னை அணுகும்படி யாரோ உனக்குக் கெட்ட குணத்துடன் சொல்லி இருக்கிறார்கள். என்னிடம் நச்சுப் பாணங்கள் உள்ளன. நீ நிற்கும் இடத்திலேயே உன்னை என்னால் கொல்ல முடியும்“ என்று இளவரசன் சொன்னான்.

இவ்வாறு மறுப்பைத் தெரிவித்த பின்னர் இளவரசன் கொல்லக் கூடிய நஞ்சில் அம்பைத் தோய்த்து அரக்கன் மீது எய்தான். அரக்கனின் அடர்த்தியான மயிரில் அந்த அம்பு சிக்கிக்கொண்டது. ஒன்றன்பின் ஒன்றாக இளவரசன் ஐம்பது பாணங்களை அரக்கன் மீது எய்தான். அனைத்துமே அரக்கனின் அடர்த்தியான மயிரில் சிக்கிக் கொண்டன.

அரக்கன் உடம்பை உதறினான். அம்புகள் அனைத்தும் அரக்கன் காலடியில் வீழ்ந்தன. பிறகு அவை இளவரசனிடம் வந்து சேர்ந்தன.

எனவே மீண்டும் மறுப்புச் சொல்லிவிட்டு, அம்புகளைப் போலவே முப்பத்தைந்து அங்குல நீளமுள்ள வாள் ஒன்றை எடுத்து, அரக்கன் மீது வீசினான். அதுவும் அம்புகளைப் போலவே அரக்கனின் ரோமத்தில் சிக்கிக்கொண்டது. பிறகு ஈட்டியை எறிந்தான். அதுவும் ரோமத்தில் சிக்கிக் கொள்ளவே, கதையால் அரக்கனை அடித்தான். அதுவும் மற்ற ஆயுதங்களைப் போலவே ரோமத்தில் சிக்கிக் கொண்டது.

இதனால் ஆத்திரமடைந்த இளவரசன், அரக்கனை நோக்கி, "ஏ அரக்கா! என்னைப் பற்றி இதுவரை நீ கேட்டிருக்க முடியாது. ஐந்து ஆயுத இளவரசன் என்று என்னைச் சொல்வார்கள். இந்தக் காட்டுக்குள் நுழையும் போது எனது ஆயுதங்களை நம்பி நான் நுழையவில்லை. என்னை நம்பியே நான் நுழைந்தேன். இப்பொழுது நான் உன்னை உதைக்கும் உதையில் நீ தூள் தூளாகிவிடுவாய்" என்று சொல்லிவிட்டு, தனது வலது கையால் அரக்கனுக்கு ஓர் அடி கொடுத்தான். ஆனால் அந்தக் கையும் ரோமத்தில் சிக்கிக் கொண்டது. பிறகு தனது இடது கையாலும் காலாலும் வலது காலாலும் எட்டி உதைத்தான். அவையும் அரக்கனின் தோலுக்குள் சிக்கிக் கொண்டன. "உன்னைத் தவிடு பொடியாக்கப் போகிறேன் பார்" என்று மீண்டும் கூவிக்கொண்டு அரக்கனின் உடலில் முட்டினான். அதுவும் முன்னைப் போலவே சிக்கிக் கொண்டது.

இப்படியெல்லாம் சிக்கிக்கொண்ட போதிலும், இளவரசன் ஊக்கம் குன்றவில்லை; தைரியத்தை இழக்கவில்லை. அரக்கன் உடலில் தொங்கினான்.

இதனால் அரக்கன் தனக்குத் தானே இவ்வாறு எண்ணலானான். "இந்த மனிதன் மனிதர்களிடையே சிங்கம் போல் திகழ்கிறான். ஈடு இணை இல்லாதவனாய் இருக்கிறான். இவனை மனிதன் என்று மட்டும் சொல்ல முடியாது. என்னைப் போன்ற அரக்கன் பிடிப்பில் சிக்கிக்கொண்டிருப்பினும் அவனிடம் நடுக்கம் சிறிதும் இல்லை. இந்த வழியில் செல்லும் பயணிகளை நான் கொல்லத் தொடங்கியது முதல், இவனுக்கு இணையான மனிதனை நான் பார்த்தது இல்லை. இவனுக்கு அச்சமே உண்டாகவில்லையே எப்படி?" உடனே இள வரசனை விழுங்கத் தைரியம் இல்லாத அரக்கன் "வாலிபப் பிராமணனே! நீ சாவுக்குப் பயப்படாமல் இருக்கிறாயே எப்படி?" என்று கேட்டான்.

"நான் ஏன் சாவுக்குப் பயப்பட வேண்டும்? எந்த ஒரு உயிரும் சாவிலிருந்து தப்ப முடியாது. மேலும் எனது உடலில் பிடிவாதம் என்னும் ஈட்டி இருக்கிறது. என்னைத் தின்ற போதிலும் அதை உன்னால் சீரணித்துக்கொள்ள முடியாது. அது உனது உள் உறுப்புகளையெல்லாம் துண்டித்துவிடும். எனது சாவோடு உனக்கும் சாவு நேரும். அதனால்தான் எனக்கு அச்சமே ஏற்படவில்லை" என்று இளவரசன் சொன்னான்.

இதைச் செவிமடுத்த அரக்கன் சிந்தனையில் ஆழ்ந்தான். "இந்த வாலிபப் பிராமணன் உண்மையைத் தவிர்த்து வேறு எதையும் சொல்லவில்லை. மொச்சைக் கொட்டை அளவு தின்றால் கூட இத்தகைய வீரனை என்னால் செரித்துக்கொள்ள முடியாது. இவனை விட்டுவிட வேண்டியதுதான்.

சாவுக்கு அஞ்சிய அரக்கன் இந்த எண்ணம் உண்டானதும், இளவரசனை விட்டுவிட்டான். "வாலிப பிராமணனே! நீ மனிதர்களிடையே சிங்கம் போன்றவன். நான் உன்னைத் தின்னமாட்டேன். ராகுவின் பிடிப்பிலிருந்து சந்திரன் விடுபடுவதுபோல, எனது பிடிப்பிலிருந்து விடுபட்டுப் போ. உனது நாட்டுக்கும் நண்பர்களுக்கும் உறவினர்களுக்கும் மகிழ்ச்சி ஏற்படும் வகையில் நீ திரும்பிப் போ" என்று சொன்னான்.

உடனே இளவரசன் அரக்கனே! என்னைப் பொறுத்த வரையில் நான் போகிறேன்; முன்பு நீ செய்த பாவங்களின் விளைவாக, கொடுமையான கொலைக் குணமுள்ள இறைச்சி

தின்னும் அரக்கனாக நீ பிறக்க நேர்ந்திருக்கிறது. இந்தப் பிறவியிலும் நீ பாவங்கள் செய்வாயானால், மேலும் மேலும் இருள் உலகத்துக்கே நீ போக நேரும். என்னை நீ பார்த்து விட்டதனால் இனி பாவம் எதுவும் நீ செய்ய மாட்டாய். ஒரு உயிரைக் கொல்வதனால் நரகத்திலோ, விலங்காகவோ, பேயாகவோ, கீழ்க்கடையான தாழ்ந்த ஆவிகளாகவோ பிறக்க நேரும் அல்லது மீண்டும் மனிதர்களிடையே பிறக்க நேர்ந்தால், செய்த பாவங்களின் விளைவாக ஆயுள் குறைந்து போகும்.

இப்படி போதிசத்துவரான இளவரசன் ஐந்து தீய நெறிகளாலும், ஐந்து நல்ல நெறிகளாலும் ஏற்படும் விளைவுகளை விவரித்தார். பல வழிகளிலும் அரக்கனுக்கு இருந்த அச்சத்தைப் போக்கினார். அந்த அரக்கன் உள்ளத்திலே தியாக உணர்வும், பஞ்ச சீல உணர்வும் ஏற்படச் செய்தார். அரக்கனை, காட்டுத் தேவதையாகச் செய்தார். கடமைகளைச் செய்யும்படியும், உறுதியாக இருக்கும்படியும் போதித்துவிட்டு காட்டை விட்டு வெளியே வந்தார்.

ஐந்து ஆயுதங்களுடன் காசி நகரை அடைந்தார். பெற்றோரைச் சந்தித்தார். பிற்காலத்தில் அரசனானதும் நேர்மையாக ஆட்சி செய்தார். தான தர்மங்களையும், நற்செயல்களையும் செய்து காலமானார். தனது செயல்களுக்கு ஏற்ற பலனை அனுபவித்தார்.

51. தங்கப் புதையல்

பிரம்மதத்தன் காசியை ஆண்டபோது ஒரு சமயம், ஒரு கிராமத்தில் போதிசத்துவர் ஒரு விவசாயியாகப் பிறந்திருந்தார். கிராமத்தை அடுத்திருந்த நிலத்தை உழுதுகொண்டிருந்தார்.

முன்பு இருந்த வியாபாரி ஒருவன் இந்த வயலில் ஒரு மனிதனின் தொடைப் பருமன் உள்ள தங்கக் கட்டி, மூன்று அடி நீளம் உள்ளதை புதைத்து வைத்தபின் இறந்து போனான்.

போதிசத்துவரின் ஏர்க்கால் இந்தத் தங்கக் கட்டியில் இடித்ததும், அது மரத்தின் வேராக இருக்குமோ என நினைத்தார். தோண்டிப் பார்த்தபோது, தங்கக் கட்டி என்பது தெரிய வந்தது. உடனே ஒட்டி இருந்த மண்ணை அகற்றிச் சுத்தம் செய்தார்.

மாலை நேரம் வந்ததும், கலப்பையை வயலில் வைத்து விட்டு, தங்கக் கட்டியைத் தனது தோளில் தூக்கிக்கொண்டு புறப்பட்டார். சுமையைத் தூக்கிக்கொண்டு புறப்பட்டார். சுமையைத் தூக்கிக்கொண்டு அவரால் நடக்க முடியவில்லை. ஆகவே என்ன செய்யலாம் என்று சிந்திக்கலானார். "இவ்வளவு தங்கத்தைப் புதைத்து வைக்க வேண்டும். இவ்வளவு தங்கத்தை வியாபாரம் செய்ய வேண்டும். இவ்வளவு தங்கத்தைத் தான தருமம் செய்ய வேண்டும். இவ்வளவு தங்கத்தை வாழ்க்கைச் சௌகரியத்துக்குப் பயன்படுத்த வேண்டும்" என்று நினைத்தார்.

அதன்படி தங்கக்கட்டிகளை நான்கு கூறுகள் போட்டார். கூறுகள் போட்டதனால் தூக்கிச் செல்வது எளிதாயிற்று. தங்கக் கட்டிகளை வீடு கொண்டு போய்ச் சேர்த்தார். இதன் பின்னர் தான தர்மங்களையும் இதர நற்காரியங்களையும் செய்தார். காலமானபின், தனது தகுதிகளுக்கு உரிய பலன்களை அனுபவித்தார்.

52. முதலையும் குரங்கும்

பிரம்மதத்தன் காசியை ஆண்டபோது, போதிசத்துவர் ஒரு குரங்காய்ப் பிறந்திருந்தார். அந்தக் குரங்கு குதிரைக் குட்டியைப் போல் பெரிதாயும் பலமாயும் இருந்தது. அந்தக் குரங்கு நதிக்கரையில் தனியாக வசித்து வந்தது. ஆற்றின் நடுவே தீவு ஒன்று இருந்தது. அந்தத் தீவில் மாமரங்களும் பலா மரங்களும் இதர பழ மரங்களும் இருந்தன.

ஆற்றங்கரைக்கும் தீவுக்கும் நடுவே, தனியாக பாறை ஒன்று மட்டும் இருந்தது. யானையைப் போல, பலமாக இருந்த காரணத்தால், போதிசத்துவர், ஆற்றங்கரையிலிருந்து பாறைக்கும், பாறையிலிருந்து தீவுக்கும் குதிப்பார். தீவில் தங்கி, வயிறு நிறையுமட்டும் பழங்களைத் தின்பார். மாலை நேரம் வந்ததும், தீவிலிருந்து வந்த வழியே கரைக்குத் திரும்பிவிடுவார். அவர் வாழ்க்கை இவ்விதம் நாள்தோறும் நடந்து வந்தது.

இது சமயம் அந்த ஆற்றில் முதலை ஒன்று தன் மனைவியுடன் வசித்து வந்தது. கருப்பமாய் இருந்த பெண் முதலை குரங்கு ஆற்றங்கரையிலிருந்து தீவுக்கு வந்து போவதைக் கவனித்தது. குரங்கின் ஈரலைத் தின்ன வேண்டும் என்ற ஆசை பெண் முதலைக்கு உண்டாகி, அது தன் கணவனிடம் "அந்தக் குரங்கைப் பிடித்துத் தாருங்கள்" என்று கூறிற்று.

தன் மனைவியின் விருப்பத்தை நிறைவேற்றுவதாக வாக்குறுதி அளித்துவிட்டு, ஆண் முதலை புறப்பட்டுச் சென்று குரங்கு மாலையில் பாறைக்குத் திரும்புவதை எதிர்பார்த்து. பாறையின்மீது அமர்ந்திருந்தது.

பகல் பொழுதைத் தீவில் கழித்துவிட்டு மாலையில் போதிசத்துவக் குரங்கு திரும்பலாயிற்று. அப்போது நடுவிலுள்ள பாறை உயர்ந்து இருப்பதுபோல் அதற்குத் தோன்றிற்று. ஏனெனில் ஆற்றின் நீர் மட்டத்தையும் பாறையின் உயரத்தையும் குரங்கு நன்றாகத் தெரிந்து கொண்டிருந்தது. பாறை உயரமாகத் தெரிந்ததால், முதலை தன்னைப் பிடிப்பதற்காக, பாறையில் காத்திருப்பது போல் அதற்குத் தோன்றிற்று.

ஆகவே தனது சந்தேகத்தை நிவர்த்தி செய்துகொள்ள எண்ணிய குரங்கு "ஏ பாறையே!" என்று அழைத்தது.

பதில் ஒன்றும் கிடைக்கவில்லை. "ஏ பாறையே! ஏ பாறையே!" என்று மூன்று முறை கூப்பிட்டுப் பார்த்தும் பாறை மௌனமாய் இருந்தது.

உடனே குரங்கு ஒரு தந்திரம் செய்தது. "நண்பர் பாறையே! எப்பொழுதும் பேசுகிற நீ இன்று ஏன் பேசாமல் இருக்கிறாய்?" என்று வினவிற்று.

"ஓகோ நிலைமை அப்படியா! நாள்தோறும் பாறை பதில் சொல்லுகிற வழக்கப்படி நானும் பதில் சொல்லுகிறேன்" என்று எண்ணிற்று முதலை.

பிறகு "ஏ குரங்கே! என்ன விஷயம்?" என்று முதலை கூறிற்று.

"நீ யார்?" என்று குரங்கு விசாரித்தது.

"நான் முதலை" என்று முதலை பதில் கூறிற்று.

"எதற்காக நீ பாறைமீது அமர்ந்திருக்கிறாய்?' என்று வினவிற்று குரங்கு.

"உன்னைப் பிடித்து, உன் இதயத்தைத் தின்பதற்காக" என்று பதில் சொல்லிற்று முதலை.

திரும்புவதற்கு வேறு வழியில்லாததால், ஒரு உபாயத்தின் மூலம் முதலையை ஏமாற்ற எண்ணிற்று, குரங்கு.

ஆகவே அது முதலையிடம் "உனக்கு ஆகாரம் ஆகாமல் என்னால் தப்ப முடியாது. ஆகவே வாயைத் திறந்துகொண்டு நீ தயாராய் இரு. நான் குதித்து உன் வாயில் வந்து விழுகிறேன்" என்று கூறிற்று.

ஆகவே முதலை கண்களை மூடிக்கொண்டு, வாயைத் திறந்து வைத்துக் கொண்டு இருந்தது. அதை ஏமாற்ற நினைத்த குரங்கு, ஒரே தாவில் முதலையின் தலைமீது தாவிற்று. பிறகு அங்கிருந்து, வெகு வேகமாக, ஆற்றங்கரைக்குத் தாவிவிட்டது.

குரங்கின் கெட்டிக்காரத்தனம் இப்போது, முதலைக்குப் புரியலாயிற்று. "ஏ குரங்கே! நான்கு அறநெறிகளைக் கடைபிடிப்பவன், எதிரிகளை எளிதில் மடக்கிவிடுவான். உன்னிடம் நான்கு அறநெறிகளும் இருப்பதாகக் கருதுகிறேன்" என்று கூறி, அடியில் வரும் பாடலை முதலை கூறிற்று.

"குரங்குகளுக்கு அரசே! வாய்மை, முன்னெச்சரிக்கை, உறுதி, அஞ்சாமை இந்த நான்கு பண்புகளும் எவனிடம் இருக்கிறதோ, அவன் எதிரிகளை நாசமாக்கிவிட்டு தப்பிவிடுவான்"

இவ்வாறு போதிசத்துவக் குரங்கைப் பாராட்டிவிட்டு, முதலை தனது இருப்பிடத்துக்குத் திரும்பிற்று.

53. பூதமும் குரங்கும்

*கா*சியைப் பிரம்மதத்தன் ஆண்ட சமயம், தேவதத்தன் இமயமலை அடிவாரத்தில் மீண்டும் குரங்காய் பிறந்திருந்தான். அந்தக் குரங்குக்கு ஏராளமான ஆண் குட்டிகள் பிறந்திருந்தன. அந்தக் குரங்குகள் அனைத்துக்கும் தேவதத்தக் குரங்கு அரசனாய்த் திகழ்ந்தது. பெரிதாக வளர்ந்தபின், இந்தக் குட்டிகள் எல்லாம் சேர்ந்துகொண்டு, தன்னைப் பதவியிலிருந்து அகற்றிவிடும் என்ற அச்சம் தேவதத்தக் குரங்குக்கு இருந்தது. ஆகவே தன் குட்டிகளின் விரைகளைத் தன் பற்களால் கடித்து அந்தக் குரங்கு ஆண்மையற்றவையாய் செய்துவிட்டது.

இந்தத் தேவதத்தக் குரங்குக்கு, போதிசத்துவர் பிள்ளையாகப் பிறக்க இருந்தார். போதிசத்துவரைக் கருவுற்றிருந்த தாய்க் குரங்கு, அங்கிருந்து தப்பி ஓடி, வேறு ஒரு இடத்துக்குப் போய் வசிக்கலாயிற்று.

கருப்பம் பூர்த்தியானதும் தாய்க் குரங்கு, போதிசத்துவரைக் குரங்குக் குட்டியாக ஈன்றது.

வளர்ந்து பெரிதாக, விவரம் புரியக்கூடிய காலத்தில், அந்தக் குரங்குக் குட்டி பெரிய பலசாலியாக விளங்கிற்று.

ஒருநாள் போதிசத்துவக் குரங்குக்குட்டி தன் தாயிடம் "அம்மா! என் தந்தை எங்கே?" என்று வினவிற்று.

"ஏதோ ஒரு மலையடிவாரத்தில் வசித்துக்கொண்டு, குரங்குகளுக்கெல்லாம் அரசராக அவர் விளங்குகிறார்" என்று தாய்க் குரங்கு கூறிற்று.

"என் தந்தையிடம் என்னை அழைத்துப் போ" என்று கூறிற்று போதிசத்துவக் குரங்கு.

அதற்குத் தாய்க் குரங்கு "உன் தந்தையிடம் போக வேண்டாம் மகனே! தன்னைப் புதல்வர்கள் மிஞ்சிவிடுவார்கள் என்ற பயத்தில், புதல்வர்களைக் காய் அடித்து பல்லால் கடித்து, ஆண்மையைக் குறைத்துவிடுகிறார்."

"அப்படியா! பரவாயில்லை. என்னை என் தந்தையிடம் அழைத்துப் போ அம்மா" என்று கூறிற்று போதிசத்துவக் குரங்கு. "நான் என்ன செய்ய வேண்டும் என்பதை நான் அறிவேன்" என்றும் சொல்லிற்று.

அதன்படி தாய்க் குரங்கு தந்தைக் குரங்கிடம் போதிசத்து வரை அழைத்துப் போயிற்று.

தன் புதல்வனைப் பார்த்ததும், கிழட்டுக் குரங்கு அதிர்ச்சி அடைந்தது. கட்டிப் பிடித்துத் தழுவி, போதிசத்துவக் குரங்கைக் கொன்றுவிடத் தீர்மானித்தது. "ஓ சிறுவனே! இவ்வளவு நீண்ட காலம் நீ எங்கே இருந்தாய்?" என்று சத்தம் போட்டது. போதிசத்துவக் குரங்கைத் தழுவிக்கொள்ளும் பாவனையில் அருகே போயிற்று. ஆனால், போதிசத்துவக் குரங்கோ யானையைப் போல் பலம் பெற்றிருந்ததால், தந்தையை இறுகக் கட்டித் தழுவிக்கொண்டபோது, தந்தைக் குரங்கின் விலா எலும்புகள் முறியும் நிலைக்கு வந்துவிட்டது.

எனவே கிழட்டுக் குரங்கு இது குறித்துச் சிந்திக்கலா யிற்று. போதிசத்துவக் குரங்கை எவ்வாறு கொல்வது என்பது குறித்து எண்ணலாயிற்று, "பக்கத்திலே ஒரு ஏரி இருக்கிறது. அதில் வசிக்கும் பூதம் இவனைத் தின்னச் செய்யலாம்" என்ற முடிவுக்கு வந்தது.

இந்த எண்ணத்துடன் இருந்த கிழட்டுக் குரங்கு, போதிசத்துவக் குரங்கிடம் "மகனே! எனக்கு வயதாகிவிட்டது. என் கீழ் இருக்கும் குரங்குக் கூட்டத்தை உன்பால் இன்று ஒப்படைத்து, உன்னை நான் அரசனாக்க விரும்புகிறேன். ஆகவே, அண்மையில் இருக்கும் ஏரிக்குச் சென்று, அங்கு பூத்திருக்கும் மலர்களைப் பறித்துவா. இருவித அல்லிப்பூ, மூன்றுவித நீலத் தாமரை, ஐந்துவித வெள்ளைத் தாமரை, இவற்றைப் பறித்துவா" என்று கூறிற்று.

"சரி தந்தையே!" என்று பதில் சொல்லிவிட்டு, போதி சத்துவக் குரங்கு புறப்பட்டுப் போயிற்று. ஏரியை அடைந்து, கவனத்துடன் அது கரையைக் கவனிக்கலாயிற்று. உள்ளே சென்ற காலடிச் சுவடுகள் திரும்பாது இருப்பதை அது தெரிந்துகொள்ளலாயிற்று. பூதம் இந்த ஏரியில் வசிப்பதால், தான் கொல்லாது, இந்தப் பூதத்தைக் கொண்டு தன்னைக் கொல்ல, தன் தந்தைக் குரங்கு எண்ணி இருப்பது அதற்குப் புரிந்து போயிற்று. தண்ணீருக்குள் இறங்காமலே, தாமரை மலர்களைப் பறிக்க உபாயம் தேடலாம்" என்று தீர்மானித்தது.

ஆகவே போதிசத்துவக் குரங்கு காய்ந்த தரைக்குச் சென்று, அங்கிருந்து சிறிது தூரம் ஓடி, வேகமாகத் தாவி இரு மலர்களைப் பறித்துக்கொண்டு ஏரியின் மறு கரைக்குப் போய்ச் சேர்ந்தது. இதேபோலத் திரும்பும்போது, மேலும் இரு மலர்களைப் பறித்துக் கொண்டு, மறு கரைக்குப் போய்ச் சேர்ந்தது. இப்படித் தந்திரமாக, பூதத்தின் பிடியில் அகப் படாமல், தேவையான மலர்களைப் போதிசத்துவக் குரங்கு சேகரித்துக் கொள்ளலாயிற்று.

இதைப் பார்த்ததும், பூதம் அளவற்ற ஆச்சரியம் அடைந்தது. "இந்த ஏரியில் நீண்ட காலமாக வசித்துவருகிறேன்; இதுபோல் சாமர்த்தியமான குரங்கை இதுவரை பார்த்ததில்லை." நான் என்று ஆச்சரியப்படலாயிற்று. எனது பிடிப்பில் அகப்பட்டுக் கொள்ளாதது எப்படி?' என்று சிந்திக்கலாயிற்று,

தண்ணீரை விலக்கிக் கொண்டு பூதம், தரையில் போதி சத்துவக் குரங்கு நிற்கும் இடத்தை அடைந்து அது "குரங்குகளுக்கு அரசனே! மூன்று இயல்புகள் உள்ளவர்கள் எதிரிகளை வெல்வார்கள். உன்னிடம் அந்த மூன்று இயல்புகளும் இருப்பதாகத் தோன்றுகிறது" என்று சொல்லிவிட்டு, போதி சத்துவக் குரங்கைப் பாராட்டி, அடியில் வரும் பாடலை அது கூறிற்று.

குரங்குகளுக்கு அரசே! யாரிடம் உன்னைப் போல்
சாமர்த்தியம், வலிமை, உபாயங்கள் இருக்கின்றனவோ,
அவன் தன் எதிரியை அடிப்பதில் முனைந்து, அவனைத் தப்பி
ஓடும்படி செய்துவிடுவான்.

இவ்வாறு பாராட்டியபின் அந்தப் பூதம், "இந்த மலர்களை எல்லாம் எதற்காகச் சேகரிக்கிறாய்?" என்று விசாரித்தது.

"எங்கள் கூட்டத்துக்கு என்னை என் தந்தை அரசன் ஆக்க விரும்புகிறார். அதன் பொருட்டு மலர்களைச் சேகரிக்கிறேன்" என்று பதில் கூறிற்று போதிசத்துவக் குரங்கு.

அதற்கு அந்தப் பூதம் "இணை காண முடியாத உன்னைப் போன்றவர்கள் மலர்களை எடுத்து செல்லக் கூடாது. உனக்காக இந்த மலர்களை நான் சுமந்து வருகிறேன்" என்று கூறி, மலர்களைக் கையில் எடுத்துக்கொண்டு, போதிசத்துவக் குரங்குக்குப் பின்னே பூதம் போயிற்று.

தனது முயற்சி தோற்றுவிட்டது என்பதை தேவதத்தக் குரங்கு தூரத்திலே கவனித்துவிட்டது. என் புதல்வனை நான் பூதத்துக்கு உணவாக அனுப்பினேன். அவன் பத்திரமாகத் திரும்பி வந்துகொண்டிருக்கிறான். பணிவுடன் மலர்களை எடுத்துக்கொண்டு, பூதம் அவன் பின்னே வருகிறது. நான் தொலைந்தேன்" என்று தேவதத்தக் குரங்கு எண்ணலாயிற்று.

இப்படி அச்சத்துடன் கிழட்டுக் குரங்கு எண்ணியதும், அதன் இதயம் ஏழு சுக்காக வெடித்து, அந்த இடத்திலேயே இறந்து போயிற்று.

இதன் பின்னும் எல்லாக் குரங்குகளும் ஒன்றுகூடி, போதி சத்துவக் குங்கைத் தங்கள் அரசனாக ஆக்கிக் கொண்டன.

54. தொடர்ந்து முரசை அடிக்காதே

பிரம்மதத்தன் காசியை ஆண்ட சமயம் போதிசத்துவர் பிறந்து, முரசு கொட்டும் தொழிலை மேற்கொண்டு, ஒரு கிராமத்தில் வாழ்க்கை நடத்தி வந்தார். காசியில் பெரிய விழா ஒன்று நடக்கப் போவதைக் கேள்வியுற்று, காசிக்குச் சென்றால் வேடிக்கை பார்க்க வந்திருக்கும் சனக் கூட்டத்துக்கு முரசு கொட்டி விளையாட்டுக் காட்டி, பணம் சம்பாதிக்கலாம் என்று எண்ணினார்.

ஆகவே தன் புதல்வனையும் அழைத்துக்கொண்டு, அவர் காசிக்குப் போனார். அங்கே முரசு கொட்டி வேடிக்கை காட்டி, நிறையப் பணம் சம்பாதித்தார்.

பணத்தை எடுத்துக்கொண்டு ஊருக்குத் திரும்பியபோது குறுக்கே பெரிய காடு ஒன்று இருந்தது. அந்தக் காட்டில் ஏராளமான கொள்ளையர்கள் இருந்தார்கள். பையன் விடாது முரசை முழக்கிக்கொண்டு வந்தான். அப்போது போதிசத்துவர் அவனிடம் "தொடர்ந்து ஒரேயடியாகப் பேரிகையை முழக்காதே. இடையிடையே மட்டும் முழக்கிக் கொண்டு வா. அப்போதுதான் யாரோ ஒரு பிரபு செல்கிறார் என்ற எண்ணம் ஏற்படக்கூடும்" என்று சொன்னார்.

தந்தை சொன்னதைப் பையன் காதில் வாங்கிக்கொள்ள வில்லை. கொள்ளைக்காரர்களைப் பயமுறுத்துவதற்கு, தொடர்ந்து முரசை முழக்குவதுதான் சரி என்று கருதினான்.

முதலில் முரசு முழக்கம் கேட்டபோது, யாரோ ஒரு பிரபு காட்டு வழியாகச் செல்வதாக, கொள்ளைக்காரர்கள்

பயந்தார்கள். ஆனால் தொடர்ந்து முழக்கம் கேட்டதனால் ஏதோ என்று சந்தேகப்பட்டு, அதைத் தெரிந்துகொள்ள வந்தார்கள். இரண்டு மனிதர்கள் மட்டும் இருப்பதைக் கண்ட அவர்கள், அவர்களை அடித்து அவர்களிடம் இருக்கும் பொருள்களை எல்லாம் பறித்துக் கொண்டார்கள்.

"ஐயோ! முரசை முழக்கிச் சம்பாதித்த பொருள்களை எல்லாம், முரசை முழக்கியே இழந்துவிட்டாயே" என்று வருந்தினார். பின்வரும் பாடலை அவர் சொன்னார்.

தீவிரமாகப் போகாதே. அத்து மீறிப் போகாமல் அடங்கி வாழக் கற்றுக்கொள்.
முரசை முழக்கிச் சம்பாதித்த பொருள்களை எல்லாம் அதிகப்படியாக அதை முழக்கியதாலேயே இழக்க நேர்ந்தது.

55. பெண்களின் காமவெறி

பிரம்மதத்தன் காசியை ஆண்ட சமயம், காந்தார நாட்டிலுள்ள தட்சசீல நகரில், போதிசத்துவர் ஒரு பிராமணக் தட்சசீலந்து குடும்பத்தில் பிறந்திருந்தார். வயது வந்து பெரியவனாக வளர்ந்த சமயம், அவர் மூன்று வேதங்களையும் கரைத்துக் குடித்திருந்தார். மற்ற துறைகளிலும் அவர் சிறப்புற்று விளங்கினார். திறமையான ஆசிரியர் என்ற புகழ் உலகம் முழுதும் பரவியிருந்தது.

அது சமயம் காசியில் வசித்த பிராமணக் குடும்பம் ஒன்றில் ஆண் குழந்தை ஒன்று இருந்தது. அவன் பிறந்த அன்று நெருப்பை மூட்டிய அவர்கள், பதினாறு ஆண்டுகள் அவனுக்கு நிரம்பும்வரை அந்த நெருப்பை வளர்த்து வந்தார்கள்.

பிறகு அவனுடைய பெற்றோர், அவன் பிறந்த நாள் அன்று மூட்டிய தீயை தொடர்ந்து ஓம்பி வந்ததாகவும், அதைக் கொண்டு அவன் செய்ய விரும்புவதைச் செய்யலாம் என்றும் கூறினார்கள். பிரம்மலோகத்தை அடையும் விருப்பம் இருப்பின், நெருப்பைக் காட்டுக்கு எடுத்துப் போய் அக்கினித் தேவனை வழிபட்டு, அவனது விருப்பத்தை நிறைவேற்றிக் கொள்ளட்டும் என்று சொன்னார்கள். அல்லது இல்லற வாழ்க்கையில் ஈடுபட விருப்பம் இருப்பின், தட்சசீலத்துக்குச் சென்று, அங்கு வாழும் உலகப் பிரசித்தி பெற்ற ஆசிரியரிடம் கல்வி கற்குமாறும், சொத்தைப் பேணிக் கொள்ளுமாறும் அவனிடம் சொன்னார்கள்.

அதற்கு அந்த வாலிபப் பிராமணன், "அக்கினித் தேவன் வழிபாட்டை என்னால் வெற்றிகரமாகச் செய்ய முடியாது.

நான் ஒரு இல்லறத்தானாகவே இருக்க விரும்புகிறேன்" என்று சொன்னான்.

பிறகு ஆயிரம் பொற்காசுகளை ஆசிரியர் சன்மானமாக எடுத்துக்கொண்டு, தாய் தந்தையரிடம் விடைபெற்றுக் கொண்டு, தட்சசீலத்துக்கு அவன் புறப்பட்டான். அங்கு கல்வியைக் கற்றபின் வீடு திரும்பினான்.

ஆனால் அவன் பெற்றோர்களோ, இல்லற வாழ்க்கையில் ஈடுபடாமல், கானகம் சென்று தங்கள் புதல்வன் அக்கினித் தேவனை வழிபடுவதையே விரும்பினார்கள். அவனுடைய தாய், பெண்களின் மாய வலையில் சிக்காது, கானகம் சென்று தன் மகன் வாழ்வதையே விரும்பினாள். அதைத் தன் புதல்வனுக்கு ஆசிரியர் போதித்திருக்கக் கூடும் என நினைத்தார். ஆகவே அவள் தன் புதல்வனிடம் "ஆசிரியரிடம் நீ கற்க வேண்டிய கல்வி முழுவதையும் கற்று முடித்துவிட்டயா?" என்று கேட்டாள்.

"ஆம்" என்று வாலிபன் பதில் சொன்னான்.

"தௌலர் பாடம் முழுவதையும் நீ கற்று முடித்து விட்டாயா?" என்று கேட்டாள் தாய்.

"இல்லை அம்மா" என்று பையன் பதில் சொன்னான்.

"அப்படியானால் கற்க வேண்டிய கல்வி முழுவதையும் நீ கற்றதாக ஆகாதே" என்று சொன்னார் தாய். "ஆகவே, உன் ஆசிரியரிடம் திரும்பச் சென்று, அந்தப் பாடம் முழுவதையும் கற்றுக் கொண்டு திரும்பு" என்று கூறினாள்.

"சரி" என்று சொல்லி, மீண்டும் அந்த வாலிபன் தட்சசீலத்துக்குப் புறப்பட்டான்.

ஆசிரியருக்கு தாய் இருந்தாள். அவளுக்கு வயது நூற்று இருபது. அவளைத் தானே நீராட்டிவைத்து, தன் கைகளாலேயே உணவு முதலியன ஊட்டுவார் ஆசிரியர்,

இதை அக்கம் பக்கம் வசிப்பவர்கள் கேலி செய்தார்கள். அவர்களுடைய அவமதிப்பு தாங்க முடியாமல் காட்டுக்குப் போய்விடத் தீர்மானித்தார். ஆசிரியர். ஆகவே காட்டில் தண்ணீர் தாராளமாகக் கிடைக்கும் ஓர் இடத்தில் குடிசை

ஒன்றைக் கட்டினார்; அரிசி, பருப்பு, நெய் முதலியவற்றை அங்கு கொண்டுபோய் வைத்தார். பிறகு தாயைச் சுமந்து சென்று, குடிசையில் தங்கி அங்கு வசிக்கலானார். முதுமைக்கு மரியாதை கொடுத்து, தாயைக் கவனித்துக் கொண்டார்.

தட்சசீலத்துக்கு வந்த வாலிபப் பிராமணன், ஆசிரியரைக் காணாதபடியால் அக்கப் பக்கத்தில் விசாரித்தான். அவர் காட்டுக்குச் சென்றிருக்கிறார் என்பதைத் தெரிந்துகொண்டு, காட்டுக்குப் போய் ஆசிரியரைச் சந்தித்து, வணங்கி நின்றான். "வாலிபனே! இவ்வளவு விரைவில் நீ திரும்பக் காரணம் என்ன?' என்று கேட்டார்.

"தௌலர் பாடத்தை நான் கற்கவில்லையே, அதன் பொருட்டுதான், நான் இங்கு திரும்பி வந்தேன்" என்று மாணவன் தெரிவித்தான்.

"தௌலர் பாடத்தைக் கற்றுக்கொள்ளும்படி உனக்குத் தெரிவித்தவர் யார்?" என்று ஆசிரியர் வினவினார்.

"என் அன்னை சொன்னார்" என்று வாலிபன் தெரி வித்தான்.

இப்படி ஒரு நூல் இல்லையே என எண்ணிய ஆசிரியர், பெண்களின் வஞ்சனைகளைத் தன் புதல்வன் தெரிந்துகொள்ள வேண்டும் என்று தாயார் விரும்புகிறார் போலும் என்று ஆசிரியர் முடிவுக்கு வந்தார்.

"அந்தப் பாடத்தை உரிய காலத்தில் கற்றுத்தரப்படும்" என்று ஆசிரியர் தெரிவித்தார். பிறகு அவர் மாணவனிடம் "இன்று முதல் நான் செய்யும் காரியத்தை நீ செய். என் தாயாரைக் குளிப்பாட்டி, உணவு முதலியவற்றை அவளுக்கு ஊட்டு" என்று சொன்னார். அவளுடைய கை, கால், முதுகு, தலை இவற்றைத் தேய்த்துவிடும்போது, இந்த முதுமைப் பருவத்திலே நீ இவ்வளவு அழகுடன் இருக்கிறாயே, இளமைக் காலத்தில் நீ எவ்வளவு அழகுடன் இருந்திருப்பாய்" என்று சொல்லத் தவறாதே." அவளுடைய கால்களுக்கும் கைகளுக்கும நறுமணம் ஊட்டும் போது, அவற்றின் அழகை வருணிக்கத் தவறாதே. நாணப்படாமல் சொல்" என்று சொன்னார். மேலும் "இதை நீ தொடர்ந்து செய்தால், தௌலர் நூலை நீ

கற்றதாக முடியும். என் தாய் கூறியதை எந்த ஒரு வார்த்தையும் விட்டுவிடாமல் வெட்கப்படாமல் என்னிடம் கூறு. எனது வார்த்தைகளை நீ கீழ்ப்படியாமல் போனால், எப்பொழுதும் நீ அறியாமையிலே கிடந்து தவிக்க நேரும்" என்று சொன்னார்.

ஆசிரியர் சொல்லுக்குக் கீழ்ப்படிந்து மாணவன் நடந்தான். மூதாட்டியின் அழகை அவன் ஓயாது புகழ்ந்து கொண்டே இருந்தான். இப்படி வாலிபன் தன் அழகைப் புகழ்ந்ததும், அவன் தன்னைக் காதலிப்பதாகக் கிழவி நினைத்துக் கொண்டாள். குருடியாயும் இளைத்தவளாயும் இருந்த போதிலும் அவள் உள்ளத்தில் காதல் உணர்வு தலை தூக்கலாயிற்று.

புகழுரைகளைக் கேட்ட கிழவி ஒரு நாள் "என் மீது உனக்கு ஆசை இருக்கிறதா?" என்று கேட்டாள்.

"ஆம். அம்மணி! ஆனால் என் ஆசிரியர் கடுமையானவர் ஆயிற்றே" என்று மாணவன் தெரிவித்துக் கொண்டான்.

உடனே அந்தக் கிழவி "என்மீது உனக்கு உண்மையாகவே நேசம் இருக்குமானால். என் புதல்வனை நீ கொன்றுவிடு" என்று சொன்னாள்.

"அது என்னால் எப்படி முடியும்? அவரிடமிருந்து நான் எவ்வளவோ கற்றுக்கொண்டு இருக்கிறேன். ஆசை காரணமாக அவரைக் கொல்வது முறையாகாதே" என்று சொன்னான் மாணவன்.

"என்பால் நீ நடந்துகொள்வது உறுதியானால், நானே என் புதல்வனைக் கொல்கிறேன்" என்று கூறினாள் கிழவி.

இதன் பின்னர் மாணவன் ஆசிரியரிடம் திரும்பி நடந்ததை ஒன்று விடாமல் தெரிவித்தான்.

அதைக் கேட்டதும் மாணவனை ஆசிரியர் பாராட்டிவிட்டு, தன் தாயின் வாழ்நாள் எப்படி ஓடும் என்பதைக் கணக்கிட்டுப் பார்த்தார். இன்றோடு அவளுடைய வாழ்நாள் முடியப் போகிறது என்பதைத் தெரிந்துகொண்டார். பிறகு வாலிபனிடம் "வாலிபனே! வா அவள் போக்கை நாம் தெரிந்து கொள்ளலாம்" என்று சொன்னார்.

பிறகு அவர் அத்தி மரக்கிளை ஒன்றை வெட்டி, தன் அளவுக்கு ஒரு பதுமையைச் செய்தார். தலை முதல் கால்

வரை அதை ஒரு துணியால் சுற்றி, தனது படுக்கை மீது அதைப் படுக்கப் போட்டார். பிறகு அந்தப் பதுமையில் ஒரு கயிற்றைக் கட்டினார். அதன் பின்னர் தன் மாணவனிடம் "நீ சென்று இந்தக் கோடாலியை என் தாயிடம் கொடு. அவள் நடந்து வருவதற்கு உதவியாக இந்தக் கயிற்றை அவளிடம் கொடு" என்று சொன்னார்.

ஆகவே வாலிபன் கிழவியிடம் திரும்பி, "அம்மணி! ஆசிரியர் உள்ளே தனது படுக்கையில் படுத்து இருக்கிறார். உனக்கு உதவி வழிகாட்ட ஒரு கயிற்றைக் கொணர்ந்து இருக்கிறேன். இந்தக் கோடாலியைக் கொண்டு, முடியுமானால் அவரைக் கொல்லுங்கள்" என்று சொன்னான்.

"பிறகு என்னை நீ கைவிடாமல் இருப்பாயா?" என்று கிழவி கேட்டாள்.

"உன்னை ஏன் நான் கைவிட வேண்டும்?'' என்று வாலிபன் பதில் சொன்னான்.

இதன் பிறகு கோடாலியைக் கையில் வாங்கிக்கொண்டு, தட்டுத் தடுமாறி நடந்து, தன் மகன் படுத்து இருக்கும் இடத்துக்குக் கிழவி போனாள்.

தன் மகனை ஒரே வெட்டில் கொன்றுவிடும் கருத்துடன், ஓங்கி, கோடாலியைக் கொண்டு, தன் மகன் தலையை வெட்டினாள். பதுமையின் தொண்டையை அவள் தடவிப் பார்த்தபோது, தான் வெட்டியது மரப் பதுமை என்பது கிழவிக்குத் தெரிந்துவிட்டது.

"தாயே! நீ என்ன செய்கிறாய்?" என்று போதிசத்துவர் இது சமயம் கேட்டார். தனது செய்கை தன்னைக் காட்டிக் கொடுத்துவிட்டது என்பதை அறிந்து, பெரிய கூச்சல் போட்டுக் கீழே விழுந்து கிழவி இறந்து போனாள். தன் சொந்த வீட்டிலேயே, குறிப்பிட்ட நேரத்திலேயே, அவள் இறக்க வேண்டும் என்பது தலைவிதியாயிற்று.

தன் தாயின் உடலுக்குத் தீ வைத்து எரித்து, சாம்பலை மலர்களால் கண்ணியப்படுத்திப் பெருமைப்படுத்தினான் புதல்வன்.

பிறகு வாலிபப் பிராமணனுடன் குடிசையின் வாயிலில் அமர்ந்த போதிசத்துவர், "மகனே! தௌலர் பாடம் என

எதுவும் இல்லை. பெண்கள் வஞ்சனையின் அவதாரம் ஆவார்கள். உன் அன்னை தௌலர் பாடத்தைக் கற்கும் பொருட்டு என்னிடம் அனுப்பி வைத்ததன் நோக்கம், பெண்கள் எவ்வளவு வஞ்சனையானவர்கள் என்பதைத் தெரிந்து கொள்ளும் பொருட்டேயாம். என் தாயின் வஞ்சனை உள்ளத்தை நீயே இப்போது நேரில் பார்த்தாய். பெண்கள் எவ்வளவு காமவெறி பிடித்தவர்கள், தீயவர்கள் என்பதை இப்போது நீ தெரிந்துகொண்டாய்" என்று சொன்னார்.

இந்தப் பாடத்தைக் கற்றுக் கொண்டு, வாலிபன் விடை பெற்றுக்கொண்டு ஊர் திரும்பினான், அவன் தன் தாய் தந்தையரைச் சந்தித்தபோது, "தௌலர் பாடத்தைக் கற்றுக் கொண்டாயா?" என்று தாய் கேட்டாள்.

"ஆம். அம்மா! கற்றுக்கொண்டேன்."

"அப்படியானால் உன் இறுதித் தீர்மானம் என்ன? இல்லறத்தைத் துறந்து அக்கினித் தேவனை வழிபட விருப்பமா? அல்லது இல்லற வாழ்வை மேற்கொள்ள விருப்பமா?" என்று கேட்டாள்.

"சரி. அதிருக்கட்டும். பெண்கள் எவ்வளவு கொடுமையான வர்கள் என்பதை நான் நேரில் தெரிந்துகொண்டேன். இல்லற வாழ்க்கையில் என்னை நான் சம்பந்தப்படுத்திக் கொள்ளப் போவது இல்லை. நான் உலகைத் துறக்க விரும்புகிறேன் என்று கூறினான். உறுதியான முடிவுக்கு வந்த அவன் கீழ்வரும் பாடலைச் சொன்னான்.

கட்டுப்பாடு இல்லாத காமம் நெருப்பைப் போல் விழுங்கும் தன்மை உள்ளது. பெண்கள் தங்கள் விருப்பத்தில் வெறி பிடித்தவர்களாய் இருக்கிறார்கள். பெண் உறவை விடுத்து, மகிழ்ச்சியுடன் காட்டுக்குச் சென்று நான் அமைதியுடன் வாழப் போகிறேன்,

பெண்கள் மீது இத்தகைய எண்ணம் ஏற்பட்ட பின், பெற்றோரிடம் விடை பெற்றுக் கொண்டு துறவு வாழ்க்கையை பிராமண வாலிபன் மேற்கொண்டான், தான் விரும்பிய அமைதியை அந்தப் பிராமணன் அடைந்ததுடன் பின்னர் பிரம்மலோகத்தை அடைந்தான்.

56. பெண்களின் வஞ்சனை

காசியைப் பிரம்மதத்தன் ஆண்ட சமயம், பட்டத்து அரசிக்கு, போதிசத்துவர் மகனாய்ப் பிறந்தார். வளர்ந்து பெரியவன் ஆனபோது, எல்லாக் கலைகளிலும் இளவரசன் மேம்பட்டு விளங்கினான். தந்தை காலமான பின்னர், பட்டத்துக்கு வந்து அரசன் ஆகி, நாட்டை நன்கு பரிபாலித்தான்.

அவர் தன் மத குருவுடன் வெள்ளி மேஜைமீது, தங்கக் காய்களை உருட்டி சூது விளையாடுவார். அப்போது அதிர்ஷ்டத்தைக் குறித்து இந்தப் பாடலைப் பாடுவார்.

> **இயற்கைச் சட்டம் ஆற்றை ஓடச் செய்கிறது. மரங்களை வளரச் செய்கிறது. வாய்ப்பு நேருமானால் தப்பாக நடக்க மாதர்கள் தவற மாட்டார்கள்.**

இந்தப் பாடலைப் பாடி விளையாடும்போது, அரசனுக்கு அதிர்ஷ்டம் அடித்தது. மதகுருவோ தன் கையில் இருக்கும் ஒவ்வொரு தம்படியையும் இழக்க நேர்ந்தது. முழுதும் அழிந்து போகாமல் தப்புவதற்கு ஒரு உபாயத்தைக் கடைபிடிப்பது நல்லது என்று மதகுரு முடிவுக்கு வந்தான். எந்த ஒரு ஆடவன் முகத்தையும் பார்க்காத ஒரு பெண்ணைத் தன் மேற்பார்வையில் வளர்க்க வேண்டும் என்று அவன் தீர்மானித்தான்.

ஆகவே புதிதாகப் பிறக்கும் பெண் குழந்தை ஒன்றை எடுத்து வளர்ப்பது என்றும், தன்னைத் தவிர எந்த ஆடவனையும் பார்க்காத நிலையில் அவளை வைத்து வளர்ப்பது என்றும், முடிவு செய்தான். அந்த முடிவுப்படி கருப்பவதியாய் இருக்கும் ஏழைப் பெண் ஒருத்தியை அணுகி, தன் வீட்டுக்கு வந்து அவள் பிரசவித்தால் தான் கவனித்துச்

செலவு செய்வதாகவும், பெண் குழந்தை பிறந்தால் அதைத் தன்னிடம் தந்துவிட வேண்டும் என்றும் சொன்னான்.

அவள் பெற்ற பெண் குழந்தையை வாங்கிக்கொண்டு, மதகுரு வளர்த்தான். தன்னைத் தவிர வேறு எந்த ஆடவனையும் பார்க்க மதகுரு இடம் கொடுக்கவில்லை. பெண்களை மாத்திரமே பார்த்துப் பார்த்து அந்தக் குழந்தை வளர்ந்து பெரியவள் ஆகும் வரை கவனித்துக் கொண்டார்கள்.

பெண் வளர்ந்து பெரியவள் ஆகிக்கொண்டு இருக்கும் போது, சொக்கட்டான் விளையாட, மதகுரு அரசனை அழைத்தான். சம்மதித்து, அரசனும் விளையாடலானான்.

அதிர்ஷ்டப் பாடலைச் சொல்லி, அரசன் காயை உருட்டலானான். அவன் அவ்வாறு உருட்டிய போது "என் பெண்ணைத் தவிர்த்து" என்று மதகுரு குறுக்கிட்டுச் சொன்னான்.

இப்பொழுது அதிர்ஷ்டக்காற்று மாறி அடிக்கத் தொடங்கிற்று. அரசன் தோல்வி அடைந்தான். மதகுரு வெற்றி அடைந்தான். மதகுரு அவன் வீட்டில் கற்புள்ள பெண் ஒருத்தியை மறைத்து வைத்திருப்பானோ என்று, போதிசத் துவர் சந்தேகிக்கலானார். விசாரித்தபோது, தான் சந்தேகப் பட்டது சரிதான் என்பது போதிசத்துவருக்குத் தெரியவந்தது.

பெண்ணை வீழ்ச்சிக்கு உட்படுத்தி அவளை எப்படிக் கெடுப்பது என்பது குறித்து, போதிசத்துவர் சிந்திக்கலானார்.

கெட்டிக்கார அயோக்கியன் ஒருவனைத் தன்பால் அழைத்து வரச் செய்து அந்தப் பெண்ணை அவனால் கெடுக்க முடியுமா? என்று கேட்டார்.

"நிச்சயம் முடியும்" என்று அந்த அயோக்கியன் பதில் சொன்னான்.

"சீக்கிரமாக அந்தக் காரியத்தைச் செய்" என்று சொல்லி, தேவையான பணத்தைக் கொடுத்து, அரசர் அவனைத் துரிதமாக அனுப்பினார்.

அரசர் கொடுத்த பணத்தைப் பெற்றுக்கொண்ட அவன் பலவிதமான நறுமணப் பொருள்களை வாங்கி, மதகுரு

வீட்டுக்குப் பக்கத்திலே, நறுமணப் பொருள்களைக் கொண்டு கடை ஒன்றைத் திறந்தான்.

மதகுருவின் மாளிகை ஏழு அடுக்குகளைக் கொண்டது; ஒவ்வொரு அடுக்குக்கும் தனித்தனி வாயில் இருந்தது; ஒவ்வொரு வாயிலையும் பெண்கள் காவல் புரிந்தார்கள்; பிராமணர்களைத் தவிர வேறு எந்த ஆடவரும் உள்ளே நுழைய அனுமதி இல்லை. குப்பைக் கூளங்கள் நிறைந்த கூடைகள் கூட பரிசோதித்து அனுப்பப்பட்டன. மதகுருவைத் தவிர்த்து, வேறு எந்த ஒரு ஆடவனும் அந்தப் பெண்ணைப் பார்க்க முடியாது. ஒரே ஒரு பெண்மணி மட்டும் அவளுக்கும் உதவி செய்ய நியமிக்கப்பட்டு இருந்தார்.

பெண்ணுக்குத் தேவையான மலர்களும் வாசனைப் பொருள்களும் வாங்க இந்தப் பணிவிடைப் பெண்ணிடம் பணம் கொடுக்கப்பட்டு இருந்தது. அவற்றை வாங்கும் பொருட்டு நாள்தோறும் அவள், அயோக்கியன் திறந்து இருக்கும் நறுமணப் பொருள் கடை வழியாகப் போவாள்,

இவள் அந்தப் பெண்ணின் வேலைக்காரி என்பதைத் தெரிந்துகொண்ட அவன், ஒருநாள் அவள் வருவதை எதிர் பார்த்துக் காத்து இருந்தான். அவள் வருவதைப் பார்த்ததும், கடையைவிட்டு வெகு வேகமாக வெளியே வந்து, கீழே விழுந்து அவள் கால்களைப் பற்றிக்கொண்டான். இரு கைகளாலும் கால்களை உறுதியாகப் பிடித்துக் கொண்டு, "தாயே! இவ்வளவு காலமாக நீங்கள் எங்கே போயிருந்தீர்கள்?" என்று புலம்பினான்.

அவனுக்குப் பக்கத்திலே நின்ற அவனுடைய கூட்டாளிகள் "அப்பப்பா! ஒரே சாயல் காலும் கையும் முகமும் உருவமும் உடையும் எல்லாம் ஒரே சாயலாய் இருக்கின்றனவே" என்று சொன்னார்கள். "ஒரே சாயல். ஒரே சாயல்" என்று அவர்கள் கூறிக்கொண்டே இருந்ததால், அந்த வேலைக்காரிக்கு ஒன்றும் புரியவில்லை. இவன் தன் மகனாய்த்தான் இருப்பான் என்று நினைத்த அவள், கண்ணீர் உகுத்து அழுதாள். இருவரும் அழுது புலம்பிக் கண்ணீர் வடித்துக்கொண்டே கட்டித் தழுவிக்கொண்டார்கள். பிறகு அவள் அம்மா! நீ எங்கே வசிக்கிறாய்?" என்று கேட்டான்.

"மகனே! நான் மதகுரு வீட்டில் இருக்கிறேன். அவருக்குப் பேரழகு வாய்ந்த வாலிப மனைவி ஒருத்தி இருக்கிறாள். அவள் தெய்வத்தின் திருவுருவம். அவளிடம் நான் வேலைக்கு இருக்கிறேன்" என்று அவள் பதில் சொன்னாள்.

"அம்மா! இப்பொழுது நீ எங்கே போகிறாய்?" என்று கேட்டான் அவன்.

"மலர்களும், நறுமணப் பொருட்களும் வாங்க" என்று அவள் பதில் சொன்னாள்.

"இவற்றுக்காக நீ வேறு எங்கும் போகவேண்டாம் அம்மா! இனி அவற்றை என்னிடமே வாங்கிப் போ" என்று சொன்னான் அவன்.

பிறகு அவன் வெற்றிலை, பாக்கு, மலர்கள், நறுமணப் மலர்கள், நறுமணப் பொருட்கள் இவற்றை அவளிடம் கொடுத்து, பணம் பெற்றுக் கொள்ள மறுத்துவிட்டான்.

வேலைக்காரி கொணர்ந்த மலர்களும் நறுமணப் பொருட்களும் நிறைய இருப்பதைப் பார்த்து ஆச்சரியமுற்ற பெண் "பிராமணர் இன்று நிறையப் பணம் தந்தாரா?" என்று கேட்டாள்.

"அன்பே! நீ ஏன் இப்படிக் கேட்கிறாய்?" என்று கேட்டாள் கிழவி.

"இன்று ஏராளமாகக் கொணர்ந்து இருக்கிறாயே? அதற்காகத்தான் கேட்டேன்" என்று பதில் சொன்னாள் பெண்.

உடனே கிழவி, "எஜமான் தாராளமாகப் பணம் எதுவும் தரவில்லை. என் மகனுடைய கடையிலிருந்து இவற்றை நான் வாங்கிவந்தேன்" என்று கூறினாள்.

அன்று முதல் எஜமானப் பிராமணன் கொடுத்த பணத்தைத் தானே வைத்துக் கொண்டு, வேலைக்காரி காசு கொடுக்காமல், புதிய கடையில் பொருள்களை வாங்கிக்கொண்டு போனாள்.

சில தினங்களுக்குப் பின்னர், அந்தக் கடைக்காரன் நோய்வாய்ப்பட்டவன் போல் பாசாங்கு செய்து படுக்கையில் படுத்துக்கொண்டான்.

அ.லெ. நடராசன்

கிழவி கடைக்கு வந்து தன் மகன் எங்கே என்று விசாரித்தாள். அவன் நோய்வாய்ப்பட்டு, படுத்திருப்பதாக அங்கு இருப்பவர்கள் சொன்னார்கள்.

அவள் வேகமாக உள்ளே சென்று அவனுக்குப் பக்கத்திலே அமர்ந்துகொண்டு, அவன் தோள்களைத் தடவிக்கொடுத்து, அவன் படுத்திருப்பதற்குரிய காரணத்தைக் கேட்டாள்.

அவன் பதில் சொல்லாது மௌனமாய் இருந்தான்.

"மகனே! நீ ஏன் பதில் சொல்லாமல் இருக்கிறாய்?" என்று கேட்டாள் கிழவி.

"அம்மா! என் உயிர் போனாலும் சரி. அதை நான் உன்னிடம் சொல்லப் பிரியப்படவில்லை" என்று கூறினான்.

"என்னிடம் உனக்குச் சொல்ல விருப்பம் இல்லையானால், வேறு யாரிடம் நீ சொல்வாய்?" என்று கேட்டாள் கிழவி.

அதற்கு அவன், "அம்மா! விஷயம் இதுதான். உன் எஜமானியின் அழகை நீ வருணித்ததைக் கேட்டு, எனக்கு அவள் மீது ஆசை உண்டாகிவிட்டது. அவள் எனக்குக் கிடைத்தால், என் உடலில் உயிர் இருக்கும். இல்லாது போனால் நான் இறப்பது நிச்சயம்" என்று அவன் பதில் சொன்னான்.

இதைக் கேட்டதும் கிழவி "மகனே! இதற்காக நீ கவலைப்பட வேண்டாம். அதை என் பொறுப்பில் விட்டுவிடு." என்று மகிழ்ச்சியுடன் கூறிவிட்டு, மலர்களையும் நறுமணப் பொருட்களையும் நிறைய பெண்ணிடம் எடுத்துக்கொண்டு, திரும்பினாள். பிறகு அந்தப் பெண்ணிடம் "உனது அழகைக் குறித்து, நான் கூறியதைக் கேட்ட என் மகன், உன்மீது மிகவும் பிரியம் கொண்டுள்ளான். என்ன செய்வது என்று எனக்கு ஒன்றும் விளங்கவில்லை" என்று கூறினாள்.

"பிறருக்குத் தெரியாமல் அந்த வாலிபனை உள்ளே அழைத்து வர முடியுமானால், எனக்குச் சம்மதம்" என்று தெரிவித்தாள் அந்தப் பெண்.

இதன் பின்னர் கிழவி ஒரு காரியம் செய்தாள்; மேல் மாடியிலிருந்து கீழ்மாடி வரை உள்ள குப்பை கூளங்களை எல்லாம் பெருக்கி, ஒரு கூடையில் அள்ளிக் கொண்டாள்.

அந்தக் கூடை பூக்கள் கொண்டுவரும் பெரிய கூடை. அந்தக் கூடையை எடுத்துக்கொண்டு அவள் வெளியே புறப்பட்டாள்.

அப்போது வாயிலில் காவல் இருக்கும் பெண் கூடையைப் பரிசோதிக்க முற்பட்டாள். கிழவி அவள் தலையில் குப்பையைக் கொட்டியதால், அவள் பயந்து ஓடிவிட்டாள்.

இப்படியே ஒவ்வொரு வாயில் காவல்காரிகளையும் கிழவி செய்தாள். அது முதல், காவல்காரிகள் எல்லாரும் கிழவியைப் பரிசோதிப்பதை நிறுத்திக்கொண்டார்கள். அவள் உள்ளே போகும்போதும் சரி, வெளியே வரும்போதும் சரி, பரிசோதனை எதுவும் செய்யாமல் சும்மா இருந்தார்கள்.

காலம் சாதகமாய் இருந்தது. அந்த அயோக்கியனைப் பூக்கூடையில் மறைத்து வைத்துக்கொண்டு, கிழவி, அந்தப் பெண் இருக்கும் இடத்துக்குப் போனாள்.

அவன் அந்தப் பெண்ணின் கற்பை அழிப்பதில் வெற்றி பெற்றான். இரண்டு ஒரு நாட்கள், மாடி அறைகளில் தங்கி மறைந்து இருந்தான். மதகுரு வீட்டில் இருக்கும்போது மறைந்து இருக்கும் அந்த அயோக்கியன், மதகுரு வெளியே போய் விட்டதும் பெண்ணுடன் கொஞ்சிக் குலவி விளையாடினான்.

இரண்டு ஒரு நாள் கழிந்தபின் அந்தப் பெண் அயோக்கியனிடம் "அன்பே! இப்பொழுது நீங்கள் என்னை விட்டுவிட்டுப் போகப் போகிறீர்களா?" என்று கேட்டாள்.

"மதகுருவை அடிக்காமல் நான் போக விரும்பவில்லை" என்று அந்த அயோக்கியன் பதில் சொன்னான்.

"சரி. அவ்வாறே செய்யுங்கள்" என்று சொல்லி, அயோக்கியனை அந்தப் பெண் மறைத்து வைத்தாள்.

பிறகு மதகுரு வந்ததும் "அன்பான நாயகரே! நீங்கள் வீணை வாசிக்க, நான் நாட்டியம் ஆட ஆசைப்படுகிறேன்" என்று சொன்னாள்.

"அன்பே! நீ நாட்டியம் ஆடு" என்று சொல்லி, வாத்தியத்தை அவன் வாசிக்க ஆரம்பித்தான்.

அதற்கு அவள் "உங்கள் முன் நாட்டியம் ஆட எனக்கு நாணமாய் இருக்கிறது. முதலில் உங்கள் கண்களைத் துணியால்

கட்டி மறைத்துவிட்டு, பிறகு நான் ஆடுகிறேன்" என்று சொன்னாள்.

"வேறு வகையில் ஆடுவது உனக்கு நாணமாய் இருந்தால், அவ்வாறே செய்தபின் ஆடு" என்று மதகுரு சம்மதித்தான்.

உடனே அவள் கனமான துணியை எடுத்து, பிராமணனின் கண்களை நன்றாக மறைத்துக் கட்டிவிட்டாள். கண்களைக் கட்டிவிட்டபின், பிராமணனான மதகுரு வீணை வாசிக்க ஆரம்பித்தான். சிறிது நேரம் நாட்டியம் ஆடி முடிந்தபின் "அன்பே! உங்கள் தலையில் ஒரு சிறு அடிபோட விரும்புகிறேன்" என்று சொன்னாள்.

கள்ளக் காதலன் இருப்பதை அறியாத பிராமணன் பெண் தன் தலை மீது அடிக்கச் சம்மதித்தான்.

உடனே பெண் கள்ளக் காதலனுக்குச் சாடை செய்தாள். அவன் வெளியே வந்து பிராமணனுக்குப் பின்புறம் நின்று அவன் தலையில் ஓங்கி அடித்தான்.

கள்ளக் காதலன் அடித்த அடியால், பிராமணன் கண்கள் இரண்டும் பிதுங்கிவிட்டன. தலையில் பெருத்த வீக்கம் ஏற்பட்டது.

வலி தாங்காது புலம்பிய அவன், வந்து கை கொடுத்து உதவுமாறு பெண்ணை அழைத்தான். கள்ளக் காதலன் கை கொடுத்தான். அப்போது பிராமணன் "உன் கை மென்மையான கை ஆயிற்றே. அது கொடுத்த அடி எவ்வளவு பலமாய் இருக்கிறது" என்று சொன்னான்.

பிராமணனை அடித்த பின்னர், அந்த அயோக்கியன் மறைந்துகொண்டான். அதன் பின்னர் அந்தப் பெண் வந்து, பிராமணன் கட்டுக்களை அவிழ்த்துவிட்டு, வீக்கம் இருந்த இடத்தில் எண்ணெய் தேய்த்துவிட்டாள். பிராமணன் வெளியே போன பின்பு, அயோக்கியனைப் பூக்கூடையில் மறைத்து வைத்து வெளியே எடுத்துப் போய் விட்டுவிட்டாள். அவன் அரசரிடம் சென்று நடந்தவற்றை எல்லாம் விவரமாகத் தெரிவித்தான்.

இதன் பின்னர் பிராமணன் வந்து அரசனைச் சந்தித்த போது, அரசன் அவனைச் சொக்கட்டான் ஆட அழைத்தான்.

பிராமணன் ஆடச் சம்மதித்தான். ஆட்டம் விளையாடும் மேஜை கொணர்ந்து வைக்கப்பட்டது. முன் கூறியபடி அதிர்ஷ்டப் பாடலைப் பாடி அரசன் காயை உருட்டினான். பெண் சோரம் போனதை அறியாத பிராமணன், "பெண்ணைத் தவிர்த்து" என்று சொன்னான். இருந்தும் ஆட்டத்தில் பிராமணன் தோற்றுப் போனான்.

நடந்த நடப்பு அரசனுக்குத் தெரியுமாதலால், அனைத்தையும் மதகுருவுக்கு அவன் சொன்னான். ஏன் "அவளைத் தவிர்த்து" என்று வீணே சொல்லிக்கொண்டு இருக்கிறாய். அவள் கற்பை இழந்துவிட்டாள். பிறந்தபோதே எடுத்து, ஏழு கட்டுக்காவல் போட்டு வைத்தால், அவளை யாரும் எதுவும் செய்ய முடியாது என்று நீ கருதினாய். உன் அருகே வைத்திருந்து எவ்வளவு காப்பு செய்த போதிலும் பெண்களை நம்ப முடியாது. எந்த ஒரு பெண்ணும் ஒரே ஒரு மனிதனுடன் வாழப் பிரியப்படமாட்டாள். ஒரே ஒரு மனைவியைப் பொறுத்தவரை, உன் கண்களை மறைத்துக் கட்டிவிட்டு, தன் கள்ளக் காதலனைக் கொண்டு, உன் தலைமீது அடிக்கச் செய்தாள்; மறைத்து அவனை வீட்டுக்கு வெளியே அனுப்பிவிட்டாள். அவளைத் தவிர்த்து என்று நீ சொல்லுகிறாயே அதற்கு இனி இடமேது?" என்று சொல்லிவிட்டு, பின்வரும் பாடலை அரசன் சொன்னான்.

கண்களைக் கட்டி மறைத்து, வீணை வாசிக்கச் செய்து மனைவி ஏமாற்றிவிட்டாள்.
பிராமணனோ உட்கார்ந்துகொண்டு, கற்பில் சிறிதும் தவறாதவள் என்று எண்ணிக்கொண்டு இருக்கிறான்.
பெண்களிடம் அஞ்சி நடக்க இனி நீ கற்றுக்கொள்,

இப்படி பிராமணனுக்குப் போதிசத்துவர் உண்மையை விளக்கினார். பிராமணன் வீடு திரும்பி, பெண் செய்துள்ள குற்றத்துக்கு அவளைக் கடுமையாகக் கண்டித்தான்.

உடனே அவள் "அன்பார்ந்த நாயகரே! என்னைப் பற்றி உங்களிடம் இவ்வாறு சொன்னவர் யார்? நான் குற்றமற்றவள் நான்தான் உங்கள் தலையில் அடித்தேனே தவிர, வேறு யாரும் அடிக்கவில்லை. உங்களைத் தவிர்த்து எந்த ஒரு ஆடவனும் என்னைத் தொட்டது இல்லை என்று நெருப்பை வைத்துக்

கொண்டு சத்தியம் செய்வேன். என் சொல்லை நம்புங்கள்' என்று சொன்னாள்.

"அப்படியே" என்று பிராமணன் சொன்னான். பிறகு கட்டைகளைக் கொணர்ந்து நெருப்பை மூட்டி, அந்தப் பெண்ணிடம் "நீ சொல்லுவது உண்மையாயின், தைரியமாக இந்த நெருப்புக்குள் நுழை" என்று சொன்னான்.

இதற்கு முன் அந்தப் பெண் தன் வேலைக்காரியிடம் இவ்வாறு சொல்லி "நீ உன் மகனிடம் செல். நான் நெருப்புக்குள் நுழையப் போகும்போது, என் கையைப் பற்றி, என்னை வெளியே இழுத்துவிடச் சொல்" என்று சொன்னாள்.

இதைக் கிழவி அயோக்கியனிடம் சொன்னாள். அதன்படி அவன் வந்து கூட்டத்தின் நடுவே நின்றுகொண்டான். பிறகு அந்தப் பெண் பிராமணனை ஏமாற்றும் பொருட்டு, மக்களுக்கு முன்பு போய் நின்று கொண்டு, ஆர்வத்தோடு இவ்வாறு சொன்னாள் "ஏ பிராமணரே! உம்மைத் தவிர்த்து எந்த ஒரு ஆடவனும் என்னைத் தீண்டியது இல்லை, ஆகவே இந்த நெருப்பு எனக்கு எந்த ஒரு தீங்கையும் செய்யாது என்று நான் உறுதி கூறுகிறேன்."

இவ்வாறு சொல்லியபின் எரியும் நெருப்பை அவள் அணுகினாள், இதுசமயம் அவளுடைய கள்ளக்காதலன் ஓடிவந்து நெருப்பில் அவள் விழுந்துவிடாதபடி கையைப் பிடித்து இழுத்தான். குற்றமற்றவளான இவளைக் கொடுமைப் படுத்துகிறாயே என்று பிராமணனை ஏசினான்.

பிறகு தன் கள்ளக் காதலனிடமிருந்து கையை விடுவித்துக் கொண்டு, அந்தப் பெண் பிராமணனிடம் "இப்பொழுது நான் நெருப்பில் புகுந்து எனது தூய்மையை நிரூபிக்க முடியாது என்றாள். "ஏன்" என்று பிராமணன் கேட்டான். "உம்மைத் தவிர்த்து எந்த ஒரு ஆடவனும் என்னைத் தீண்டியது இல்லை என்று முன்பு உம்மிடம் நான் சொன்னேன். கற்பரசியான என்னை இந்த ஆடவன் இப்போது தீண்டிவிட்டான்" என்று சொன்னாள்.

இந்தப் பெண் தன்னை ஏமாற்றிவிட்டாள் என்ற முடிவுக்கு வந்து பிராமணன் அவளை அடித்துத் துரத்திவிட்டான்.

பெண்கள் எப்படி வஞ்சகமானவர்கள் என்பதை இதன் மூலம் நாம் தெரிந்துகொள்கிறோம். அவர்கள் எவ்விதமான குற்றத்தையும் செய்யத் தயங்க மாட்டார்கள். கணவனை ஏமாற்றுவார்கள். எத்தகைய சத்தியத்தையும் செய்வார்கள். பட்டப் பகலில் வெளிப்படையாக இதைச் செய்ய மாட்டார்கள். அவர்கள் வஞ்சக நெஞ்சம் படைத்தவர்கள். ஆகவே அவர்கள் குறித்து இவ்வாறு ஒரு பாடல் இருக்கிறது.

வஞ்சகமும் கொடுமையும் நிறைந்தவர்கள் பெண்கள்.
மீன்கள் நீந்திச் செல்லும் வழியைத் தண்ணீரில் கண்டு பிடிக்க முடியாததுபோல், பெண்களின் நெஞ்சத்தின் நோக்கத்தைத் தெரிந்துகொள்ள முடியாது.
மெய்யைப் பொய்யாகவும், பொய்யை மெய்யாகவும் மாற்றும் திறமை அவர்களுக்கு உண்டு.
புதிய பசும்புல்லைப் பசுக்கள் ஆவலோடு தின்பதைப் போல, பெண்கள் புதுப்புது ஆடவர்களைக் கூட விரும்புவார்கள்.
மண்கலம் போல உறுதி இன்மையும், பாம்பைப் போல கொடுமையும் நிறைந்தவர்கள் அவர்கள்.
பெண்களுக்கு அனைத்தும் தெரியும். அவர்களிடமிருந்து எதையும் அறிய முடியாது.

57. நன்றி மறந்த பெண்கள்

பிரம்மதத்தன் காசியை ஆண்டுவந்த சமயம், போதிசத்துவர் துறவறத்தைத் தழுவி, துறவியாக வாழ்க்கை நடத்தினார். கங்கைக் கரையில் தானே ஒரு குடிசை போட்டுக்கொண்டு வசித்தார். அடைய வேண்டியவற்றை அடைந்து, மேலான ஞானத்தைப் பெற்று அவர், ஆனந்த உணர்வோடு வாழ்ந்தார்.

அந்தக் காலத்தில் காசியின் தலைமைப் பொருள் கணக்கருக்கு புதல்வி ஒருத்தி இருந்தாள். அவள் பொல்லாத நீலி. வேலைக்காரிகளையும் அடிமைகளையும் அவள் கொடுமையாக நடத்துவாள்; அடிப்பாள்; வாயில் வந்தபடி திட்டுவாள்.

ஒரு நாள் வேலைக்காரிகளும் அடிமைகளும் தங்கள் எஜமானியை, கங்கையில் நீராட அழைத்துச் சென்றார்கள். நீரில் குளித்துப் பெண்கள் விளையாடிக்கொண்டு இருக்கும் பொழுது, பொழுது சாய்ந்துவிட்டது. பெரும் புயல்காற்று, திடும் என உண்டாகி வீசலாயிற்று.

புயல் கோரமாக வீசத் தொடங்கியதும், குளித்துக் கொண்டிருந்த மற்ற மக்கள் அங்கிருந்து ஓட்டம் பிடித்தார்கள். ஆகவே இதுவே தக்க தருணம் என்று கருதிய வேலைக்காரிகள் கணக்கரின் மகளை ஆற்றில் தள்ளிவிட்டுத் திரும்பி விட்டார்கள்.

மழை சோவென்று ஒரேயடியாய்க் கொட்டிற்று. பொழுது சாய்ந்துவிட்டது. எங்கும் இருள் பரவிற்று. தங்கள் இளம் எஜமானி இல்லாது வேலைக்காரிகள் வீடு போய்ச் சேர்ந்தார்கள்.

இளம் எஜமானி எங்கே என்று வேலைக்காரிகளைக் கேட்டபோது, "கங்கையிலிருந்து, அவள் கரைக்குப் போனாள்; ஆனால் அவள் எங்கே போனாள் என்பது எங்களுக்குத் தெரியாது" என்று அவர்கள் பதில் சொன்னார்கள். பெண்ணின் குடும்பத்தைச் சேர்ந்தவர்கள், பெரிதும் முயன்று அந்தப் பெண்ணைத் தேடிப்பார்த்தார்கள். அவள் அகப்படவில்லை. அவளைப் பற்றிய செய்தி எதுவும் தெரியவில்லை.

வெள்ளம் பெருகி அவளை அடித்துக்கொண்டு போயிற்று. அந்தப் பெண் கூப்பாடு போட்டுக் கதறினாள். நள்ளிரவு நேரத்தில், போதிசத்துவர் வாழும் ஆசிரமத்தை அவள் அடைய நேர்ந்தது.

அவள் போட்ட கூப்பாட்டைக் கேட்டதும் போதிசத்துவர் "யாரோ ஒரு பெண் ஆபத்தில் சிக்கிக்கொண்டு கதறுகிறாள். அவளை நான் காப்பாற்றியாக வேண்டும்" என்று நினைத்தார்.

மகிழ்ச்சியுடன் கூப்பாடு போட்டுச் சென்ற அவர் தண்ணீரில் இறங்கி, அந்தப் பெண்ணைப் பத்திரமாகக் கரை சேர்த்தார். யானையைப் போல பலசாலியாக இருந்ததால், இந்தக் காரியத்தை அவரால் எளிதில் செய்ய முடிந்தது. ஆசிரமத்துக்குள்ளே நெருப்பை மூட்டி அவள் உடம்பில் சூடு உண்டாகும்படி செய்தார்; சுவை மிகுந்த பல்வகையான கனிகளை எடுத்து அவள் முன்னே வைத்தார். அவள் சாப்பிட்டு முடியும் வரை போதிசத்துவர் அவளிடம் எதுவும் விசாரிக்கவில்லை. பிறகு அவளிடம் "பெண்ணே! உங்கள் வீடு எங்கே இருக்கிறது? எவ்வாறு நீ ஆற்றில் விழுந்தாய்?" என்று விசாரித்தார்.

தனக்கு நேர்ந்தவற்றையெல்லாம் அவரிடம் அந்தப் பெண் சொன்னாள். இதைக் கேட்டதும் அவர் அந்தப் பெண்ணிடம் "தற்காலிகமாக நீ இங்கேயே தங்கு" என்று சொல்லி, தான் வசித்த குடிசையில் அவளைத் தங்கச் செய்துவிட்டு, இரண்டு மூன்று தினங்கள் அவர் வெளியே படுத்து இருந்தார். பிறகு அவளிடம் "பெண்ணே! நீ போய்விடு" என்று சொன்னார். அந்தப் பெண் போகப் பிரியப்படாது அங்கேயே தங்கினாள். துறவியைத் தன் வசப்படுத்திக்கொள்வதில் அவள் ஈடுபடலானாள்.

நாள் ஆக ஆக பெண்களுக்கு இயல்பாக உள்ள வசீகரத்தாலும், வஞ்சனையாலும் போதிசத்துவரை அந்தப் பெண் மயக்கிவிட்டாள்.

இதனால் ஞானத்தை இழந்துவிட்ட அவர், அந்தப் பெண்ணுடன் காட்டில் வசிக்கலானார். தனிமையில் காட்டில் வசிக்க விரும்பாத அவள் பலவாறு முனிவரிடம் ஏதேதோ சொல்லி, ஒரு கிராமத்தில் எல்லைப் புறத்துக்கு அழைத்துப் போனாள். அங்கே அவர் பேரீச்சம்பழங்களை விற்று அவளை ஆதரித்தார். அதனால் அவருக்குப் "பழவியாபாரம் செய்யும் முனிவர்" என்ற பெயர் உண்டாயிற்று. கிராமத்தார்கள் அவரை நல்ல பருவம் பொல்லாத பருவம் இவற்றைக் கூறும்படி கேட்டு அவரை ஆதரித்தார்கள். கிராமத்தின் கோடியில் அவருக்கு ஒரு குடிசையும் கட்டிக் கொடுத்தார்கள்.

முனிவர் வசிக்கும் எல்லை அருகே மலையில் வாழும் கொள்ளைக் கூட்டத்தார் நடமாட்டம் இருந்தது. ஒருநாள் கொள்ளைக் கூட்டத்தார் வந்து கிராமத்தைத் தாக்கி, எல்லையில் வாழும் சதிபதிகளின் சொத்துக்களை கொள்ளை அடித்துப் போய்விட்டார்கள். அதோடு கூட, கிராமவாசிகளையும் அவர்கள் கடத்திச் சென்றார்கள். வஞ்சகியான பொருள் கணக்கரின் மகளும் அவர்களுடன் இருந்தாள். திருடர்கள் தாங்கள் வாழும் இடத்தை அடைந்ததும், கிராமவாசிகளை விட்டுவிட்டார்கள். ஆனால் பெண்ணை மட்டும் சுதந்திரமாக விடாது திருடர்கள் தலைவன் அவளைத் தன் மனைவி ஆக்கிக்கொண்டான்; ஏனெனின் அவள் அவ்வளவு அழகியாய் இருந்தாள்.

இந்த விவரம் தெரியவந்ததும் போதிசத்துவர் "அந்தப் பெண்ணுக்கு என்மீது பிரியம் அதிகம். அங்கு தங்கப் பிரியப்படாது என்னிடம் அவள் திரும்பிவிடுவாள்" என்று நினைத்துக்கொண்டார். அவள் வந்துவிடுவாள் வந்துவிடுவாள் என்று காத்திருந்து பார்த்தார்.

ஆனால் அந்தப் பெண்ணோ திருடர்களுடன் வாழ்வதையே விரும்பினாள்; அதுவே அவளுக்கு மகிழ்ச்சியாக இருந்தது. ஆயினும் பழ வியாபார முனிவர் வந்து தன்னைக் கூட்டிக் கொண்டு போய்விடுவார் என்ற அச்சம் வேறு அவளுக்கு

இருந்தது. "அந்த மனிதன் இறந்து போய்விட்டால் நான் அதிக சௌகரியமாக வாழ முடியும். ஆகவே நான் அதிகம் நேசிப்பதாக வஞ்சித்து, இங்கே வரவழைத்து கொன்றுவிட ஏற்பாடு செய்ய வேண்டும்" என்று நினைத்தாள். ஆகவே ஒரு ஆள் மூலம் தான் இங்கு அதிக சிரமப்படுவதாகவும் தன்னை வந்து உடனே அழைத்துப் போகுமாறும் செய்தி அனுப்பினாள்.

அந்தப் பெண்மீது அதிக நம்பிக்கை வைத்திருந்த பழ முனிவர் உடனே கிராமத்தின் எல்லையை அடைந்து அவளுக்குச் செய்தி அனுப்பினார்.

அதற்கு அவள் "நாதா! இப்பொழுது நாம் கிளம்பி ஓடினால், கொள்ளைக் கூட்டத் தலைவன் நம் இருவரையும் பிடித்துக் கொன்றுவிடுவான். இரவானதும் நாம் இருவரும் சேர்ந்து ஓடிவிடலாம்" என்று செய்தி அனுப்பினாள்.

பிறகு அவள் வந்து முனிவரை அழைத்துப்போய், தான் வசிக்கும் அறையில் மறைத்து வைத்தாள்.

திருடர்கள் இரவில் குடிபோதையில் அங்கு திரும்பி வந்தார்கள். அப்போது அவள் திருடர்களின் தலைவனிடம் "அன்பே! உங்கள் எதிரி உங்கள் வசம் சிக்கிக்கொண்டால் நீங்கள் என்ன செய்வீர்கள்?" என்று கேட்டாள்.

அதற்கு அவன் "அவனை இப்படி இப்படிச் செய்வேன்" என்று பதில் சொன்னான்.

உடனே அவள் "உங்கள் எதிரி வெகு தொலைவில் இல்லாமல் அடுத்த அறையிலே இருந்தால் என்ன செய்வீர்கள்?" என்று கேட்டாள்.

தீவட்டியைக் கையில் எடுத்துக்கொண்டு, திருடர் தலைவன் அடுத்த அறைக்குள் நுழைந்து, போதிசத்துவரைப் பிடித்து, உடம்பிலும் தலையிலும் மனது திருப்தி ஏற்படும்வரை அடித்தான்.

போதிசத்துவர் அழாமல் அடியைப் பொறுத்துக்கொண்டார். "நன்றி கெட்டவர்கள்; கொடியவர்கள்; தீயவர்கள்" என்று

அ.லெ. நடராசன்

மட்டும் முணுமுணுத்தார். இவற்றை மட்டுமே அவர் சொன்னார்.

இவ்வாறு அடித்தபின், போதிசத்துவரின் கால்களையும், கைகளையும் திருடன் கட்டிப் போட்டான். பிறகு வயிறு முட்டச் சாப்பிட்டுவிட்டு இரவு தன் காதலியுடன் படுத்துத் தூங்கினான். காலையில் எழுந்து மீண்டும் போதிசத்துவரை அடிக்கலானான். அப்போதும் அவர் முன்சொன்ன நான்கு வார்த்தைகளை மட்டும் திரும்பத் திரும்ப முணுமுணுத்தாரே தவிர, வேது எதுவும் செய்யவில்லை.

இதைக் கேட்டு, திருடன் ஆச்சரியம் அடைந்தான். அவன் போதிசத்துவரை நோக்கி, "அடிக்கும்போது எதற்காக இந்த வார்த்தைகளை நீ திரும்பத் திரும்பச் சொல்லுகிறாய்?" என்று கேட்டான்.

"நான் சொல்வதைக் கவனமாய்க் கேள்" என்று பழமுனிவர் சொன்னார். ஒரு சமயம் காட்டில் நான் முனியாக வாழ்ந்துகொண்டு இருந்தேன். எனக்கு ஞான உணர்வும் ஏற்பட்டு இருந்தது. கங்கையிலிருந்து காப்பாற்றி, தேவையான உதவிகளை இந்தப் பெண்ணுக்கு நான் செய்தபோது, ஆசை காட்டி என்னை இவள் மயக்கிவிட்டதால், எனது உயர் நிலையிலிருந்து நான் தாழ்ந்து போக நேர்ந்தது. காட்டை விட்டுக் கிராமத்துக்கு வந்து வசித்து, இவளை நான் ஆதரித்துக் காப்பாற்றினேன். அப்போது அவளைத் திருடர்கள் தூக்கிவந்துவிட்டார்கள். தான் இங்கு மகிழ்ச்சியற்ற நிலையில் வாழ்வதாகவும், ஆகவே வந்து தன்னை அழைத்துப் போகு மாறும் செய்தி அனுப்பினாள். இப்படிச் செய்து என்னை உம்மிடம் அகப்பட்டுக் கொள்ளச் செய்துவிட்டாள். அதனால் தான் நான் இவ்வாறு கூறுகிறேன்' என்று அவர் தெரிவித்தார்.

இந்தப் பதில் திருடனைச் சிந்திக்கும்படி துண்டியது. தனக்கு நன்மை செய்து, நல்லவராய் இருப்பவரிடமே இப்படி சிறுமைப் புத்தியுடன் நடந்து கொள்ளும் இவள் என்னதான் செய்ய மாட்டாள். இவள் இறந்துபோக வேண்டியதுதான் என்று நினைத்தான்.

போதிசத்துவர் சொல்வது உண்மை என்பதை உறுதிப் படுத்திக்கொண்ட அவன் அந்தப் பெண்ணை எழுப்பினான்.

கிராமத்துக்கு வெளியே முனிவரைக் கொன்றுவிடப் போவதாக நடித்தான். வாளை உருவிக் கையில் வைத்துக் கொண்டு, முனிவரைப் பிடித்துக் கொள்ளுமாறு பெண்ணிடம் சொன்னான். அவ்வாறு அவள் செய்ததும், ஒரே வெட்டில் அவளை இரு துண்டங்கள் ஆக்கிக் கொன்றான்.

பிறகு முனிவரை, தலை முதல் கால் வரை முழுதும் நீராட்டி வைத்தான். அவருக்குத் திருப்தி ஏற்படும்வரை பல தினங்கள் உணவு படைத்தான்.

அதன் பின்னர் ஒரு நாள், திருடன் "தாங்கள் எங்கு செல்ல உத்தேசம்?" என்று கேட்டான்.

அதற்கு அவர் "உலகம் எனக்கு இன்பம் பயப்பதாய் இல்லை. தவ வாழ்வை மேற்கொண்டு, முன்பு காட்டில் வசித்த இடத்திலேயே நான் வசிக்க விரும்புகிறேன்" என்று கூறினார்.

உடனே திருடன் தானும் துறவியாகிவிட விரும்புவதாகச் சொன்னான், ஆகவே இருவரும் துறவிகளாகி, காட்டில் ஒரு குடிசையில் வசித்தார்கள். தவம் செய்து அவர்கள் இருவரும் அடைய வேண்டிய நற்பேறுகள் அனைத்தையும் அடைந்தார் கள். இறுதியில் அடைய வேண்டிய பிரம்ம லோகத்தை அடைந்தார்கள்.

58. தெரிந்துகொள்ள முடியாதவர்கள் பெண்கள்

ஒரு சமயம் காசி நகரை பிரம்மதத்தன் ஆண்ட போது, புத்தர் உலகப் புகழ்பெற்ற ஆசானாகத் திகழ்ந்தார். ஐநூறு பிராமண மாணவர்கள் அவரிடம் கல்வி கற்றார்கள். வெளிநாட்டிலிருந்து வந்து ஒரு பிராமண வாலிபன் அவரிடம் கல்வி கற்றான். அவன் ஒரு பெண்ணை நேசித்து, அவளை மனைவியாக்கிக் கொண்டான்.

அவன் காசி நகரிலே வசித்த போதிலும், இரண்டு மூன்று முறை புத்தர் பெருமானைத் தரிசிக்கப் போகவில்லை. ஏனெனில், தன் மனைவி கொடியவள், பாவ இயல்புள்ளவள் என்பதை அவன் தெரிந்துகொண்டிருந்தான். தான் தவறு செய்யும் நாட்களில் அவள் அடிமைபோல் பணிவுடன் நடப்பதையும், தவறு செய்யாத நாட்களில் விகாரமாயும் கொடுமையாயும் நடப்பதையும் அவன் கவனித்தான். இதன் காரணமாக அவள் எத்தகைய போக்குடையவள் என்பதை வாலிபனால் புரிந்துகொள்ள முடியவில்லை. அவளால் ஏற்பட்ட தொல்லையாலும் திகைப்பாலும், புத்த பெருமானுக்குச் செய்ய வேண்டிய பணிவிடைகளைச் செய்ய முடியாது அவன் ஒதுங்கி இருக்க நேர்ந்தது. ஏழெட்டுத் தினங்களுக்குப் பின்னர் அவன் போதிசத்துவரைத் தரிசிக்கச் சென்றான்.

இவ்வளவு நாளும் அவன் வராது இருக்கக் காரணம் என்ன என்று போதிசத்துவர் பிராமண வாலிபனை விசாரித்தார்.

அதற்கு அந்த வாலிபன் "ஐயனே! இதற்கு என் மனைவி தான் காரணம் எனலாம்" என்று சொன்னான். ஒரு தினம் அவள் அடிமைபோல் கீழ்ப்படிந்து நடக்கிறாள். மற்றொரு தினம் மிக்க கொடுமையாக நடக்கிறாள் என்றும் விவரமாகக் கூறினான். அவள் எப்படிப்பட்டவள் என்பதைத் தன்னால் அறிய முடியவில்லை என்றும், அவளது நிலையற்ற மனப்போக்கும் நடத்தையும் தன்னைத் திகைப்பில் ஆழ்த்தி, தனக்குத் தொல்லை கொடுப்பதாகவும் கூறினான். அதன் காரணமாகவே தான் வீட்டில் இருக்க நேர்ந்துவிட்டது என்றும் தெரிவித்தான்.

"பிராமண வாலிபனே! நீ சொல்லுவது முற்றிலும் சரி" என்று போதிசத்துவர் ஒப்புக்கொண்டார். "தவறு செய்து விட்ட நாட்களில் பெண்கள் அடிமைப் பெண்போல் தங்கள் கணவன்மாரிடம் பணிவாகவும், அடக்கமாகவும் நடந்து கொள்வார்கள். தவறு செய்யாத நாட்களில் தங்கள் கணவனிடம் விரைப்பாகவும் தாறுமாறாகவும் நடந்து கொள்வார்கள். இந்த விதமாக நடப்பதால்தால் பெண்கள் தீயவர்களாயும் பாவம் செய்பவர்களாயும் மாறிவிடுகிறார்கள். பெண்களின் இயல்பைப் புரிந்துகொள்வது மிகவும் கடினமான காரியம். அவர்களுடைய விருப்பு வெறுப்புகளைப் பெரிதாகப் கூடாது என்று கூறிவிட்டு, கீழ்வரும் பாடலைப் போதிசத்துவர் சொன்னார்.

மாதர்கள் உன்னை நேசிப்பதாக எண்ணி மகிழ்ச்சி
கொள்ளாதே. அவர்கள் உன்னை நேசிக்கவில்லை எனக்
கவலைப்படுகிறாயா? வேண்டாம் பொறுமையாக இரு.
தண்ணீரில் மீன் நீந்திச் செல்லும் வழியைத் தெரிந்துகொள்ள
முடியாதது போலப் பெண்களின் போக்கும் இருக்கும்.

இவ்வாறு தன் மாணவனுக்குப் போதிசத்துவர் போதித்தார். அதுமுதல் தன் மனைவியின் விருப்பு வெறுப்புகளை வாலிபன் பொருட்படுத்துவது இல்லை. தன்னைப் பற்றிய செய்தி போதிசத்துவருக்கு எட்டிவிட்டது தெரிந்ததும், மோசமாக நடப்பதை அந்தப் பெண் நிறுத்திக் கொண்டாள்.

59. பொதுவழி போன்றவர்கள் பெண்கள்

காசியைப் பிரம்மதத்தன் ஆண்ட காலத்தில், போதிசத்துவர் உலகப் பிரசித்தி பெற்ற ஆசானாக விளங்கினார். அவருடைய மாணவர்களில் ஒருவனுடைய மனைவி நம்பிக்கைத் துரோகமாக நடந்து கொண்டு வந்தாள்.

இது விவரம் தெரிய வந்ததும், மனம் கசந்து போன அவன், சில தினங்கள் போதிசத்துவரைத் தரிசிக்கப் போகாமல் இருந்துவிட்டான். பிறகு தரிசிக்க வந்த அவனை ஆசான் விசாரித்தபோது, தான் வராமல் இருந்ததற்கு உரிய காரணத்தை அவன் தெரிவித்தான்.

உடனே ஆசான் "மகனே! மாதர்கள் தனிப்பட்டவர்களுக்கு மட்டும் உரியவர்கள் அல்லர். அவர்கள் பொதுச் சொத்து போன்றவர்கள். இந்த உண்மையை அறிந்துகொண்ட அறிஞர்கள், பெண்களின் பலவீனத்துக்காக அவர்கள் மீது கோபப்படுவது இல்லை" என்று சொல்லிவிட்டு, சீடன் மனம் திருந்தும் பொருட்டு கீழ்வரும் பாடலை அவர் சொன்னார்.

நெடுஞ்சாலை, ஆறு, முற்றம், சாவடி, கள்ளுக்கடை, இவை அனைத்தும் அனைவருக்கும் பொதுவானவை.
பெண்கள் இத்தகையவர்கள். பெண்களிடம் காணப்படும் இந்தப் பலவீனத்துக்காக அறிஞர்கள் யாரும் கோபப்படுவது இல்லை.

இத்தகைய போதனைகளை போதிசத்துவர் தம் மாணவர்களுக்குச் செய்தார். இந்தப் போதனையைக் கேட்டவர்கள், பெண்கள் செய்வதைக் குறித்து, கவலைப்படாது அலட்சியமாய் இருந்தார்கள்.

தான் எப்படிப்பட்டவள் என்பதை ஆசான் அறிந்து கொண்டுவிட்டார் என்பது தெரிந்து அந்தப் பெண் திருந்தி வாழத் தொடங்கினாள். அகம்பாவமாக நடந்துகொள்வதை அவள் விட்டுவிட்டாள்.

60. பெண் மோகம் ஞானிகளையும் பீடிக்கும்

காசியைப் பிரம்மதத்தன் ஆண்டபோது, காசி நாட்டில், செல்வச் செழிப்புள்ள பிராமணக் குடும்பம் ஒன்றில் போதி சத்துவர் பிறந்திருந்தார். முறைப்படி அவர் கல்வி கற்றார். எல்லா ஆசைகளையும் துறந்தார்; துறவியாகும் விருப்பத்தில் உலக வாழ்வை விடுத்து, இமயமலைக்குச் சென்று தனித்து வாழலானார். தொடக்க நிலை தியான நெறிகளை அவர் முற்றும் நிறைவேற்றி முடித்தார். அதனால் மேலான நுண்ணிய ஞானமும் பேரானந்த நிலையும் அவருக்கு உண்டாயின. விவரித்து விளக்க முடியாத பேரானந்த நிலையில் அவர் வாழ்ந்தார்.

உப்பும், சாடியும் இல்லாததால் ஒரு நாள் அவர் காசி நகருக்குப் போக நேர்ந்தது. அவர் அரசனுடைய மாளிகை தோட்டத்தில் தங்கினார். தனது தேவைகள் பூர்த்தியானபின் மறுதினம் தான் எப்பொழுதும் வழக்கமாக அணிகிற சிவப்பு மரவுரியை மடித்துக்கொண்டார்; கறுப்பு மான் தோலைத் தோள்மீது போட்டுக்கொண்டார்; சடையைச் சுருட்டி முடியாகக் கட்டிக்கொண்டார். முதுகில் இரண்டு கூடைகள் தொங்கும் நிலையில் காவடிக் கட்டையை வைத்துக் கொண்டு பிச்சை வாங்கப் புறப்பட்டார்.

இந்தக் கோலத்துடன் அரண்மனை வாயில் அருகே அவர் போனபோது, அவருடைய தோற்றம் அரசனை வசீகரித்தது. அவன் அவரை அரண்மனைக்குள் அழைத்துவரச் செய்தான்.

வந்ததும் அவரைக் கோலாகலமான ஒரு ஆசனத்தில் அமரச் செய்து, சுவையான உணவு வகைகளைப் பரிமாறி அவரைச் சாப்பிடச் செய்தான். அரசன் அவருக்கு நன்றி செலுத்திவிட்டு, தனது உத்தியான வனத்திலே தங்குமாறு அவரை வேண்டிக் கொண்டான்.

அதன்படி போதிசத்துவர் உத்தியான வனத்திலே பதினாறு ஆண்டுகள் தங்கினார். அரசனுடைய குடும்பத்தாருக்கு அறிவுரைகள் வழங்கினார்; அவர்கள் கொடுத்த உணவு இறைச்சி முதலியவற்றை உண்டார்.

எல்லைப்புறத்தில் ஏற்பட்டுள்ள கிளர்ச்சியை அடக்கும் பொருட்டு, ஒருநாள் அரசன் போக வேண்டியதாயிற்று. போவதற்கு முன் அரசியிடம், முனிவருடைய தேவைகளைக் கவனித்து, பூர்த்தி செய்யுமாறு கூறிச் சென்றார். அவள் பெயர் குணவதி.

அரசன் புறப்பட்டுச் சென்ற பின்னர், விரும்பும் சமயங்களில் எல்லாம் போதிசத்துவர் அரண்மனைக்குப் போய் வந்தார்.

ஒருநாள் உணவு வகைகளைச் சித்தம் செய்து வைத்துவிட்டு, போதிசத்துவர் வரவுக்காக அரசி குணவதி காத்து இருந்தாள். அவர் வரவில்லை. ஆகவே அவள் நீராடும் பொருட்டுச் சென்றாள். நறுமண நீரில் நீராடிவிட்டு, சிறந்த பட்டாடைகளை எடுத்து அணிந்துகொண்டாள். பிறகு விசாலமான ஒரு அறையில் இருக்கும் கட்டிலில் சென்று படுத்துக்கொண்டு போதிசத்துவரின் வரவை எதிர்பார்த்துக் காத்திருந்தாள்.

ஞான உணர்வில் தோய்ந்திருந்த போதிசத்துவர், உணவுக்குச் செல்லக் கால தாமதம் ஆகிவிட்டதை அறிந்து, ஆகாய மார்க்கமாக அரண்மனைக்குப் புறப்பட்டுச் சென்றார்.

மரவுரியின் சலசலப்பு செவியில் விழுந்ததும், அவரை வரவேற்கும் பொருட்டு, துணுக்குற்று அரசி குணவதி எழுந்த பரபரப்பில் அவள் அணிந்திருந்த ஆடை நழுவிவிட்டது. அவள் உடல் அழகு துலக்கமாகத் தெரிந்தது. ஜன்னல் வழியாக நுழைந்த போதிசத்துவர் அவளுடைய உடல் அழகைக் கவனித்துவிட்டார். ஒழுக்க நெறிக்குப் புறம்பாக அரசியின்

உடல் அழகையே உற்றுக் கவனித்தபடி அவர் இருந்தார். காமக் கனல் அவர் உள்ளத்தை வாட்டலாயிற்று. கோடாரியால் வெட்டுண்ட மரத்தைப் போன்ற நிலையில் அவர் இருந்தார்.

இதனால் ஞான உணர்வு அவரிடமிருந்து போய்விட்டது. இறக்கைகள் கத்தரிக்கப்பட்ட காக்கையை நிகர்த்து அவர் இருந்தார். உணவை வாங்கிக்கொண்ட அவர், சாப்பிடாது, கையில் வைத்துக்கொண்டு அப்படியே அசைவற்று நின்றார். ஆசையால் உடல் வெலவெலத்தவாறே, பூந்தோட்டத்தில் இருக்கும் தனது குடிசைக்குத் திரும்பிப் படுத்துக் கொண்டார். பசியாலும் தாகத்தாலும், சிரமப்பட்டுக்கொண்டு, ஏழு தினங்கள் அவர் படுத்து இருந்தார். அரசியின் அழகு அவர் உள்ளத்தில் காம வேட்கையை அதிகரிக்கச் செய்தது.

எல்லைப் புறத்தில் அமைதியை நிலைநாட்டிவிட்டு, ஏழாவது நாளன்று அரசன் திரும்பினான்; கோலாகலமான ஊர்வலத்துக்குப் பின்னர், அரண்மனைக்குள் நுழைந்தான். பிறகு முனிவரைத் தரிசிக்கும் கருத்துடன், பூந்தோட்டத்துக்குச் சென்ற அவன், படுக்கையில் போதிசத்துவர் படுத்து இருப்பதைப் பார்த்தான். முனிவர் நோய்வாய்ப்பட்டு இருப்பதாக எண்ணிக்கொண்ட அரசன், முதலில் தங்கி இருக்கும் குடிசையைச் சுத்தம் செய்யச் செய்தான். பிறகு அவருடைய பாதங்களை வருடிவிட்டுக்கொண்டே, அவரை வருத்துவது யாது?" என்று கேட்டான்.

தான் காம நோயால் வருந்துவதாகப் போதிசத்துவர் தெரிவித்தார்.

"உம்மைக் காம நோய்க்கு உட்படுத்தும் பெண் யார்?" என்று வினவினான் அரசன்.

"குணவதி" என்று தெரிவித்தார் போதிசத்துவர்,

"அவளை நான் உமக்குத் தந்துவிட்டேன். இனி அவள் உமக்கு உரியவள்" என்று கூறினான் அரசன்.

இதன் பின்னர் போதிசத்துவரை அழைத்துக்கொண்டு அரசன் அரண்மனைக்குப் போனான். அரசியை நன்கு அலங் காரம் செய்துகொள்ளச் சொன்னான். பிறகு அவளைப் போதிசத்துவரிடம் கொடுத்தான். கொடுக்கும்போதே

அரசியிடம் தனிமையில் "முனிவர் ஒழுக்கம் தவறிவிடாதபடி எச்சரிக்கையாய் இருந்துகொள்" என்று சொல்லி அனுப்பினான்.

அரசி "அரசே! அதன் பொருட்டு தாங்கள் கவலைப்பட வேண்டாம். அவரை நான் காப்பாற்றுவேன்" என்று உறுதியுடன் சொன்னாள்.

ஆகவே அரசியை அழைத்துக்கொண்டு, போதிசத்துவர் அரண்மனையிலிருந்து புறப்பட்டார். அரண்மனையின் ஆதார வாயிலை விட்டு வெளியே வந்ததும், தாங்கள் வசிக்க பெரியதொரு மாளிகை வேண்டும் என்று அரசி சப்தம் போட்டாள். அரசனிடம் சென்று பெரிய மாளிகை ஒன்று கேட்டு வருமாறு சொன்னாள்.

அதன்படி போதிசத்துவர் கேட்டபோது, அரசன் பாழடைந்த பெரிய மாளிகை ஒன்றை அவருக்குக் கொடுத்தான். அந்த இடம் வழிப்போக்கர்கள் பயன்படுத்தும் இடமாக இருந்தது. போதிசத்துவர் அரசியை அந்த இடத்துக்கு அழைத்துப் போனார். இடம் அசுத்தமாயும், மோசமாயும் இருந்ததால் அதற்குள் நுழைய அரசி மறுத்துவிட்டாள்.

"நான் இப்பொழுது என்ன செய்ய வேண்டும்?" என்று போதிசத்துவர் கூச்சல் போட்டார்.

"இதைச் சுத்தம் செய்து செம்மைப்படுத்துங்கள்" என்று அரசி கூறினாள். அரசனிடம் அனுப்பி, கூடையும் மண்வெட்டியும் வாங்கிவரச் செய்தாள். சுவரை மெழுகும் பொருட்டு, சாணி கொண்டுவரச் செய்தாள், இது முடிந்த பிறகு, படுக்கை, நாற்காலி, விரிப்பு, தண்ணீர் பானை, கோப்பை இவற்றை ஒவ்வொன்றாகக் கொண்டுவருமாறு ஏவினாள். அப்படி போதிசத்துவர் கொணர்ந்து சேர்த்ததும், தண்ணீர் எடுத்துவரச் சொன்னாள். இப்படி ஆயிரக்கணக்கில், இதர பொருட்களைக் கொண்டுவருமாறு பணித்தாள். குடிக்கத் தண்ணீர் கொண்டுவந்து வைத்ததும், குளிக்கத் தண்ணீர் கொணருமாறு சொன்னாள். படுக்கையைப் போடச் சொன்னாள்.

இவற்றையெல்லாம் செய்து முடித்து, படுக்கையில் அவள் அருகே அமர்ந்ததும் போதிசத்துவரின் மீசையைப் பிடித்து

இழுத்து, தன் முகத்து அருகே அவர் முகத்தை வைத்துக் கொண்டு, "நீங்கள் புனிதமானவர் என்பதையும் பிராமணர் என்பதையும் மறந்துவிட்டீர்களா?" என்று கேட்டாள்.

சிறிது காலம் அறியாத மடமையில் மூழ்கி இருந்த அவர், இப்பொழுது விழித்துக் கொண்டார்.

இங்கு கீழ்வரும் வாசகத்தை மீண்டும் நினைவுபடுத்திக் கொள்வது அவசியம் ஆகும். ஆசையாலும் காமத்தாலும் உண்டாகும் தடைகள் தீமை பயப்பனவாகும். அறியாமையின் விளைவாக அவை உண்டாகின்றன. சகோதரர்களே! அறியாமையின் விளைவாக இருள் ஏற்படுகிறது; அதாவது அஞ்ஞானம் உண்டாகிறது.

காம உணர்வு மறைய மறைய, நான்கு விதமான தண்டனைகளைத் தான் எப்படி அனுபவிக்க நேரும் என்பது வலுவடையலாயிற்று. உடனே அவர் "இந்தப் பெண்ணைக் கொண்டுபோய் அரசரிடம் ஒப்படைத்துவிட்டு நான் மலைக்கு ஓடிவிடுகிறேன்" என்று உரக்கச் சொன்னார்.

பிறகு அரசியை அழைத்துக் கொண்டு போய் அரசன் முன் நின்றார். "ஐயனே! உம் அரசி இனி எனக்குத் தேவை யில்லை. அவள்மீது ஆசை ஏற்பட்டதால்தான் இந்த நிலை ஏற்பட்டது" என்று சொல்லி, கீழ்வரும் பாடலைச் சொன்னார்.

குணவதி உமக்குரியவள். அவளை வசப்படுத்திக்கொண்டுவிட வேண்டும் என்ற ஒரே ஒரு ஆசைதான் எனக்கு இருந்தது. அவள் அழகு என்னை வசப்படுத்திக்கொண்டதால் அரசே ஆசை தீவிரமாக அதிகரித்துவிட்டது.

இதன் பின்னர் உள்ளொளி திரும்பவும் போதிசத்துவருக்கு உதயம் ஆயிற்று. ஆகவே பூமியிலிருந்து ஆகாயத்துக்குக் கிளம்பி அங்கிருந்தபடி அரசனுக்கு உபதேசங்கள் செய்தார். பிறகு பூமிக்கு இறங்காமலே ஆகாய மார்க்கமாக இமய மலைக்குச் சென்றார். பிறகு மனிதர்களின் வழிக்கு அவர் ஒருபோதும் வரவில்லை. உள்ளொளி தடைப்படாமலே அன்பிலும், தரும சிந்தையிலும் வளர்ச்சி அடைந்தார். அவருடைய புதிய பிறவி பிரம்மலோகத்தில் ஏற்படலாயிற்று.

61. சகோதரனின் அருமை

சேதவனத்தில் இருக்கும்போது, ஒரு நாட்டுப்புறப் பெண் குறித்து, பெருமான் இந்தக் கதையைச் சொன்னார்.

ஒரு சமயம் கோசல நாட்டின் எல்லைப் புறத்தில், காட்டில் மூன்று மனிதர்கள் உழுதுகொண்டு இருந்தார்கள். அந்த இடத்துக்குத் திருடர்கள் வந்து பொருட்களைப் பறித்துக் கொண்டு தப்பி ஓடிவிடுவது உண்டு. பொருட்களைப் பறிகொடுத்தோர், திருடர்களைப் பிடிக்க முடியாது தவித்தார்கள். மூன்று பேர்கள் உழுதுகொண்டு இருக்கும் இடத்தில்தான் வழிப்பறி நடப்பது உண்டு.

விவசாயிகள் போல் வேடம் அணிந்துகொண்டு, உழுது கொண்டிருப்பவர்கள் கொள்ளையடிப்பதாக முடிவுக்கு வந்து, மூவரையும் கோசல நாட்டு அரசனிடம் பிடித்துப் போனார்கள். அரசன் அவர்களைச் சிறையில் அடைத்துவிட்டான்.

இது சமயம் பெண் ஒருத்தி இடையிடையே அரண்மனைக்கு வந்து "எதைக்கொண்டு என்னை மூடி மறைத்துக்கொள்வது" என்று கூச்சலிட்டுப் புலம்பி அழுதாள்.

பெண் போட்ட கூப்பாட்டைச் செவிமடுத்த அரசன், அவளுக்கு ஆடை ஒன்று கொடுக்கும்படி உத்தரவிட்டான். தான் கூறுவதன் கருத்து வேறு என்று கூறி, அரசன் அனுப்பிய ஆடையை ஏற்றுக்கொள்ள அந்தப் பெண் மறுத்துவிட்டாள். பணியாட்கள் அரசனிடம் திரும்பி, அந்தப் பெண் வேண்டுவது துணி அல்ல என்றும் அவளுக்கு வேண்டுவது புருஷனென்று கூறுகிறாள் என்றும் சொன்னார்கள்.

உடனே அரசன் அவளைத் தன்பால் அழைத்துவரச் செய்து உண்மையில் அவள் விரும்புவது புருஷன்தானா என்று கேட்டான்.

"ஆம். அரசே!" என்று அந்தப் பெண் பதில் சொன்னாள். "பெண்ணின் மானத்தை உண்மையாகக் காப்பவன் கணவனே" ஆயிரக்கணக்கில் மதிப்புள்ள ஒரு புடவையை அணிந்துகொண்டு இருந்தபோதிலும், கணவன் இல்லாத அம்மணமானவளே" என்று சொல்லி, கீழ்வரும் பாடலையும் அவள் சொன்னாள்.

அரசன் இல்லாத நாடு தண்ணீர் இல்லாத ஓடை போல. கணவன் இல்லாத பெண் அம்மணமானவளே! வெறுமையான வளே! அவளுக்குப் பத்து சகோதரர்கள் இருந்தபோதிலும், துணைவன் இல்லாத குறை அவளுக்கு எப்போதும் இருக்கும்.

பெண் சொன்ன பதிலைக் கேட்டு அகமகிழ்ந்த அரசன், அவர்கள் மூவரும் அவளுக்கு என்ன உறவு என்று விசாரித்தான். ஒருவன் கணவன், ஒருவன் தம்பி, ஒருவன் மகன் என்று அவள் பதில் சொன்னாள்.

உடனே அரசன் அவளிடம் "பெண்ணே! உனக்கு நான் சலுகை வழங்குகிறேன். இவர்கள் மூவருள் யாராவது ஒருவனை நீ விடுவித்துக்கொள்ளலாம்" என்று சொன்னான்.

அதற்கு அவள் "ஐயனே! ஒரு கணவன் போய்விட்டால் இன்னொரு கணவனைப் பெற்றுக்கொள்ள முடியும். இன்னொரு மகனையும் பெற்றுக்கொள்ள முடியும். என் பெற்றோர்கள் இறந்துவிட்டபடியால், இன்னொரு சகோதரனை நான் பெற முடியாது. ஆகவே என் சகோதரனுக்கு விடுதலை வழங்குங்கள்" என்று சொன்னாள்.

பெண் சொன்ன பதிலைக் கேட்டு அகமகிழ்ந்த அரசன், மூவருக்கும் விடுதலை வழங்கினான். மூவர் உயிரையும் காப்பாற்றுவதற்கு இந்தப் பெண் ஒரு கருவியாய் இருந்தாள்.

இந்த விவரம் துறவிகளுக்குத் தெரிய வந்ததும், சத்திய கூடத்துக்கு அவளை அழைத்துப் போனார்கள். அப்போது பெருமான் கூடத்துக்குள் நுழைந்தார். அவர்கள் பேசிக் கொண்டு இருப்பது எது குறித்த விஷயம் என்பதை அவர் கேட்டுத் தெரிந்துகொண்டார். பிறகு "சகோதரர்களே! இந்தப் பெண் மூவரையும் காப்பாற்றியது முதன் முறையன்று; கடந்த காலத்தில் இதே காரியத்தை அவள் செய்திருக்கிறாள்" என்று

கூறினார். பிறகு முன்பு நடந்த பழைய கதையை அவர் சொன்னார்.

முன்பு பிரம்மதத்தன் காசியை ஆண்ட சமயம், மூன்று மனிதர்கள் நகரின் வெளிப்புறத்தே இருக்கும் காட்டில் முந்திய கதையில் வருவதுபோல் உழுதுகொண்டு இருந்தார்கள்.

“மூவரில் யாரை நீ விடுவித்துக்கொள்ள விரும்புகிறாய்?” என்று கேட்டான் அரசன்.

“மூவரையும் விடுவிக்க மாட்டீர்களா?” என்று பதிலுக்குக் கேட்டாள் பெண்.

“முடியாது. மூவருக்கும் நான் விடுதலை வழங்க முடியாது” என்று அரசன் உறுதியாகச் சொன்னான்

உடனே அவள் “மூவரையும் விடுவிக்க உங்களுக்குச் சம்மதம் இல்லையானால், அரசே! எனது சகோதரனுக்கு விடுதலை வழங்குங்கள்” என்று அந்தப் பெண் விண்ணப் பித்துக் கொண்டாள்.

“கணவனையோ, மகனையோ விடுவித்துக்கொள்ள நீ ஏன் விரும்பவில்லை?” என்று வினவினான் அரசன்.

“கணவனையும் மகனையும் பெறுவதற்கு, ஒரு பெண்ணுக்கு வாய்ப்புகள் உண்டு; ஆனால் பதிலுக்கு ஒரு சகோதரனைப் பெறுவது அவ்வளவு எளிதன்று” என்று கூறிவிட்டு, கீழ்வரும் பாடலை அவள் சொன்னாள்,

ஒருத்தி பொதுமுறைப்படி கணவனையோ அல்லது
புதல்வனையோ அடைவது எளிது. ஆயினும் எவ்வளவு
அரும்பாடுபட்டாலும் ஒரு சகோதரனை அடைய
முடியாது.

“பெண்ணே! நீ கூறுவது முற்றும் உண்மை” என்று அரசன் அகமகிழ்ந்தான். மூவரையும் சிறையிலிருந்து விடுவித்து பெண்ணிடம் ஒப்படைத்தான். மூவரையும் அழைத்துக் கொண்டு அவள் திரும்பினாள்.

62. யாருக்கும் தீங்கு செய்யாதே

பிரம்மதத்தன் காசியை ஆண்டபோது, ஒரு சமயம் போதிசத்துவர் கைதேர்ந்த பாம்புக் கடி வைத்தியர் ஒருவர் வீட்டில் பிறந்திருந்தார். வயது வந்து தக்க பருவத்தை எய்தியதும்; பாம்புக்கடி வைத்தியத்தைத் தனது வாழ்க்கைத் தொழிலாகக் கொண்டார்.

விவசாயி ஒருவனைப் பாம்பு கடித்துவிட்டதால், தாமதியாது பாம்புக்கடி மருத்துவரைத் தருவித்தார்கள்.

மருத்துவரான போதிசத்துவர் வீட்டாரிடம் "மாற்று மருந்து கொடுத்து விஷத்தைப் போக்கட்டுமா அல்லது, கடித்த பாம்பையே தருவித்து விஷத்தை உறிஞ்சி எடுக்கச் சொல்லட்டுமா?" என்று கேட்டார்.

"பாம்பைக் கொண்டு விஷத்தை உறிஞ்சச் செய்யுங்கள்" என்று வீட்டார் சொன்னார்கள்.

அதன்படி போதிசத்துவர் கடித்த பாம்பைப் பிடித்துவரச் செய்து "இந்த மனிதனை நீ கடித்தாயா?" என்று கேட்டார்.

"ஆம். கடித்தேன்" என்று பாம்பு பதில் கூறிற்று.

அப்படியானால் கடிவாயிலிருந்து உறிஞ்சி விஷத்தை எடுத்துவிடு" என்று போதிசத்துவர் சொன்னார்.

அதற்கு அந்தப் பாம்பு "செலுத்திய விஷத்தை உறிஞ்சி எடுப்பதா? அது ஒருபோதும் நடவாத காரியம், செலுத்திய விஷத்தை உறிஞ்சி எடுத்து எனக்குப் பழக்கம் இல்லை. அந்தக் காரியத்தை இனியும் என்னால் செய்யவும் முடியாது" என்று கூறிற்று.

உடனே பாம்புக்கடி வைத்தியர் தீயை மூட்டி, "ஏ பாம்பே! செலுத்திய விஷத்தை உறிஞ்சி எடுத்துவிடு. இல்லாது போனால், இந்த நெருப்பில் புகுந்து மாண்டு போ" என்று சொன்னார்.

உடனே அந்தப் பாம்பு "நான் நெருப்பில் விழுந்து இறந்து போனாலும் போவேனேயன்றி, கக்கிய விஷத்தை திரும்ப உறிஞ்ச மாட்டேன்" என்று கூறிக் கீழ்வரும் பாடலையும் அது கூறிற்று.

"கக்கிய விஷத்தை, ஒரு உயிரைக் காக்கும் பொருட்டு நான் திரும்ப உறிஞ்சி எடுப்பது அவமானமான செயல் ஆகும். பலவீனத்துக்கு உட்படுவதை விட மாண்டு போவது எவ்வளவோ மேலானது"

இந்தப் பாடலைக் கூறியபின் பாம்பு நெருப்புக்குள் போக முயன்றது.

மருத்துவர் பாம்பைப் போகாது தடுத்துவிட்டு, பாம்பு கடித்த மனிதனை மாற்று மருந்து கொடுத்துக் குணப்படுத்தினார். அந்த மனிதன் குணம் அடைந்தான்.

பிறகு பாம்பைப் பார்த்து "இனிமேல் யாருக்கும் நீ தீங்கு செய்யாதே" என்று அறிவுரை கூறி, அதைச் சுதந்திரமாகப் போதிசத்துவர் விட்டுவிட்டார்.

63. மண்வெட்டி முனிவர்

காசியைப் பிரம்மதத்தன் ஆண்டபோது, ஒரு சமயம் போதிசத்துவர் தோட்டக்காரன் ஒருவன் வீட்டில் பிறந்திருந்தார். வளர்ந்து பெரியவனாகி, தோட்ட வேலை அவர் பார்த்த சமயம் எல்லாரும் அவரை "மண்வெட்டி முனிவர்" என்று அழைத்தார்கள்.

நிலத்தைச் சீர்படுத்தி, காய்கறிகள் பயிர் செய்தார்; தொட்டிகளில் மருந்துப் பூண்டுகளை வளர்த்தார். பரங்கிக் காய், சுரைக்காய், வெள்ளரிக்காய் முதலிய காய்கறிகளையும், இதர காய்கறிகளையும் விற்று சிரமத்துடன் வாழ்க்கை நடத்தினார். மண்வெட்டி ஒன்றைத் தவிர்த்து, வேறு எந்தப் பொருளும் அவர் வசம் இல்லை.

உலக வாழ்க்கையைத் துறந்து, சமய வாழ்க்கையை மேற்கொள்ள ஒரு நாள் அவர் தீர்மானித்தார். ஆகவே மண்வெட்டியை ஓர் இடத்தில் மறைத்து வைத்துவிட்டு, பரதேசியாக அவர் வாழ்க்கை நடத்தத் தொடங்கினார்.

தான் மறைத்து வைத்த மண் வெட்டியின் நினைப்பு, போதிசத்துவர் உள்ளத்தில் சதா ஊடாடிக்கொண்டு இருந்தது. ஆசையின் வேகம் அவரை அதிகமாக உந்தியது. ஆகவே சாதாரண ஒரு மண்வெட்டிக்காக மீண்டும் அவர் உலக வாழ்க்கைக்குத் திரும்பினார். துறவறத்தை மேற்கொள்வதும், மண்வெட்டியின் பொருட்டு உலக வாழ்க்கைக்குத் திரும்புவதும் ஆறு முறை நடந்தது. ஏழாவது முறை ஒரு மண்வெட்டிக்காகத் தான் பின்னடைவது அவர் மனத்தைப் பெரிதும் உறுத்தியது. ஆகவே தான் மீண்டும் சன்னியாசியாவதற்கு முன், அந்த

மண்வெட்டியை நட்டாற்றில் போட்டுவிடுவது என அவர் முடிவு செய்தார்.

ஆகவே மண்வெட்டியைக் கையில் எடுத்துக்கொண்டு ஆற்றுப்பக்கம் போனார். மண்வெட்டியை ஆற்றில் போடும் போது இடம் தெரிந்துவிட்டால் அதை ஆற்றிலிருந்து எடுக்க வேண்டும் என்ற எண்ணம் உண்டாகக் கூடும் என நினைத்தார் அவர். எனவே, தனது கண்களை இறுக முடிக்கொண்டு, மூன்று முறை தலையைச் சுற்றி ஒரு யானை பலத்தோடு மண் வெட்டியை நட்டாற்றில் போட்டுவிட்டார். பிறகு "வென்று விட்டேன். நான் வென்றுவிட்டேன்" என்று சிம்மத்தைப் போல், கர்ஜித்தார்.

இது சமயம், எல்லைப்புறத்தில் அடக்கிவிட்டு, அரசன் கங்கையில் நீராடினான். நீராடியபின் பெரும் சிறப்போடு யானை மீது அவர் பவனி போனார். அப்போது "நான் வென்றுவிட்டேன். நான் வென்றுவிட்டேன்" என்று போதிசத்துவர் செய்த கர்ஜனை அவன் காதில் விழுந்தது. 'தான் வென்றுவிட்டதாக இதோ ஒரு மனிதன் கூறுகிறான். அவன் யாரை வென்றான் என்பது எனக்கு வியப்பாய் இருக்கிறது. அந்த மனிதனை என்னிடம் அழைத்து வாருங்கள்" என்று உத்தரவிட்டான்.

அதன்படி போதிசத்துவரை அரசன் முன்னே அழைத்து வந்தார்கள். அப்போது அரசன் அவரிடம் "அன்பனே! வெற்றியடைந்துள்ள நான் இப்போது அரண்மனை திரும்பிக் கொண்டு இருக்கிறேன். நீ யாரை வெற்றியடைந்தாய் என்பதை என்னிடம் தெரிவி" என்று சொன்னார்.

அதற்குப் போதிசத்துவர் "ஐயனே! நீ அடைந்துள்ள ஆயிரக்கணக்கான வெற்றிகள் வீண் வெற்றிகள் ஆகும். உம்முள்ளே இருக்கும் ஆசைகளை வெற்றி கொள்வதுதான் முக்கியமானதாகும். எனது ஆசைகளை எல்லாம் நான் வெற்றி அடைந்திருப்பதால் இச்சைகள் எதுவும் என்னிடம் இப்போது இல்லை" என்று பதில் சொன்னார்.

சொல்லும் போதே பெரிய ஆற்றை அவர் உற்றுக் கவனித்தார். இதன் விளைவாக அவர் உள்ளத்தில் ஞான

உணர்வு பிறக்கலாயிற்று. ஆகாயத்தில் எழும்பும் ஆற்றலும் அவருக்கு உண்டாயிற்று. ஆகவே அவர் ஆகாயத்தில் அமர்ந்து, பின்வரும் பாடல் மூலம் போதனை செய்தார்.

> **மேலும் மேலும் அடையும் வெற்றிகளை நிலைப்படுத்திக் கொள்ள வேண்டும். இல்லையேல் இறுதியில் தோல்வி ஏற்பட்டு எல்லாம் வீணாகிவிடும். உண்மையான வெற்றி எப்பொழுதும் நீடித்து இருக்கும்.**

இந்தச் சத்திய வாசகத்தைச் செவிமடுத்ததும் இருள் தங்கிய அரசன் உள்ளத்தில் ஒளி பிறக்கலாயிற்று. உள்ளத்தில் நிலவிய ஆசைகள் அகன்று போயின. உலகத்தைத் துறக்க வேண்டும் என்ற நாட்டம் அவன் இதயத்தில் இடம் பெறலாயிற்று. நாட்டை ஆள வேண்டும் என்ற விருப்பமும் நீங்கிவிட்டது. ஆகவே அவன் போதிசத்துவரிடம் "இப்பாழுது தாங்கள் எங்கே போவதாக உத்தேசம்?" என்று கேட்டான்.

"ஐயனே! நான் இமயமலைக்குச் சென்று துறவி வாழ்க்கையை மேற்கொள்ளப் போகிறேன்" என்று போதிசத்துவர் பதில் சொன்னார்.

உடனே அரசன் "நானும் துறவு வாழ்க்கையை மேற் கொள்ள விரும்புகிறேன்" என்று பதில் சொல்லிவிட்டு, அவனும் போதிசத்துவருடன் புறப்பட்டுச் சென்றான்.

அரசன் இவ்வாறு புறப்பட்டதும், அவனுடன் வந்திருந்த படை பரிவாரங்கள் அனைத்தும் பிராமணர்களும், பொது மக்களும் உடன் புறப்பட்டுச் சென்றார்கள்.

மண்வெட்டி முனிவரின் உபதேசத்தைச் செவிமடுத்த அரசன் துறவற வாழ்க்கையை மேற்கொள்ளத் தீர்மானித்து படை பரிவாரங்களுடன் அவருடன் சேர்ந்து போய்விட்டான் என்னும் செய்தி காசி நகருக்கு எட்டிற்று.

செய்தி தெரியவந்ததும், "இங்கிருந்து நாம் என்ன செய்வது?" என்று கதறி, காசி நகர்வாழ் மக்கள் அனைவரும் நகரை விட்டுப் புறப்பட்டார்கள். போதிசத்துவர் முன்னே செல்ல பன்னிரண்டு காதத் தொலைவுக்கு மக்கள் அவரைத் தொடர்ந்து இமயமலையை நோக்கிச் செல்லத் தொடங் கினார்கள்.

இதனால் தேவேந்திரனின் அரியணைக்குக் கீழ் வெப்பம் ஏற்படலாயிற்று. என்ன என்று எட்டிப் பார்த்த போது, போதிசத்துவர் துறவற நெறியில் ஈடுபட்டுள்ளார் என்பதைத் தெரிந்துகொண்டான். அவருடன் நிறைய பேர் வருவதையும் கவனித்தான். வருபவர்கள் ஒவ்வொருவருக்கும் தங்க, சாகை வசதி செய்து கொடுக்கத் தீர்மானித்தான். ஆகவே தேவர்களின் சிற்பியான விசுவகர்மாவை அழைத்து "மண்வெட்டி முனிவர் துறவறத்தை மேற்கொண்டுள்ளார். அவர் தங்க, சாகை வசதி செய்து கொடுப்பது அவசியம் ஆகும்" என்று சொன்னான். "இமயமலைப் பிரதேசத்துக்குப் புறப்பட்டுச் சென்று, நிலத்தைச் சீர்படுத்தி, முனிவர்கள் தங்குவதற்கு ஏற்றபடி, உனது தெய்வீக ஆற்றலால் சாகைகள் அனைவருக்கும் ஏற்பாடு செய்" என்று கூறினான்.

"தங்கள் விருப்பப்படி செய்து முடிக்கிறேன்" என்று விசுவகர்மா தெரிவித்தான். இந்திரனின் கட்டளைப்படி காரியங்களைச் செய்து முடிக்க அவன் புறப்பட்டுச் சென்றான்.

முனிவர்கள் வாழும் ஆசிரமங்களை அடுத்து, மிகப் பெரிய ஆசிரமம் ஒன்று உருவாக அவன் ஏற்பாடு செய்தான். அந்த இடத்தில் வசிக்கும் பறவைகள், கூப்பாடு போடும் விலங்குகள், தேவ கன்னியர்கள் ஆகியவர்களை அப்பால் போகும்படிச் செய்தான். ஒரே சமயத்தில் ஒரே ஒருவர் மட்டும் நடந்து போகக் கூடிய வகையில் பாதை அமைத்தான்.

இவ்வாறு செய்து முடித்துவிட்டு, அவன் தனது இல்லம் திரும்பினான்.

மண்வெட்டி முனிவர் தம்முடன் வரும் கூட்டத்தாரையும் உடன் அழைத்துக்கொண்டு, இமயமலைக்கு வந்தார். இந்திரன் ஏற்பாடு செய்திருந்த ஆசிரமத்துக்குள் அவர் நுழைந்தார். முனிவர்களுக்காக விசுவகர்மா கட்டி முடித்த படுக்கை முதலிய மற்ற வசதிகளும் அமைந்த ஆசிரமத்துக்குள் நுழைந்து அவர் தங்கினார்.

முதலில் அவர் உலக வாழ்க்கையைத் துறந்தார்; பிறகு மற்றவர்களையும் துறக்கும்படி செய்தார்; அவர்கள் தங்க ஆசிரமத்தில் இடம் கொடுத்தார். இந்திர பதவிக்கு நிகரான

பதவியை அவர்கள் துறந்தார்கள். முப்பது காத பரப்புக்கு அமைந்திருந்த சாகைகளில் அனைவரும் தங்கினார்கள். இதன் பின்னர் அவர்கள் மேற்கொண்ட இதர சடங்குகளால் ஞானப் பேறு உண்டாயிற்று.

மண்வெட்டி முனிவர் நல்ல எண்ணத்தோடு, அவர்கள் அனைவரையும் தியானத்தில் ஈடுபடும்படி உபதேசித்தார். இதனால் அவர்கள் நற்பேறுகளை அடைந்தார்கள். பிரம்ம லோகத்துக்கு அவர்களால் செல்ல முடியும் என்ற நிலை உறுதியாயிற்று. அவர்களுக்கு உபதேசம் செய்தவர்கள் தங்கள் தங்கள் தகுதிகளுக்கு ஏற்ப தேவ லோகத்துக்குச் செல்லும் பேற்றைப் பெற்றார்கள்.

64. சோம்பேறியின் செயல்

உலகப் புகழ் வாய்ந்த போதிசத்துவர் ஒரு சமயம் காந்தார நாட்டிலுள்ள தட்சசீல நகரில் தங்கினார். அவரிடம் சீடர்களாய் இருக்கும் ஐநூறு பிராமண வாலிபர்களும் உடன் இருந்தார்கள்.

சீடர்களான பிராமண வாலிபர்கள் ஒருநாள் தங்கள் குருவுக்கு விறகுச் சுப்பிகள் சேகரிக்குப் பொருட்டு, காட்டுக்குப் போனார்கள். சுப்பிகள் சேகரிப்பதில் சுறுசுறுப்புடன் ஈடுபட்டார்கள். அவர்களிலே மிகுந்த சோம்பேறி ஒருவன் இருந்தான். அவன் ஒரு பெரிய மரத்து அருகே வந்து பார்த்தபோது, அது காய்ந்து பட்டுப்போய் இருப்பதாக நினைத்துக்கொண்டான். ஆகவே சிறிது நேரம் தூங்கிவிட்டு, பிறகு மரத்தின் மீது ஏறி, விறகு சேகரித்துக்கொண்டு வீடு திரும்பலாம் என்று எண்ணினான். எனவே, தனது மேலாடை எடுத்துத் தரைமீது விரித்து, பலமாகக் குறட்டை விட்டு நன்றாகத் தூங்கலானான்.

மற்ற பிராமண வாலிபர்கள் சுள்ளிகளைச் சேர்த்து கட்டுகளாகக் கட்டிக்கொண்டு தூங்கும் வாலிபனிடம் வந்து சேர்ந்தார்கள். முதுகில் எட்டி உதைத்து, அவனை எழுப்பி விட்டு, தங்கள் வழியே அவர்கள் போய்விட்டார்கள்.

அந்த வாலிபன் எழுந்து உட்கார்ந்து, சிறிது நேரம் கண்களைத் தேய்த்துக்கொண்டான். பிறகு அரைத் தூக்கத்தில் அவன் மரத்தின் மீது ஏறினான். அவன் பிடித்துக்கொண்டிருந்த கிளை சிறிது ஒடிந்துவிட்டதால், மீதம் இருந்த கிளையின் நுனி அவனது ஒரு கண்ணில் காயம் உண்டாக்கிவிட்டது. ஆகவே காயப்பட்ட கண்ணை ஒரு கையால் பொத்திக்கொண்டு,

மற்றொரு கண் பார்வையால், சுப்பிகளைச் சேகரித்து ஒரு கட்டாகக் கட்டிக்கொண்டு இறங்கினான். காயாத பச்சைச் சுள்ளிகளை ஒரு கட்டாகக் கட்டிக்கொண்ட அவன், வேகமாக வீடு திரும்பி, தான் கொணர்ந்த பச்சைச் சுள்ளிக் கட்டைக், காய்ந்த சுள்ளிக் கட்டுகள் மீது போட்டுவிட்டான்.

அன்றைய தினம் ஒரு நாட்டுப்புறக் குடும்பத்தார் போதி சத்துவரிடம் வந்து மறுதினம் தங்கள் இல்லத்துக்கு பிராமண போஜனம் செய்ய அவரும் அவருடைய பிராமணச் சீடர்களும் வர வேண்டும் என்று அழைத்தார்கள்.

போதிசத்துவரும் அவர்கள் விருப்பத்துக்கு இசைந்தார். பிறகு மாணவர்கள் அனைவரையும் தம்பால் அழைத்து, “நீங்கள் நாளைக் காலை ஒரு கிராமத்துக்குப் போக வேண்டியது இருக்கும்” என்று சொன்னார். பட்டினியோடு நீங்கள் போக முடியாது என்று சொன்னார்.

“எனவே அதிகாலையில் எழுந்து கொஞ்சம் கஞ்சி தயார் செய்துகொள்ளுங்கள். புறப்படு முன்அதைச் சாப்பிட்டுவிட்டுப் புறப்படலாம். நீங்கள் செல்லும் இடத்தில் உங்களுக்கு உணவு தருவார்கள். எனக்கும் கொஞ்சம் தருவார்கள். உணவு முழுவதையும் இங்கே எடுத்து வாருங்கள்” என்று சொன்னார்.

ஆகவே அவர்கள் அனைவரும் அதிகாலையில் எழுந்தார்கள்; வேலைக்காரியை எழுப்பி விரைவில் தங்களுக்கு உணவு சித்தம் செய்து தருமாறு சொன்னார்கள்.

அவள் அடுப்பை மூட்டுவதற்காகப் போனாள், விறகுக் குவியலின்மேலே கிடந்த பச்சைச் சுப்பிக் கட்டையை எடுத்து நெருப்பை மூட்டினாள். எவ்வளவோ ஊதி ஊதிப் பார்த்தும் நெருப்புப் பற்றவில்லை. சூரியன் உதயமாகிவிட்டது. இப் பொழுது நன்றாகச் சூரிய வெளிச்சம் வந்துவிட்டது. இனி புறப்படுவது சிரமம்” என்று எல்லாரும் நினைத்தபடியால், எல்லாரும் குருவிடம் போனார்கள்.

“மாணவர்களே! நீங்கள் இன்னும் ஏன் புறப்படவில்லை?” என்று குரு கேட்டார்.

“ஆம். புறப்பட முடியவில்லை.”

"ஏன்?"

"இந்த சோம்பேறிதான் காரணம். விறகு சேகரிக்க எங்களுடன் புறப்பட்டு வந்த அவன் ஒரு மரத்தடியில் படுத்துத் தூங்கிவிட்டான். நேரத்தைச் சரிகட்ட மரத்தின்மீது அவசரமாக ஏறியபடியால், ஒரு கண்ணில் காயம் ஏற்பட்டுவிட்டது. ஆகவே வேகவேகமாகப் பச்சைச் சுப்பிகளைச் சேகரித்துக் கட்டிக் கொண்டு, அந்தக் கட்டை விறகுக் குவியலின்மீது போட்டு விட்டான். கஞ்சி தயார் செய்வதற்காக விறகு எடுக்கப் போன வேலைக்காரி, காய்ந்த சுப்பி என்று கருதி, பச்சைச் சுப்பிகளை எடுத்து வந்து, நெருப்பைப் பற்ற வைத்தாள். சூரியன் உதயமாகி வெளிச்சம் உண்டாகும் வரையிலும் அவளால் நெருப்பைப் பற்ற வைக்க முடியவில்லை. நாங்கள் போகாமல் நின்றதற்கு அதுதான் காரணம்" என்று சொன்னார்கள்.

வாலிபப் பிராமணன் செய்கையைப் பற்றித் தெரிய வந்ததும், "மடயனின் செயலே இந்தத் தொல்லைகளுக்கு எல்லாம் காரணம் ஆகிவிட்டது" என்று சொல்லி அடியில் வரும் பாடலைப் போதிசத்துவர் கூறினார்.

பச்சைச் சுப்பியைக் கொணர்ந்தவனின் செய்கை யிலிருந்து நீங்கள் கற்றுக் கொள்ளுங்கள். வேறுபட்டச் செய்கைகள் கண்ணீரை உண்டாக்கும்.

தம் மாணவர்களுக்கு போதிசத்துவர் சொன்ன குறிப்பு இதுதான். நற்காரியங்களைச் செய்து அற வாழ்க்கை வாழ்ந்த அவர் தமது செயல்களுக்குத் தகுந்த லோகத்தை அடைந்தார்.

65. நன்றி கெட்ட கயவர்கள்

பிரம்மதத்தன் காசியை ஆண்டபோது, இமயமலையில் வாழும் ஒரு யானையின் வயிற்றில் போதிசத்துவர் கருவாக உருவாகி வளர்ந்தார். அந்த யானை ஈன்ற குட்டி, பெரிய வெள்ளிக் கட்டிபோல் பார்ப்பதற்கு வெள்ளையாய் இருந்தது. கண்கள் வைர உருண்டைகள் போல் பிரகாசித்தன. அது பஞ்ச சீலங்கள் பிரகாசிப்பதைப் போல் இருந்தது. வாய் பெரிய சிவப்புத் துணியை நிகர்த்து இருந்தது. தும்பிக்கை, வெள்ளியில் செம்பொன் துண்டுகளைப் பதித்தது போல் இருந்தது. நான்கு கால்களும் அரக்கு மெருகு பூசப்பட்டது போல் பளபளப்பாய் இருந்தன. பத்து பரிபூரண நிலைகளும் பொருந்திய அழகுடன் அதன் தோற்றம் விளங்கியது. வளர்ந்து பெரிதாகியதும் இமயத்தில் மற்ற யானைகள் இந்த வெள்ளை யானையைத் தங்கள் தலைவனாக அங்கீகரித்தன. எண்பதாயிரம் யானைகள் அடங்கிய யானைக் கூட்டத்துடன் போதிசத்துவ யானை வளர்ந்தபோது, தனது யானைக் கூட்டத்தில் பாவம் இருப்பதாக அதற்குத் தோன்றியது. ஆகவே அந்தக் கூட்டத்தை விட்டுப் பிரிந்து அது தனியாக வசிக்கலாயிற்று. அதனுடைய வாழ்க்கை செம்மையாக இருந்ததால், நல்ல யானை அரசன் என்ற பெயர் அதற்கு உண்டாயிற்று.

காசியைச் சேர்ந்த காட்டு அதிகாரி, தனது தொழிலுக்கு உரிய கருவிகளைச் சேகரிக்கும் பொருட்டு ஒரு நாள் இமயமலைக் காட்டுக்கு வந்தான். தமது நிலைமையை உணராது இருந்த அவனுக்கு வழி தவறிவிட்டது. கைகளை நீட்டியவாறு, இங்கும் அங்கும் அலைந்த அவன் ஏக்கத்துடன் கதறி அழுதான். தனக்குச் சாவு வந்துவிட்டதாகவே கதறினான்.

மனிதனுடைய அழுகுரலைச் செவிமடுத்த போதிசத்துவ யானை அவனுக்கு உதவி செய்யக் கருதிற்று. ஆகவே போதிசத்துவர் அந்த மனிதனை அணுகினார். தனியாக யானை ஒன்று வருவதைப் பார்த்ததும், காட்டு அதிகாரி திகிலடைந்து ஓட்டம் பிடித்தான். மதம் பிடித்த யானைதான் தனித்து வரும் என்ற எண்ணம் அவனுக்கு இருந்தது.

அவன் பயந்து ஓடுவதைக் கவனித்த போதிசத்துவர், மேலும் ஓடாது நின்றுகொண்டார்; அதனால் அவனும் ஓடாது நின்றான். உடனே போதிசத்துவர் போனதும், அந்த மனிதன் மீண்டும் அவனை நோக்கிப் ஓடத் தொடங்கினான். மறுமுறை போதிசத்துவர் நின்றதும் அவனும் நிற்கலானான்.

இப்போது அந்த மனிதனுக்கு ஒரு உண்மை புலப்பட லாயிற்று; தான் நிற்கும்போது யானை தன்னை நோக்கி வருவதும், தான் ஓடும்போது அது நிற்பதும் ஏதோ ஒரு நன்மைக்கு அறிகுறியாக உள்ளது என்று நினைத்தான். இந்த விலங்கு எனக்குத் தீமை செய்யாது உதவ நினைக்கிறது என்று கருதினான். ஆகவே அந்த மனிதன் உறுதியாக இது சமயம் நின்றான். அப்போது போதிசத்துவ யானை அந்த மனிதனை அணுகி "அன்பான மனித நண்பனே! நீ அலைந்து திரிந்து புலம்புகிறாயே ஏன்?" என்று வினவிற்று.

அதற்கு அந்தக் காட்டு அதிகாரி "ஐயனே! நினைவு தப்பி எனக்கு வழி தவறிவிட்டது. அழிந்து போவேனோ என்ற அச்சம் என்னை வாட்டுகிறது" என்று பதில் சொன்னான்.

உடனே அந்த யானை காட்டு அதிகாரியைத் தான் தங்கும் இடத்துக்கு அழைத்துப் போய் சில தினங்கள் தங்கச் செய்து உபசரித்தது. உண்பதற்குப் பலவகையான கனிகளையும் கொணர்ந்து கொடுத்தது. "அன்பரே! பயப்பட வேண்டாம். மனிதர்கள் வாழும் இடத்துக்கு உம்மை நான் அழைத்துப் போய்விடுகிறேன்" என்று கூறிற்று.

பிறகு அந்த மனிதனைத் தனது முதுகில் ஏற்றிக்கொண்டு போய், மனிதர்கள் நடமாடும் இடத்தில் இறக்கி, விட்டுவிட்டது. நன்றிகெட்ட அந்த மனிதன் யானையின் முதுகில் சவாரி செய்யும் போதே, அது செல்லும் வழிகளையும், மரங்களையும்

அடையாளம் பார்த்துக்கொண்டான். அதாவது பேச்சுக் கொடுத்தால்தான் பதில் சொல்ல நேரும் என நினைத்தான். சுமந்து சென்ற யானை காட்டை விட்டு வந்து காசிக்குச் செல்லும் சாலையில் அந்த மனிதனை இறக்கிவிட்டு, "இந்த வழியாகச் சென்றால் நீ காசியை அடைந்துவிடலாம். யாராவது உன்னை விசாரித்தாலும் சரி. விசாரிக்காவிட்டாலும் சரி. என்னைப் பற்றி யாரிடமும் தெரிவிக்க வேண்டாம்" என்று கூறிற்று.

இதன் பின்னர் விடைபெற்றுக்கொண்டு அந்த யானை தான் தங்கும் இடத்துக்குத் திரும்பிவிட்டது.

அந்த மனிதன் காசி நகருக்குள் நுழைந்த போது, தந்தச் சாமான்கள் விற்கும் கடைத்தெரு வழியாகப் போனான். அப்போது பலவிதமான தந்தப் பொருட்கள் நேர்த்தியாகச் செய்யப்பட்டு, விற்பனைக்கு இருப்பதை அவன் பார்த்தான். அவன் தந்த வேலை செய்துகொண்டு இருப்பவனைப் பார்த்து, "உயிருள்ள யானையின் தந்தங்களைக் கொணர்ந்து தந்தால், ஏதாவது கிடைக்குமா?" என்று கேட்டான்.

"நீ ஏன் இப்படிக் கேட்கிறாய்? செத்த யானையின் தந்தங்களைக் காட்டிலும் உயிருள்ள யானையின் தந்தங்கள் அதிக விலை போகும்" என்று பதில் சொன்னான் அவன்.

"அப்படியானால் உனக்குக் கொஞ்சம் தந்தம் கொணர்ந்து தருகிறேன்" என்று சொல்லிவிட்டு, கூரிய ரம்பத்தையும் கொஞ்சம் ஆகாரத்தையும் எடுத்துக்கொண்டு போதிசத்துவ யானை வாழும் காட்டுக்கு அந்த மனிதன் போனான்.

அவனைப் பார்த்து போதிசத்துவ யானை எதற்காக வந்தாய் என்று கேட்டபோது, தன்னால் வாழ்க்கை நடத்த முடியவில்லை. பட்டினி கிடந்து தவிக்கிறேன் என்று பாசாங்கு செய்து அவன் நடித்தான். தனக்குக் கொஞ்சம் யானைத் தந்தம் கிடைத்தால் தன்னால் சௌகரியமாக வாழ முடியும் என்று கூறினான்.

இதைக் கேட்டதும், போதிசத்துவ யானை "நிச்சயமாக ஒரு முழு தந்தத்தையே தருகிறேன். ரம்பம் கொணர்ந்திருந்தால் அறுத்து எடுத்துக்கொள்" என்று கூறிற்று.

"ஐயனே! நான் ரம்பம் கொணர்ந்திருக்கிறேன்" என்று பதில் சொன்னான் அந்த மனிதன்.

"அப்படியானால் எனது தந்தங்களை அறுத்து எடுத்துக் கொள்" என்று கூறிவிட்டு, போதிசத்துவ யானை, எருது மண்டியிட்டுத் தரையில் படுத்துக்கொள்வது போல தரையில் படுத்துக் கொண்டது.

அந்த மனிதன் யானையின் இரு தந்தங்களையும் அறுத்துத் தனியாக எடுத்தான்.

யானை அவற்றைத் தனது தும்பிக்கையில் வாங்கிக் கொண்டு அந்த மனிதனிடம் "நண்பனே! எனக்குப் பயன் இல்லை; அவற்றை நான் மதிக்கவில்லை என்ற காரணத்துக்காக, எனது தந்தங்களை உனக்கு நான் தரவில்லை. எல்லா வற்றையும் அறியக்கூடிய பேரறிவு இருக்கிறதே அதைக் காட்டிலும் ஆயிரம் மடங்கு இலட்சம் மடங்கு இந்தத் தந்தங்கள் எனக்குப் பயனுடையவை. ஆகவே நான் தந்த இந்தத் தந்தங்கள் உனக்குப் பேரறிவைக் கொடுக்கட்டும்" என்று சொல்லிற்று. தனக்குக் கிடைக்கப் போகும் பேரறிவுக்கு விலையாக, போதிசத்துவ யானை, காட்டு அதிகாரியிடம் தந்தங்களைக் கொடுத்தது.

அந்த மனிதன் தந்தங்களை வாங்கிப்போய் விலைக்கு விற்றான். அந்தப் பணம் முழுவதும் செலவழிந்து தீர்ந்ததும், மீண்டும் போதிசத்துவ யானையிடம் அவன் திரும்பினான், வாங்கியிருந்த கடனைத் திருப்பிக் கொடுத்ததில், தந்தங்கள் விற்ற பணம் தீர்ந்துவிட்டது என்றும், ஆகவே மீதம் இருக்கும் தந்தங்களைத் தனக்குத் தருமாறு போதிசத்துவ யானையிடம் அவன் கேட்டான்.

போதிசத்துவ யானை சம்மதித்து, மீதம் இருக்கும் தந்தங்களை அறுத்து எடுத்துக்கொள்ளுமாறு அவனிடம் கூறிற்று. காட்டு அதிகாரி அவற்றையும் அறுத்து எடுத்துக் கொண்டு போய் விலைக்கு விற்றான்.

பிறகு மீண்டும் யானையிடம் திரும்பி "ஐயனே! வாழ்க்கை நடத்த நீ தந்த தந்தங்கள் போதவில்லை. ஆகவே தந்தங்களின் அடிக் கட்டைகளை எனக்குக் கொடு" என்று கேட்டான்.

அ.லெ. நடராசன் ● 257

"அவ்வாறே எடுத்துக்கொள்" என்று கூறிவிட்டு, போதி சத்துவ யானை முன்போல் படுத்துக்கொண்டது.

போதிசத்துவ யானையின் புனிதமான துதிக்கை வெள்ளி வடம் போல் இருந்தது. மிதித்துக்கொண்டு அதன் வழியாக ஏறி, பனிபடர்ந்த கைலாச மலைபோல் இருக்கும் கன்னங்களில் தாவிக் குதித்து, தந்தங்களின் அடிப்பாகத்தில் பலமாக உதைத்தான். அதனால் கன்னங்களின் அடிப்பாகத்தில் இருந்த சதைகள் கீழே விழுந்துவிட்டன. பிறகு தந்தங்களின் அடிக் கட்டைகளை அறுத்து எடுத்துக்கொண்டு அவன் போய்விட்டான். போதிசத்துவரின் பார்வையிலிருந்து அந்தக் கயவன் மறைந்ததுதான் தாமதம், கற்பனையால் கணிக்க முடியாத பூமி, சினேரு மலையையும் அதன் சிகரங்களையும் தாங்கக்கூடிய பரப்புள்ள உறுதியான பூமி திடீரென வெடித்தது. கீழே இருக்கும் நாற்றமும் அழுகிய பண்டங்களும் கயவனைத் தாங்க முடியாது தவித்தன. நரகத்திலிருந்து நெருப்பு சுவாலை விட்டு எரிந்து, நன்றி கெட்ட இந்தக் கயவனை விழுங்கிவிட்டது.

இந்தக் கயவனைப் பூமி விழுங்கிய பின்னர், அந்தக் காட்டில் வாழும் வனதேவதை கூறிய பின்வரும் சொற்கள் காடு முழுதும் எதிரொலித்தது, "நன்றி மறந்த கயவர்களுக்கு உலக சாம்ராஜ்யத்தையே கொடுத்தாலும் திருப்தி ஏற்படாது."

இதன் பின்னர் பின்வரும் பாடலை அந்த வனதேவதை பாடிற்று.

கொடுக்கக் கொடுக்க நன்றி கெட்டவர்களின் குணம் மாறாது. இந்த உலகம் முழுவதையும் கொடுத்தாலும் அவர்களின் பசி அடங்காது.

வனதேவதையின் இத்தகைய போதனைகள் காடு முழுவதும் எதிரொலித்தன.

போதிசத்துவரைப் பொறுத்த வரை, காலமான பின்னர், தனது செயல்களுக்கு ஏற்ற பேறுகளை அவர் பெற்றார்.

66. கொடிய இளவரசன்

ஒரு சமயம் பிரம்மதத்தன் என்பவன் காசியை ஆண்டு கொண்டு இருந்தான். அப்போது கொடிய இளவரசன் என்னும் பெயரைக் கொண்ட மகன் ஒருவன் அவனுக்கு இருந்தான் அடிபட்ட பாம்பைப் போல அவன் கொடுமையானவன்; பயங்கரமானவன். திட்டாமலோ அடிக்காமலோ யாருடனும் அவன் பேசமாட்டான். அரண்மனைக்குள் இருப்போருக்கும் வெளியே இருப்போருக்கும் கண்ணில் விழுந்த தூசுபோல அவன் உறுத்திக்கொண்டே இருப்பான். கொடுமையான அரக்கன் போல, பிறரை அவன் நடுங்கச் செய்வான்.

ஆற்றில் குளித்து விளையாட ஆசை கொண்டு, ஒரு நாள் படை பரிவாரங்களை அழைத்துக்கொண்டு அவன் ஆற்றங்கரைக்குப் போனான். பேய்க்காற்று ஒன்று உருவாகி எங்கும் அந்தகாரம் சூழ்ந்தது. அது சமயம் இளவரசன் தமது பரிவாரத்தினரிடம் "என்னை நடு ஆற்றுக்குக் கொண்டுபோய் குளிப்பாட்டிவிட்டு, திரும்பக் கரைக்குக் கொண்டுவாருங்கள்" என்று சொன்னான்.

அதன்படி வேலைக்காரர்கள் அவனை அழைத்துப் போனார்கள். அங்கு அவர்கள் கூடிக் கலந்து யோசனை செய்தார்கள். "அரசர் நம்மை என்ன செய்துவிடப் போகிறார்? கொடிய இந்தக் கயவனை இங்கேயே நாம் கொன்றுவிடலாம்" என்று முடிவு செய்தார்கள். "பொல்லாதவனே! போய்த் தொலை" என்று சொல்லி நட்டாற்றில் அவனை மூழ்கடித்துவிட்டார்கள். பிறகு அவர்கள் கரைக்குத் திரும்பியதும் இளவரசனைப் பற்றிக் கேட்டபோது "நாங்கள் அவனைப் பார்க்கவில்லை. புயல்காற்று

வீசியதால் எங்களுக்கு முன்னே அவன் கரைக்கு வந்து அரண்மனை திரும்பியிருக்கக் கூடும்" என்று சொன்னார்கள்.

பரிவாரத்தினர் அரசனைப் பார்த்தபோது, தன் புதல்வன் எங்கே என்று அரசன் கேட்டான்.

அதற்கு அவர்கள் "அரசே! அவரைப் பற்றி எங்களுக்கு எதுவும் தெரியாது. புயல்காற்று அடித்ததால் அவர் முன்னதாக வந்திருக்கக் கூடும் என்று கருதி நாங்கள் திரும்பிவிட்டோம்" என்று பதில் சொன்னார்கள்.

உடனே அரசன் அரண்மனை வாயிலைத் திறக்கச் செய்து, ஆற்றங்கரைக்குப் போய், காணாமல் போன இளவரசனைத் தேட ஏற்பாடு செய்தான். ஆனால் இளவரசன் இருக்கும் சுவடே தெரியவில்லை. புயலின் காரணமாகக் கும்மிருட்டு நிலவியதால், வெள்ளத்தால் இழுத்துப் போகப்பட்ட இளவரசனுக்கு எதுவும் தெரியவில்லை. நீரில் தத்தளித்துத் தடுமாறிய அவன், அருகே மிதந்து வந்த ஒரு மரத்தின் மீது ஏறிக்கொண்டான். மரம் மிதந்து போய்க்கொண்டு இருந்தது. வெள்ளத்தால் தனக்குச் சாவு நேரப்போவதை அறிந்து துயரத்துடன் இளவரசன் கதறி அழுதான்.

இது சமயம் காசியில் வாழ்ந்த பெரிய பணக்காரன் ஒருவன், அந்த ஆற்றங்கரையில் நாற்பது கோடியைப் புதைத்து வைத்துவிட்டு, இறந்து போனான். ஆயினும் பணத்தின்மீது கொண்ட ஆசை காரணமாக, பணம் புதைக்கப்பட்டு இருக்கும் இடத்திலேயே பாம்பாய்ப் பிறந்து அங்கு அவன் வசித்து வந்தான். அதே இடத்தில் இன்னொரு மனிதனும் முப்பது கோடியைப் புதைத்து வைத்திருந்தான். பணத்தின் மீது இருந்த ஆசை காரணமாக மறு பிறவியில் அவன் ஒரு எலியாகப் பிறந்து அந்த இடத்திலேயே வாழ்ந்து வந்தான்.

அவை இரண்டும் வசித்த இடத்தில் வெள்ளம் வந்து விட்டது. உயிரைக் காப்பாற்றிக்கொள்ள, பாம்பும் எலியும் எதிர் நீச்சல் போட்டுக்கொண்டு போயிற்று. அப்போது இளவரசன் ஏறிவந்த மரம் அவற்றுக்கு எதிர்ப்பட்டதால், எலியும் பாம்பும் மரத்தில் ஏறிக்கொண்டன. பாம்பு ஒரு முனையிலும், எலி ஒரு முனையிலும் ஏறிக்கொண்டு, இளவரசனுடன் பிரயாணம் செய்தன.

அதே ஆற்றங்கரையில் இலவம் பஞ்சு மரம் ஒன்று இருந்தது. அதில் வாலிபப் பருவம் அடைந்த கிளி ஒன்று வசித்தது. வெள்ளத்தின் விளைவாக இந்த இலவ மரம் வேரோடு பெயர்ந்து ஆற்றில் விழுந்துவிட்டது. பலத்த மழை பெய்த காரணத்தால் கிளியால் பறக்க முடியவில்லை. ஆகவே அதுவும் வந்து மரக்கிளையில் அமர்ந்தது. எனவே இந்த நான்கும் மரத்தின் மீது அமர்ந்தபடி ஆற்று வெள்ளத்தில் போய்க்கொண்டு இருந்தன.

இது சமயம் வட மேற்கில் உள்ள ஒரு நாட்டில், பிராமணக் குடும்பம் ஒன்றில் போதிசத்துவர் பிறந்திருந்தார். வாலிபப் பருவத்தை அடைந்த சமயம், அவர் உலக வாழ்க்கையைத் துறந்து துறவியாகி வாழ விரும்பினார். ஆற்றின் திருப்பத்தில் குடில் ஒன்றைக் கட்டிக்கொண்டு அங்கே அவர் இப்பொழுது வாழ்ந்து வந்தார். நள்ளிரவில் அங்கும் இங்கும் உலவிக் கொண்டு இருந்தபோது, இளவரசன் உரக்கக் கதறி அழுதது பிராமணன் காதில் விழுந்தது. ஆகவே, தனக்குத் தானே அவன் சொல்லிக் கொள்ளலானான்! "பரிவும் இரக்கமும் கொண்ட என்னைப் போன்ற ஒரு துறவி, சகமனிதன் கண்முன்னே அழியப் போவதைப் பார்த்துக்கொண்டு இருத்தல் கூடாது. நீரிலிருந்து காப்பாற்றுவது அவசியம்."

இவ்வாறு நினைத்த அவன் "பயப்பட வேண்டாம். பயப்பட வேண்டாம்" என்று மகிழ்ச்சியுடன் கூறினான், பிறகு ஆற்றில் குதித்து, மரத்தின் ஒரு முனையைப் பற்றிக்கொண்டான், யானையைப் போல் பலசாலியாக இருந்த அவன் ஒரே இழுப்பில் மரத்தைக் கரைக்குக் கொணர்ந்துவிட்டான். இளவரசனைப் பத்திரமாகக் கரையில் இறக்கிவிட்டான். பாம்பு, எலி, கிளி மூன்றும் இருப்பதைப் பார்த்து, அவற்றையும் பத்திரமாகத் தனது குடிலுக்கு எடுத்துப் போனான். இளவரசனையும் அழைத்துப் போனான். நெருப்பை மூட்டி, பலவீனமான ஜந்துக்களான கிளி, எலி, பாம்பு மூன்றையும் நெருப்பு அருகே குளிர்காய வைத்தான். பின்பு இளவரசனைக் குளிர்காயச் செய்தான். பிறகு பல்வகையான கனிகளைக் கொணர்ந்து விருந்தாக வந்திருக்கும் ஜந்துக்களை முதலில் சாப்பிடச் செய்தான்; பிறகு இளவரசனுக்குச் சாப்பிடக் கொடுத்தான். இந்த நடத்தையால் இளவரசன் கோபம் அடைந்தான்.

தனக்குத்தானே அவன் இவ்வாறு சொல்லிக்கொள்ளலானான். "அரச குடும்பத்தில் பிறந்த என்னை இந்த அயோக்கிய சந்நியாசி உரியபடி மதிக்கவில்லை. என்னைவிடக் கேவலமான ஜந்துக்களுக்கு அதிக முக்கியத்துவம் கொடுக்கிறான்"

இதனால் போதிசத்துவர் மீது அவனுக்கு வெறுப்பு உண்டாயிற்று.

நான்கு ஜீவன்களும் உடல் நலத்தைப் பெற்றன. வெள்ளம் வடிந்துவிட்டது. பின்வரும் வார்த்தைகளைக் கூறி, பாம்பு முனிவரிடம் விடைபெற்றுக்கொண்டது. "தந்தையே! எனக்குத் தாங்கள் பெரிய நன்மை செய்தீர்கள். நான் ஏழை இல்லை. எப்பொழுதாவது உங்களுக்குப் பணம் தேவைப்பட்டால், நான் குவித்து வைத்திருக்கும் செல்வம் அனைத்தும் தங்களைச் சேர்ந்ததே. நாற்பது கோடி பொன் நாணயங்களை ஒரு குறிப்பிட்ட இடத்தில் நான் புதைத்து வைத்திருக்கிறேன். அந்த இடத்துக்கு அருகே வந்து "பாம்பே!" என்று நீங்கள் அழைத்தால் போதும்."

இதன் பின்னர் எலியும் பாம்பு சொன்னதைப் போலவே சொல்லி, முனிவரிடம் விடைபெற்றுக் கொண்டது. "நான் இருக்கும் இடத்துக்கு வந்து "எலியே" என்று கூப்பிட்டால் போதும். என்னிடம் இருக்கும் செல்வம் அனைத்தும் தங்களுக்குக் கிடைக்கும்" என்று கூறிற்று.

பிறகு கிளி விடைபெறுவதாயிற்று. "தந்தையே! என்னிடம் தங்கமோ வெள்ளியோ எதுவும் கிடையாது. நல்ல அரிசி உங்களுக்குத் தேவைப்பட்டால் என்னிடம் வந்து "கிளியே" என்று கூப்பிடுங்கள். என் உறவினர்களின் உதவியைக் கொண்டு, பல வண்டிகளுக்கு ஏற்றும் அளவுக்கு உங்களுக்கு நான் அரிசி தருகிறேன்" என்று கூறிற்று.

கடைசியாக இளவரசன் வந்தான். நன்றி மறக்கும் கயமைக் குணம் அவன் நெஞ்சு நிறைய இருந்தது. தனக்கு உதவிசெய்த போதிசத்துவர் தன்னிடம் வரும்போது, அவரைக் கொன்றுவிட அந்தக் கொடியவன் நினைத்தான். தனது விருப்பத்தை வெளியே காட்டிக்கொள்ளாது "தந்தையே! நான் அரசன் ஆனதும் தாங்கள் என் நாட்டுக்கு வாருங்கள். தங்கள்

நான்கு தேவைகளையும் நான் பூர்த்தி செய்து வைக்கிறேன்" என்று சொன்னான்.

பிறகு தனது நாட்டுக்குப் புறப்பட்டுச் சென்றான். அவன் விரைவிலேயே அரியணை ஏறி அரசன் ஆனான்.

ஒவ்வொரு ஜீவனும் கூறியதைப் பரிசோதித்துப் பார்க்கப் போதிசத்துவர் விரும்பினார். முதலில் பாம்பினிடம் சென்றார். அது வசிக்கும் இடத்து அருகே நின்றுகொண்டு "பாம்பே" என்று அழைத்தார். இந்த வார்த்தையைச் செவி மடுத்ததும், பாம்பு மரியாதையோடு விரைந்து வந்து "தந்தையே! இந்த இடத்தில் நாற்பது கோடி தங்கம் இருக்கிறது. தோண்டி அதை எடுத்துக்கொள்ளுங்கள்" என்று கூறிற்று. அதற்கு, போதிசத்துவர் "நல்லது. தேவைப்படும்போது மறக்காமல் நான் எடுத்துக்கொள்கிறேன்" என்று பதில் கூறினார்.

பிறகு பாம்பினிடம் விடைபெற்றுக்கொண்டு எலி வசிக்கும் இடத்துக்குப் போய் "எலியே" என்று கூப்பிட்டார். பாம்பு கூறியதைப் போலவே எலியும் கூறிற்று.

அதன் பின்னர் போதிசத்துவர் கிளி வசிக்கும் இடத்துக்குச் சென்று "கிளியே" என்று கூப்பிட்டார். உடனே கிளி மரியாதையாக மரத்திலிருந்து கீழே இறங்கி வந்து, போதி சத்துவரிடம் "என் உற்றார் உறவினரை அழைத்துச் சென்று இமயமலைச் சாரலில் பயிராகும் நெல்லைச் சேகரித்து வரட்டுமா?" என்று வினவிற்று.

அதற்குப் போதிசத்துவர் தனக்குத் தேவைப்படும்போது நீ வாக்களித்ததை மறக்கமாட்டாய் என்று தெரிவித்தார்.

கடைசியாக, இளவரசனின் கருத்து எப்படி இருக்கிறது என்பதைத் தெரிந்துகொள்ளப் பிரியப்பட்டார். ஆகவே பிச்சை வாங்க விரும்புபவர் போல தனது கோலத்தை மாற்றிக் கொண்டு, நகருக்குள் சென்றார். இது சமயம் பரிவாரத்தினர் தன்னைப் புடைசூழ்ந்து வர, அரசாங்க யானை மீது, இளவரசன் கம்பீரமாகப் பவனி வந்துகொண்டு இருந்தான். தூரத்தில் வரும்போதே போதிசத்துவரை அவன் அடையாளம் தெரிந்துகொண்டுவிட்டான். "இந்த அயோக்கிய முனிவன் இங்கு தங்கி, என் தயவில் வாழ வந்திருக்கிறான்.

இவன் எனக்குச் செய்த உதவியைப் பிறருக்குத் தெரிவிக்கும் முன்னர் இவன் தலையைத் துண்டித்துவிட வேண்டும்' என்று தனக்குத்தானே சொல்லிக் கொண்டான்.

உடனே அவன் தன் சிப்பந்திகளைச் சாடை செய்து கூப்பிட்டதும் அவர்கள் அரசனை அணுகி, "நாங்கள் என்ன செய்ய வேண்டும்? உத்தரவிடுங்கள்" என்று கேட்டார்கள்.

அதற்கு அரசன் "அதோ வருகிற அயோக்கிய முனிவன், எனக்குத் தொல்லை கொடுக்கும் பொருட்டு இங்கு வந்திருக்கிறான். இந்தப் பொல்லாதவனை என் அருகே வர விடாதீர்கள். அவனைப் பிடித்துக் கட்டி, சந்திக்குச் சந்தி இழுத்துப் போய் சவுக்கால் அடியுங்கள், பிறகு நகரத்தை விட்டு வெளியே கொலைக்களத்துக்கு இழுத்துப்போய், தலையைத் துண்டித்துவிடுங்கள். சூலத்தில் ஏற்றி தோலை உரித்து விடுங்கள்" என்று சொன்னான்.

அரசனின் விருப்பத்துக்குக் கீழ்ப்படிந்து, சிப்பந்திகள் குற்றமற்ற அப்பாவியான பெரிய மகானைப் பிடித்துப்போய், சந்திகளில் எல்லாம் அவரைச் சவுக்கால் அடித்துக் கொலைக் களத்துக்கு இழுத்துப் போனார்கள். சவுக்கடியால் போதி சத்துவர் துன்புறவில்லை. "அம்மா! அப்பா!" என்று கதறவில்லை. அடியில் வரும் பாடலை அவர் திரும்பத் திரும்பச் சொல்லிக்கொண்டிருந்தார்.

> **உலகத்தை அவர்கள் அறிந்தவர்கள். சில**
> **மனிதர்களைவிட, மரக்கட்டைக்குக் காப்பாற்றும் திறமை**
> **உண்டு என்று அவர்கள் சொன்ன பழமொழி முற்றும்**
> **உண்மை**

சவுக்கால் அடிக்க அடிக்க இந்த வரிகளையே திரும்பத் திரும்ப அவர் சொன்னார். கடைசியாக, அருகில் நின்று வேடிக்கை பார்த்தவர்களுள் புத்திசாலியான ஒருவன் அரசருக்கு நீங்கள் செய்த தொண்டு என்ன?" என்று கேட்டான்.

அதற்கு போதிசத்துவர் கதை முழுவதையும் சொல்லி, பின்வரும் வார்த்தைகளால் முடித்தார். "வெள்ளத்திலிருந்து காப்பாற்றியதற்காக எனக்கு நானே துன்பத்தைத் தேடிக் கொண்டேன். முன்னோர்கள் சொன்ன அறிவுரைகளை பொருட்படுத்தாது நான் போனதுதான் இதற்குக் காரணம்

என நினைக்கத் தோன்றுகிறது. அதனால்தான் நீங்கள் செவி மடுத்ததை நான் கூற நேர்ந்தது” என்று சொன்னார்.

இதைக் கேட்டதும் பிராமமணர்களும், பிரபுக்களும் கோபம் அடைந்தார்கள். மற்றவர்களும் சேர்ந்துகொண்டு எல்லாரும் கூக்குரலிட்டார்கள் “நல்லது செய்ய வேண்டும் என்ற கருத்துடன் அரசரின் உயிரைக் காப்பாற்றிய இந்த நல்ல மனிதரின் செயலை நன்றி கெட்ட அரசன் நினைத்துப் பார்க்கவில்லை. இத்தகைய அரசனிடமிருந்து நமக்கு என்ன நன்மை கிடைக்கும்? இந்தக் கொடிய அரசனைப் பிடித்துக் கொல்லுங்கள்” என்று கூவினார்கள்.

ஆத்திரம் பொங்கியதால் யானை மீது பவனி வந்த அரசனை நாற்புறமும் சூழ்ந்துகொண்டு, அம்பு, கல், கதை, தடி, கையில் கிடைத்த ஆயுதங்களால் அரசனைத் தாக்கிக் கொன்றார்கள். அவன் பிணத்தைக் காலைப் பிடித்து இழுத்துப்போய் ஒரு குழியில் போட்டுவிட்டார்கள். பிறகு போதிசத்துவரை அரசனாக்கி, அபிஷேகம் செய்து தங்களை ஆளும்படி செய்தார்கள்.

அவர் நியாயமாக ஆட்சியை நடத்திவந்தார். ஒருநாள் பாம்பு, எலி, கிளி இவற்றை மீண்டும் சோதித்துப் பார்க்க வேண்டும் என்ற விருப்பம் உண்டாயிற்று. பெரிய பரிவாரம் ஒன்று தன் பின்னே வர, பாம்பு வசிக்கும் இடத்துக்கு அவர் போனார். “பாம்பே!” என்று அவர் அழைத்ததுதான் தாமதம், அது தனது புற்றிலிருந்து புறப்பட்டு வந்து “ஐயனே! இதோ இருக்கிறது உங்கள் செல்வம் எடுத்துக்கொள்ளுங்கள்” என்று கூறிற்று. உடனே அரசன் தம்முடன் வந்த சிப்பந்திகளிடம் செல்வத்தை எடுத்து வருமாறு சொல்லிவிட்டு, எலி வசிக்கும் இடத்துக்குச் சென்று “எலியே!” என்று கூப்பிட்டார். எலி வெளியே வந்து அரசரை வணங்கிவிட்டு முப்பது கோடி பொன்களை அவரிடம் கொடுத்தது. அதையும் சிப்பந்திகளிடம் கொடுத்துவிட்டு, கிளி வசிக்கும் இடத்துக்குப் போய் “கிளியே” என்று கூப்பிட்டார்.

கிளி வெளியே வந்து முறைப்படி வணங்கிவிட்டு “அரசர் விருப்பப்படி நாங்கள் அரிசியை எங்கே கொணர்ந்து சேர்க்க வேண்டும். கட்டளையிடுங்கள்’ என்று சொல்லிற்று.

அதற்கு அரசர் "அரிசி தேவைப்படும் முன்னதாகவே உனக்கு நான் தொந்திரவு கொடுக்க விரும்பவில்லை" என்று சொல்லிவிட்டு, "இப்பொழுது நாம் அனைவரும் புறப்படலாம்" என்று சொன்னார்.

எழுபது கோடி பொன்னுடன், எலி, பாம்பு, கிளி அரசர் முதலியோர் நகருக்குப் புறப்பட்டார்கள். கண்ணியமான அரண்மனையை அடைந்து, எழுபது கோடிப் பொன்னைப் பத்திரப்படுத்தி காவல் போட்டார் அரசர். பாம்பு வசிக்க தங்கத்தால் குழாய் தயார் செய்து வசிக்கச் செய்தார். எலிக்குப் பளிங்குக் கூடையையும், கிளிக்குத் தங்கக் கூண்டும் தயார் செய்து வசிக்கச் செய்தார். அரசரின் உத்தரவுப்படி இந்த மூன்று ஜீவன்களுக்கும் தங்கப் பாத்திரங்களில் உணவு படைத்தார்கள். கிளிக்கு வறுத்த பொரியும், பாம்புக்கும் எலிக்கும் வாசனையூட்டிய அரிசியும் கொடுக்கப்பட்டன.

அரசர் தான தருமங்களையும், நற்காரியங்களையும் நிரம்பச் செய்தார். ஒற்றுமையோடும் அன்போடும் இந்த நான்கு ஜீவன்களும் வாழ்க்கையைக் கழித்தன. முடிவுக்காலம் வந்ததும், தாங்கள் செய்த செயல்களுக்கு உரிய பலன்களை பெற்றன.

67. ஒற்றுமையே பலம்

பிரம்மதத்தன் காசியை ஆண்டபோது, தேவலோகத்தின் முதல் அரசன் குபேரன் இறந்த பின்னர், அவனுக்குப் பதிலாக இந்திரன் அரசனாய் இருந்தான். புதிய அரசன் உலகிலுள்ள மரங்கள், செடிகள், பூண்டுகள், கொடிகள், புதர்கள் அனைத்துக்கும் செய்தி அனுப்பினான். வனதேவதைகள் மரம், செடி, கொடிகள் ஆகியவற்றில் தனித்தனியே வாசம் செய்ய இடம் கொடுக்க வேண்டும் என்று அவற்றுக்குக் கட்டளை பிறப்பித்தான்.

இது சமயம் இமயமலையிலுள்ள சாலமரக் காட்டில் போதிசத்துவர் ஒரு மரமாக வளர்ந்திருந்தார். தன்னைச் சுற்றி வாழும் மரம் செடி கொடிகளுக்கு அவர் ஒரு அறிவுரை கூறினார். வெட்ட வெளியில் தனித்து வாழும் மரங்களுடன் சேராது இருக்கும்படியும், தான் சாலமரமாக நிற்கும் காட்டில் நெருக்கமாகச் சேர்ந்து வாழும்படியும் அறிவுரை கூறினார்.

அறிவுள்ள வன தேவதைகள், அவர் மரமாக நிற்கும் இடத்தைச் சுற்றி உள்ள மரம் செடி கொடிகளில் வாழ்ந்தன. அறிவு கெட்ட முட்டாள் தேவதைகள் "எதற்காக நாம் காட்டில் வசிக்க வேண்டும்? மனிதர்கள் நடமாட்டமுள்ள இடங்களாகப் பார்த்து, கிராமங்கள், நகரங்கள், தலைநகரங்கள் ஆகியவற்றுக்குப் புறத்தே வசிக்கலாம். இப்படி வாழும் தேவதைகளுக்கு நிறைய உணவும் மரியாதையும் கிடைக்கும்" என்று எண்ணின.

இவ்வாறு எண்ணிய தேவதைகள் மனிதர்கள் நடமாட்ட முள்ள இடங்களுக்குச் சென்று, வெட்ட வெளியில் நிற்கும் பெரிய பெரிய மரங்களில் வசிக்கலாயின.

இந்த நிலையில் ஒருநாள் நாடு முழுதும் பெரிய புயல்காற்று வீசலாயிற்று. ஆழமாக வேரோடியிருந்த மரங்களும் பலம் வாய்ந்த பெரிய மரங்களும் புயல்காற்றுக்குத் தப்பவில்லை. கிளைகள் ஒடிந்தன; வேரோடு மரங்கள் கீழே சாய்ந்தன. ஒன்றை ஒன்று அடுத்து பிணைந்து நின்ற சாலமரக் காட்டைப் புயலால் எதுவும் செய்ய முடியவில்லை.

தங்கள் வாசஸ்தலத்தை இழந்த வன தேவதைகள், தங்கள் குழந்தை குட்டிகளைக் கைகளில் தூக்கிக்கொண்டு, இமய மலைக் காட்டுக்குப் போயின. தங்களுக்கு உள்ள துயரத்தை சாலமரக் காடுகளில் வாழும் வனதேவதைகளிடம் சொல்லி அழுதன. அந்த மரங்கள் பிற மரங்களுக்கு ஏற்பட்டுள்ள துயரத்தைப் போதிசத்துவரிடம் தெரிவித்தன. "அறிவுரைகளைப் பொருட்படுத்தாத காரணத்தால் துயர நிலையில் அவை சிக்கிக்கொள்ள நேர்ந்தன" என்று அவர் பதில் சொன்னார். அடியில் வரும் பாடல் மூலம் உண்மையை அவர் எடுத்துரைத்தார்.

காட்டு மரங்களைப்போல் உறவினர்கள் ஒற்றுமையுடன் வாழ வேண்டும். தனித்து நிற்கும் மரங்களை மட்டுமே சூரைக் காற்று பெயர்த்துத் தள்ளக்கூடும்.

இவ்வாறு போதிசத்துவர் சொன்னார். தனது வாழ்க்கை முடிவடைந்தபோது, தனது செயல்களுக்கு ஏற்ற தகுதியை அவர் பெற்றார்.

68. மழை பெய்யச் செய்தார்

ஒரு சமயம் இந்தக் கோசல நாடும் சாவத்தியும் ஒன்றாக இருந்த காலத்தில், இப்பொழுது சேதவனம் இருக்கும் இடத்தில், குளம் ஒன்று இருந்தது. அதை நாற்புறமும் கொடிகள் வேலிபோல் சூழ்ந்து இருந்தன. போதிசத்துவர் மீனாகப் பிறந்து அந்தக் குளத்தில் வசித்து வந்தார். ஒரு சமயம் அந்த இடத்தில் வறட்சி ஏற்படலாயிற்று.

பயிர் பச்சைகள் வாடிப் போயின. ஏரியிலும் குளத்திலும் நீர் வற்றிவிட்டது. மீன்களும், ஆமைகளும் சேற்றில் புதைந்து கொண்டன. குளத்துச் சேற்றில் மீன்களும் ஆமைகளும் மறைந்து இருப்பதை அறிந்த காகங்களும் மற்ற பறவைகளும் கூட்டமாக இந்த இடத்துக்கு வந்து தத்தம் அலகால் கொத்தி, சேற்றிலிருந்து வெளியே எடுத்து, அவற்றைக் கொத்தித்தின்றன.

தனது இனத்தவருக்கு நேர்ந்திருக்கும் அவதியைக் கவனித்த போதிசத்துவர், சமயத்துக்கு ஏற்ற உதவியைத் தம்மால் செய்ய முடியும் என நினைத்தார். நல்லறத்தில் ஆற்றல் மூலம் மழை பெய்யச் செய்து, தமது இனத்தவரை அழிவிலிருந்து காப்பாற்ற எண்ணினார்.

இவ்வாறு நினைத்த போதிசத்துவர், கறுப்புச் சகதியை விட்டு வெளியே வந்தார்; சந்தனக் கூடை ஒன்று கறுப்புச் சகதியை அப்பிக்கொண்டது போன்று அவர் ஒரு பெரிய மீனாக விளங்கினார். அவரது தோற்றம் சந்தனத் தூள் கறுப்புக் கண் மையைக் கலந்துகொண்டது போல் இருந்தது. அந்த மீனின் கண்கள் பரிசுத்தம் செய்து கழுவிய மாணிக்கத்தைப் போல் விளங்கின. கண்களை விழித்து, வானத்தை நோக்கி.

தேவர்களின் அரசன் பஞ்சுன்னனுடன் அவர் பேசினார். "எனது இனத்தவரின் பரிதாப நிலையை நினைந்து, எனது இதயம் கவலையில் மூழ்கி இருக்கிறது. நல்ல செயல்களைச் செய்யும் நான் எனது இனத்தவர் துயரால் நலியும் பொழுது பிரார்த்தனை செய்தும், ஏன் மழையை அனுப்பாமல் இருக்கிறீர்?" இனத்தவரைச் சாப்பிட்டு வாழும் பழக்கம் என் இனத்தவரிடம் இருந்தும், அரிசி அளவு இருக்கும் சிறு மீனைக்கூட நான் தின்றது இல்லை. உயிர் வாழும் எந்த உயிரையும் நான் வதைத்தது இல்லை. நான் கூறுவதை உண்மை எதிர்ப்பாகக் கொண்டு, உடனே மழையைப் பெய்து, எனது இனத்தவருக்கு உதவ வேண்டுகிறேன்.

இதன் பின்னர், வேலைக்காரனை முதலாளி கூப்பிடுவதைப் போன்று தேவர்களுக்கு அரசன் பச்சுன்னாவைக் கீழ்வரும் பாடலால் அவர் கூப்பிட்டார்.

பச்சுன்னா! இடியே! குழம்பு, தடைப்படுத்து,
காக்கைபோல்
கரை அவர் உள்ளத்தில் துயரம் ஏற்படச் செய்யுங்கள்.
துயரத்திலிருந்து என்னை விடுவியுங்கள்.

இந்த மாதிரியாக, எஜமான் வேலைக்காரனைக் கூப்பிடுவதைப் போன்று, போதிசத்துவர், தேவர்களுக்கு அரசன் பச்சுன்னாவை அழைத்தார். இதனால் பெருமழை பெய்தது; சாவின் பயத்திலிருந்து தன் உறவினர்களை அவர் காப்பாற்றினார்.

தனது வாழ்க்கை முடிந்து காலமானதும், தனது தகுதிகளுக்கு உரிய பேற்றை அவர் பெற்றார்.

69. நான் பயப்படுவது இல்லை

பிரம்மதத்தன் காசியை ஆண்டபோது ஒருசமயம் போதிசத்துவர் பிராமணனாகப் பிறந்திருந்தார். நல்லது தீயதைத் தெரிந்துகொள்ளும் பருவத்தை எய்திய சமயம், ஆசையே தீமைகளுக்குக் காரணம் என்பதைத் தெரிந்து கொண்டார். ஆகவே உலக வாழ்வைத் துறந்து, சந்நியாசியாகி, இமயமலையைச் சுற்றியுள்ள ஒரு நாட்டில் அவர் வசித்து வந்தார்.

உப்பும், காடியும் தேவைப்பட்டதால், நாட்டுப்புறப் பக்கம் அவர் போக நேர்ந்தது. இப்படி அவர் போனபோது, ஒரு சமயம் வியாபாரக் கூட்டத்துடன் அவர் போக வேண்டிய தாயிற்று. வியாபாரக் கூட்டம் ஒரு இடத்தில் தங்கியபோது, போதிசத்துவர் ஒரு மரத்தடியில் உலாவிக்கொண்டிருந்தார். உள் உணர்வின் இன்பத்தை அனுபவித்தவாறு அவர் உலாவினார். வியாபாரக் கூட்டம் பக்கத்தில் தங்கி இருந்தது.

இரவுச் சாப்பாட்டுக்குப் பின்னர் வண்டிகளை வட்டமாக நிறுத்தி, வாணிபக் கூட்டத்தார் முகாமிட்டு இருந்தபோது, ஐநூறு திருடர்கள் வாணிபக் கூட்டத்தைச் சூழ்ந்துகொண்டார் கள். துறவி ஒருவர் இருப்பதைக் கவனித்த அவர்கள் பின் தங்கி, "நம்மைப் பார்த்துவிட்டால், இவன் கூப்பாடு போட்டு எழுப்புவான். இவன் தூங்கும்வரை காத்திருந்து பிறகு கொள்ளையடிக்கலாம்" என்று தங்களிடையே பேசிக்கொண்டார்கள்.

அத்தகைய ஒரு சந்தர்ப்பம் திருடர்களுக்கு ஒருபோதும் வாய்க்கவில்லை, அதனால் ஆத்திரம் அடைந்த கொள்ளைக் கூட்டத்தார், தடிகளையும் கற்களையும் அப்பால் எறிந்துவிட்டு,

வாணிபக் கூட்டத்தாரே! இதோ பாருங்கள் மரத்தின் அடியில் துறவி ஒருவர் உலாவாது இருந்திருந்தால் நாங்கள் உங்களைக் கொள்ளை அடித்திருப்போம். இதை நினைவில் வைத்துக் கொண்டு அவரை நாளை நன்றாக உபசரிப்பு செய்யுங்கள்" என்று கூவினார்கள்.

இவ்வாறு சொல்லியபின் அவர்கள் போய்விட்டார்கள்.

இரவு கழிந்து பொழுது புலர்ந்ததும், திருடர்கள் எறிந்து சென்ற தடிகளும் கற்களும் கிடப்பதை வியாபாரக் கூட்டத்தார் கண்டார்கள். இதனால் பயந்து நடுங்கிப்போன அவர்கள் போதிசத்துவரை அணுகி, கொள்ளையர்களை அவர் பார்த்தாரா என்று விசாரித்தார்கள்.

"ஆம். கனவான்களே! அவர்களை நான் பார்த்தேன்" என்று அவர் பதில் சொன்னார்.

கொள்ளையர்களைப் பார்த்தபோது நடுக்கமோ அல்லது அச்சமோ உங்களுக்கு ஏற்படவில்லையா?" என்று கேட்டார்கள்.

"இல்லை. எனக்குப் பயம் ஏற்படவில்லை. பணக்காரர் களுக்குத்தான் கொள்ளையர்களைக் கண்டதும் பயம் உண்டாகும். நான் காசு இல்லாத ஏழை. அப்படி இருக்கும் போது, அவர்களுக்கு நான் ஏன் பயப்பட வேண்டும்? கிராமத்தில் இருந்தாலும் சரி, காட்டில் இருந்தாலும் சரி எனக்கு எவ்விதமான பயமோ திகிலோ ஏற்படுவதில்லை" என்று சொல்லிவிட்டு, உண்மையை அவர்களுக்குப் போதனை செய்யும் பொருட்டு, கீழ்வரும் பாடலை அவர் சொன்னார்.

கிராமத்தில் எனக்கு அச்சம் உண்டாவது இல்லை.
காட்டிலும் எனக்கு கவலை ஏற்படுவது இல்லை.
அறத்தாலும் அன்பாலும் நான் வெற்றி அடைந்துள்ளேன்.
முக்தி அடைவதற்கு அதுவே பரிபூரணமான வழி

இந்தப் பாடலின் மூலம் போதிசத்துவர் வாணிபக் கூட்டத்தாருக்குப் போதனை செய்தார். அவர்கள் உள்ளத்தில் அமைதி ஏற்படலாயிற்று. அவர்கள் போதிசத்துவரை மதித்துப் போற்றினார்கள். வாழ்க்கை முழுதும் நான்கு வாய்மைகளை அவர் போதனை செய்தார். மறுபிறவி அவருக்குப் பிரம்ம லோகத்தில் ஏற்பட்டது.

70. பலியிட வேண்டாம்

பிரம்மதத்தன் காசியை ஆண்டபோது, ஒரு சமயம் போதிசத்துவர் வடக்கே உள்ள ஒரு நாட்டில், ஒரு பிராமணக் குடும்பத்தில் பிறந்திருந்தார். உலகத்தைப் புரிந்துகொள்ளும் பருவம் அவருக்கு ஏற்பட்டபோது, உலக வாழ்வைத் துறந்து, சந்நியாசி வாழ்வை அவர் மேற்கொண்டார். மேலான ஞானத்தையும் ஆற்றலையும் பெற்ற அவர், இமாலயத்தைச் சேர்ந்த ஒரு நாட்டில் வசித்துக்கொண்டு இருந்தார்.

அந்தக் காலத்தில் காசியில் இருக்கும்போது, பிரம்மதத்தன் பல கனவுகளைக் கண்டான். உடனே பிராமணர்களை அழைத்து, அவை குறித்து விசாரித்தான். இப்பொழுது பிராமணர்கள் வேள்விகளைச் செய்வது போலவே, அப்போதும் வேள்விகள் செய்ய வேண்டும் என்று சொல்லி, வேள்விகள் செய்தார்கள். பிராமணர்களிடையே கல்வி அறிவு நிரம்பிய வாலிபப் பிராமணன் ஒருவன் இருந்தான். இவன் அரண்மனைப் புரோகிதரின் மாணவன். அவன் தன் குருவிடம் ஆசிரியர் அவர்களே! மூன்று வேதங்களையும் நீங்கள் எனக்குக் கற்பித்தீர்கள். ஓர் உயிரைக் காப்பாற்றும் பொருட்டு, வேறு ஓர் உயிரைக் கொல்லலாம் என்னும் வாசகம் அவற்றில் உள்ளதா?" என்று கேட்டான்.

அதற்கு அவர் "மகனே! இதனால் நமக்கு நிறைய பணம் கிடைக்கும். உனக்கோ அரசரின் பொக்கிஷம் குறைந்துவிடக் கூடாது என்ற கவலை இருக்கிறது" என்று பதில் சொன்னார்.

இந்தப் பதிலைக் கேட்டதும் அந்த வாலிபன் "ஆசிரியர் அவர்களே! உங்கள் விருப்பப்படி செய்யுங்கள், இனி உங்களுடன் தங்குவதற்கான அவசியம் எனக்கு ஏது?" என்று சொல்லிவிட்டு, அங்கிருந்து புறப்பட்டு, அரசனுடைய பொழுது போக்கு மண்டபத்துக்கு அவன் போய்விட்டான்.

இந்த நடப்புகளை எல்லாம் அன்றே அறிந்த போதி சத்துவர், தனக்குத் தானே இவ்வாறு சொல்லிக்கொண்டார். "இன்றே மனிதர்கள் நடமாடும் இடங்களுக்கு நான் போக நேர்ந்தால் பெரும் கூட்டத்தை அடிமைத் தளையிலிருந்து விடுவிக்க வேலை செய்வேன்."

உடனே ஆகாய மார்க்கமாய் புறப்பட்டுப் போய் அரசனுடைய பொழுது போக்கு மண்டபத்தில் இறங்கினார். சடங்குகள் செய்யும் கல் மீது, தங்க விக்கிரகத்தைப் போல் பிரகாசமாக அவர் அமர்ந்திருந்தார்.

வாலிபப் பிராமணன் மரியாதையுடன் போதிசத்துவரை அணுகி, வணங்கிவிட்டு நட்பு உரிமையுடன் அருகே அமர்ந்தான். இருவரும் இனிமையாக உரையாடினார்கள். அப்போது போதிசத்துவர் வாலிபப் பிராமணனை நோக்கி, அரசன் நேர்மையாக ஆட்சி செய்கிறானா என்று விசாரித்தார்.

அதற்கு அந்த வாலிபன் "ஐயனே! அரசன் நேர்மை யானவன்தான். ஆயினும் அவனைத் தீய நெறியில் பிராமணர்கள் செலுத்துகிறார்கள். தான் கண்ட பதினாறு கனவுகள் குறித்து, பிராமணர்களுடன் அரசன் கலந்து ஆலோசித்த போது, வேள்விகள் செய்யும்படி அரசனைத் தூண்டி அதற்கான காரியங்களைச் செய்வதில் பிராமணர்கள் ஈடுபட்டு இருக்கிறார்கள். ஐயனே! அரசன் கண்ட கனவின் பலன்களைக் கூறி, ஏராளமான உயிர்களை அச்சத்திலிருந்து மீட்டால், அது நல்ல செயலாக அமையாதா?" என்று சொன்னான்.

அதற்குப் போதிசத்துவர் "மைந்தா! அரசனை எனக்குத் தெரியாது. என்னை அரசனுக்குத் தெரியாது. ஆயினும், அரசன் இங்கு வந்து விவரங்களைக் கேட்டால் நான் கூறுகிறேன்" என்று கூறினார்.

"ஐயனே! அரசனை நான் இங்கு அழைத்து வருகிறேன். அதுவரை தாங்கள் இங்கு ஒரு நிமிடம் காத்திருக்க வேண்டுகிறேன்" என்று வாலிபப் பிராமணன் வேண்டிக் கொண்டான்.

போதிசத்துவர் சம்மதம் தெரிவித்ததும், பிராமணன் அரசனிடம் சென்றான். "அரசே! வானவெளியில் சஞ்சரிக்கும்

துறவி ஒருவர், அரசரின் பொழுதுபோக்கு மண்டபத்தில் தங்கியிருக்கிறார். அரசர் கண்ட கனவுகளுக்கு உரிய பலனை அவர் கூறுவார். தாம் கண்ட கனவுகளை இந்தத் துறவியிடம் அரசர் கூறலாமே?” என்று சொன்னான்.

வாலிபன் கூறியதைச் செவிமடுத்த அரசன் பெரும் பரிவாரத்துடன் பொழுது போக்கு மண்டபத்துக்குச் சென்றான். துறவிக்கு வணக்கம் செலுத்திவிட்டு, அந்தப் புனித ஆத்மா அருகே அரசன் அமர்ந்தான். தான் கண்ட கனவுகளின் பலன்களைக் கூற முடியும் என்பது உண்மைதானா என்று அவரிடம் கேட்டான்.

“ஐயனே! ஆம். முடியும் முதலில் நீர் கண்ட கனவுகளைக் கூறும்” என்று போதிசத்துவர் சொன்னார்.

“கூறுகிறேன்'' என்று பதில் சொல்லிவிட்டு, கீழ்வரும் பாடலை அரசன் சொன்னான்.

முதலில் காளைகள், மரங்கள், பசுக்கள், கன்றுகள்,
குதிரை. பாத்திரம், பெண்நரி, தண்ணீர்க் குடம், குளம்,
சமைக்காத அரிசி, சந்தனக் கட்டை, அமுங்குகின்ற
குடுக்கைகள், மிதக்கும் கற்கள்

இன்னும் பல என்று சொல்லி இந்த வரியைக் கூறி முடித்தான்.

ஆடுகளைக் கண்டு ஓநாய்கள் பயந்து நடுங்குகின்றன.

அரசன் பாசநாதி கனவுகளை விவரித்துச் சொன்னதைப் போலவே, அரசன் பிரம்மதத்தனும் தான் கண்ட கனவுகளைக் கூறலானான்.

“சரி, போதும். இவற்றால் பயமோ, திகிலோ அடைய வேண்டியது இல்லை” என்று போதிசத்துவர் சொன்னார்.

இவ்வாறு அரசனுக்கு உறுதி கூறி, ஏராளமான உயிர்களைப் பயத்திலிருந்து விடுவித்தார். இதன் பின்னர் வான வெளிக்குச் சென்று அமர்ந்துகொண்டு, அரசனுக்கு அறிவுரைகள் கூறி, ஐந்து சீலத்தில் நிற்கச் செய்தார். பின்வரும் வார்த்தைகளைக் கூறி முடித்தார். அரசே! இன்று முதல் பிராமணர்களுடன் சேர்ந்து வேள்வியில் உயிர்களைப் பலியிடாதே.

இதைக் கூறி முடித்த பின், ஆகாய மார்க்கமாக, தனது இல்லம் போய்ச் சேர்ந்தார்.

அவர் செய்த போதனைகளைக் கடைபிடித்து, நற்காரியங்களையும் தான தர்மங்களையும் செய்த பின் அரசன் காலமானான்.

தனது செயல்களுக்கு ஏற்ற பேறுகளை அவன் பெற்றான்.

71. கருமி திருந்தினான்

பிரம்மதத்தன் காசியை ஆண்டபோது ஒரு சமயம்; இல்லிசா என்ற பெயருள்ள கருவூலக்காரன் ஒருவன் எண்பது கோடி செல்வம் படைத்த பணக்காரனாக இருந்தான். பெரும்பாலான மக்களுக்கு உள்ள குறைபாடுகள் அனைத்தும் அவனிடம் இருந்தன. அவன் நொண்டியாயும், கூனனாயும், கோணல் கண்ணனாயும் இருந்தான்; திருத்த முடியாத தீயவனாயும் இருந்தான். அவன் மகா கருமி. எதையும் யாருக்கும் அவன் கொடுக்கமாட்டான். தானும் அனுபவிக்க மாட்டான். தனம் காக்கும் பூதமாக அவன் திகழ்ந்தான். அவனுடைய முன்னோர்கள் ஏழு தலைமுறைகளாகச் செல்வச் சீமான்களாக இருந்தார்கள். எல்லாருக்கும் தாராளமாகக் கொடுத்தார்கள். இவன் செல்வத்துக்கு உரியவனானதும், குடும்பத்தின் சம்பிரதாயங்களை நிறுத்திவிட்டான். பிச்சை இடும் இடத்தை நெருப்பு வைத்து எரித்தான். வீட்டுக்குள் நுழையவிடாமல் ஏழைகளை அடித்து விரட்டினான். செல்வத்தைக் குவிப்பதிலே கண்ணும் கருத்துமாய் இருந்தான்.

அரசனைச் சந்தித்துவிட்டு, ஒரு நாள் கருவூலக்காரன் திரும்பிக்கொண்டு இருந்தபோது, வழியில் களைப்புற்று இருந்த பட்டிக்காட்டான் ஒருவன் ஒரு பலகைமீது உட்கார்ந்து இருந்தான். கெட்டுப் போன கருவாட்டைக் கடித்துத் தின்று கொண்டு, முடை நாற்றம் வீசும் சாராயத்தைக் குடித்துக் கொண்டு இருந்தான்.

இதைப் பார்த்ததும், கருவூலக்காரனுக்கு, சாராயம் குடிக்க வேண்டும் என்ற விருப்பம் உண்டாயிற்று, "நான் குடிக்க விரும்பினால் மற்றவர்களும் என்னுடன் சேர்ந்து குடிக்க ஆசைப்படுவார்கள், அதனால் அதிகச் செலவு உண்டாகி நான் கெட்டுப் போக நேரும்" என்று தனக்குத் தானே அவன் சொல்லிக்கொண்டான். ஆகவே தாகத்தை அடக்கிக்கொண்டு அவன் நடந்து போனான். நாள் ஆக ஆக அவனால் ஆசையை அடக்கிக்கொள்ள முடியவில்லை. பழைய பஞ்சைப் போல் உடல் மஞ்சள் நிறமாகி, அவன் மெலிந்து போனான். நரம்புகள் புடைத்துக்கொண்டு நின்றன. ஒருநாள் தனது அறைக்குள் சென்று அவன் படுத்துக்கொண்டான். அவன் மனைவி வந்து முதுகைத் தடவிக்கொடுத்தவாறே, "நாதா! உங்களுக்கு ஏற்பட்டுள்ள தொல்லை என்ன?" என்று கேட்டாள்.

விவரம் தெரிய வந்ததும், "அப்படியானால் உங்களுக்கு நான் சாராயம் காய்ச்சித் தருகிறேன்" என்று கூறினாள்.

அதற்கு "நீ இங்கு சாராயம் காய்ச்சினால் பலபேர் கவனிப்பார்கள். வெளியே அனுப்பி வாங்கி வந்து வீட்டில் வைத்துக்கொண்டு குடிப்பதும் சாத்தியமில்லாத காரியம்" என்று சொன்னான்.

பிறகு ஒரு காசை எடுத்து வேலைக்காரனிடம் கொடுத்து "நீ கடைக்குச் சென்று ஒரு சாடியில் சாராயம் வாங்கிவா" என்று சொன்னான். வாங்கிக்கொண்டு அவன் திரும்பியதும் ஆற்றுப்பக்கம் போய் சாடியை ஒரு புதரில் மறைத்து வைத்து விட்டு வா" என்று கூறினான். அவன் அதன்படி செய்ததும், கருவூலக்காரன் கோப்பையில் சாராயத்தை ஊற்றிக் குடித்து விட்டு, மயங்கிக் கீழே விழுந்தான்.

இந்தக் கருவூலக்காரனின் தந்தை தான் செய்த நற்காரியங்களின் விளைவாக, தேவர்களுக்குத் தலைவனாகப் பிறந்து இருந்தான். தான் செமித்து இருந்த செல்வம் அப்படியே இருக்கிறதா அல்லது செலவழிக்கப்பட்டு இருக்கிறதா என்று வியப்புடன் எண்ணிப்பார்த்தான், செல்வம் செலவழிக்கப் படாமல் இருப்பதையும் தன் புதல்வன் நடத்தையைப் பற்றியும் அவன் தெரிந்துகொண்டான்.

குடும்பத்தின் சம்பிரதாயங்களைத் தன் புதல்வன் எப்படித் தகர்த்துவிட்டான் என்பதையும், பிச்சையிடும் கூடத்தை எரித்துவிட்டான் என்பதையும், வீட்டுக்குள் நுழையவிடாமல் ஏழைகளை அவன் அடித்துத் துரத்துவதையும், பிறருடன் சேர்ந்து அனுபவியாத அவனுடைய கருமித்தனத்தையும் புதரில் போய் ஒளிந்துகொண்டு, தீன் புதல்வன் எப்படிக் குடிக்கிறான் என்பதையும் தெரிந்துகொண்டான். தேவர்களின் தலைவனாய் இருக்கும் அவன் தந்தைக்கு அதிக ஆத்திரமாய் இருந்தது. “நான் சென்று என் புதல்வனைப் பார்த்து, செயல்களுக்கு உரிய விளைவுகள் நிச்சயம் உண்டு என்பதை அவனுக்குத் தெரியும்படி செய்கிறேன். அவன் மனதை மாற்றி, தரும காரியங்களில் ஈடுபடச் செய்கிறேன். மறு பிறவியில் தேவலோகத்தில் பிறப்பதற்கு உரியபடி செய்கிறேன்” என்று சொல்லிக்கொண்டான்.

பிறகு பூலோகத்துக்கு வந்து மானுட வடிவத்தை எடுத்துக் கொண்டார். அவர் மகன் கருவூலக்காப்பாளன் இல்லிசாவைப் போலவே அவர் தோற்றம் இருந்தது. கூனனாயும், கோணல் கண்ணனாயும், நொண்டியாயும் தென்பட்டார். இந்தக் கோலத்தில் இராஜக் கிருகத்துள் நுழைந்த அவர், அரண்மனை வாயிலை அணுகி அரசனுக்குச் சொல்லி அனுப்பினார். உள்ளே வருமாறு அனுமதித்ததும், உள்ளே சென்று முறைப்படி மரியாதை செய்துவிட்டு, நின்றார்.

அப்போது அரசன் அவரிடம் “உயர் பதவியில் இருக்கும் கருவூலக்காரரே! நேரம் அல்லா நேரத்தில் நீர் இங்கு வரக் காரணம் என்ன?” என்று கேட்டான்.

அதற்கு அவர் “அரசே! என்னிடம் எண்பது கோடி மதிப் புள்ள செல்வம் இருக்கிறது. அதை அரசருடைய கருவூலத்தில் சேர்த்துக்கொள்ள ஏற்பாடு செய்யுங்கள்” என்று சொன்னார்.

உடனே அரசன் “எனது கருவூலத்தில் இதைவிட அதிக மான செல்வம் என்னிடம் இருக்கிறதே” என்று கூறினான்.

அப்படியானால் என் விருப்பம்போல் “விநியோகிக்க அனுமதியுங்கள்” என்று சொன்னார் அவர்.

"உமது விருப்பம் போல் எப்படி வேண்டுமானாலும் செய்யும்" என்றான் அரசன்.

"அவ்வாறே ஆகட்டும்" என்றான் இல்லிசாவாக நடித் தவன். பிறகு முறைப்படி அரசனை மரியாதை செய்து வணங்கி விட்டு, நேரே கருவூலக்காரன் வீட்டுக்குச் சென்றான். வீட்டுச் சிப்பந்திகள் அவனைச் சூழ்ந்துகொண்டார்கள். வந்திருப்பவன் உண்மையாக தங்கள் எஜமானன் தானா அல்லவா என்பதை அவர்களால் கண்டுகொள்ள முடியவில்லை.

வாயில் படியில் நின்றுகொண்ட அவன் ஒரு கூலிக்காரனை அழைத்துவரச் செய்து அவனிடம், "என்னைப் போல் தோற்றமுள்ள ஒருவன் வந்து நான்தான் இந்த வீட்டுக்கு உரியவன் என்று உரிமை கொண்டாடுவானாகில் அவனை நையப்புடைத்துத் துரத்திவிடுங்கள்" என்று கூறினான்.

இதன் பின்னர் மாடிப்படி வழியாக மேல்வீட்டுக்குப் போய், உயர்ந்த ஆசனம் ஒன்றில் அமர்ந்துகொண்டு இல்லிசா வின் மனைவியை அழைத்து வரச் செய்தான். அவள் வந்ததும் "அன்பே! நாம் தாராளமாக இருப்போம்" என்று சொன்னான்.

இந்த வார்த்தைகளைக் கேட்டதும், மனைவி, குழந்தைகள், வேலைக்காரர்கள் முதலியோர் "ரொம்ப காலத்துக்குப் பின், இவர் உள்ளத்தில் தாராள உணர்வு ஏற்பட்டு இருக்கிறது. குடி இவரை நல்லவராகவும் தாராள மனது உடையவராகவும் ஆக்கி இருக்கிறது". என்று நினைத்தார்கள். அவன் மனைவி அவனிடம் நாயகரே! உங்கள் மனம்போல் தாராளமாக நடந்துகொள்ளுங்கள்" என்று சொன்னாள்.

உடனே முரசு அறைவோனை அழைத்து வரச் செய்து, "கருவூலக்காரர் இல்லிசா மாளிகையில் தங்கம், வெள்ளி, வைரம், முத்து இன்னும் இவை போன்றவை ஏராளமாக இருக்கின்றன. விருப்பமுள்ளவர்கள் வந்து பெற்றுக் கொள்ளலாம்" என்று நகர் முழுதும் முரசு அறைந்து அறிவிக்கச் செய்யும்படி மனைவியிடம் சொன்னான்.

அவள் அவ்வாறே செய்தாள். சிறிது நேரத்தில் மாளிகை வாயில் முன்பு கூடைகளையும், பைகளையும் எடுத்துக்கொண்டு பெரும் கூட்டம் கூடிவிட்டது. செல்வம்

நிறைந்திருக்கும் அறைகளைத் திறந்து விடும்படி தேவர்கள் தலைவன் உத்தரவிட்டான். பின்னர் அவன் கூட்டமாக வந்திருப்பவர்களை நோக்கி "இவை அனைத்தும் உங்கள் செல்வங்கள். உங்களால் இயலுமான அளவு எடுத்துக்கொண்டு திரும்புங்கள்" என்று சொன்னான்.

பிறகு கூட்டத்தினர் குவிந்து கிடந்த செல்வத்தை பிரித்து எடுத்துக்கொண்டு, தாங்கள் கொணர்ந்திருந்த பைகளிலும் பாத்திரங்களிலும் நிரப்பிக்கொண்டு புறப்பட்டுப் போய் விட்டார்கள். இவர்களிடையே நாட்டுப்புறத்தான் ஒருவன் வந்திருந்தான். அவன் இல்லிசாவின் மாடுகளை வண்டியில் பூட்டி ஏழுவிதமான உயர்ந்த பண்டங்களை வண்டியில் ஏற்றிக்கொண்டான். நகரின் நெடுஞ்சாலை வழியாகப் புறப்பட்டுச் சென்ற அவன், இல்லிசா இருக்கும் புதரை அடைந்து அவனைப் பாராட்டி இவ்வாறு பாடினான்: "நல்லியல்புள்ள இல்லிசா நூறு ஆண்டுகள் வரை வாழ்வாயாக, இன்று நீ எனக்குத் தந்த செல்வம், நான் எந்த வேலையும் செய்யாமல் வாழ உதவியாய் இருக்கும். இந்த எருதுகள் யாருடையவை? உன்னுடையவை. இந்த வண்டி யாருடையது? உன்னுடையது, இந்த வண்டியில் இருக்கும் செல்வம் யாருடையது? மீண்டும் உன்னுடையது. என் தந்தையோ தாயாரோ இவற்றை எனக்குத் தரவில்லை. எஜமானரே! இவை அனைத்தும் உம்மிடமிருந்து கிடைத்தவை" என்று சொன்னான்.

இந்த வார்த்தைகளைக் கேட்டதும் கருவூலக்காரன் கிடுகிடுத்து நடுங்கிப் போனான். "என் பெயரை இவன் ஏன் சொல்கிறான்?" என்று தனக்குத் தானே அவன் சொல்லிக் கொண்டான். "ஒருவேளை என் செல்வத்தை அரசன் மக்களுக்கு விநியோகித்திருக்கக் கூடுமோ?

இப்படி நினைத்த அவன் புதரை விட்டு வெளியே வந்து பார்த்தான். மாடும் வண்டியும் தனதாய் இருப்பதைக் கண்ட அவன், மாட்டின் கயிற்றைப் பிடித்துக்கொண்டான். "நில்லடா! இது எனது மாடும் வண்டியும் ஆயிற்றே" என்று கூவினான்.

உடனே வண்டியில் இருந்தவன் கீழே தாவிக் குதித்துக் கோபத்துடன் "அயோக்கியனே! தலைமைக் கருவூலக்காரன்

இல்லிசா தனது செல்வத்தைப் பிறருக்குக் கொடுத்துக் கொண்டிருக்கிறார். உனக்கு என்ன கேடு வந்தது?" என்று சொல்லிவிட்டு, இடி முழக்கம்போல் சப்தம் உண்டாகும்படி இல்லிசாவுக்கு ஓங்கி ஓர் உதை கொடுத்துவிட்டு, தன் வழியே போய்விட்டான்.

இல்லிசா தட்டுத் தடுமாறி எழுந்து, உடம்பில் இருந்த மண்ணைத் துடைத்து விட்டுக் கொண்டு, மீண்டும் வண்டியைப் பிடித்துக்கொண்டான். மீண்டும் வண்டிக்காரன் வண்டியிலிருந்து குதித்து, இல்லிசாவின் தலைமயிரைப் பற்றிப் பிடித்துக்கொண்டான். அவனை அடித்தான்; குத்தினான்; தலையில் பலமுறை மோதினான்; தொண்டையைப் பிடித்து ஒரே ஏற்றாக ஏற்றி, வந்த வழியே இல்லிசாவைத் தள்ளிவிட்டு, தன் வழியே போய்விட்டான்.

அடிபட்டதனால் நிதானமடைந்த இல்லிசா தன் வீட்டுக்குப் போனான். மக்கள் தனது செல்வத்தை அள்ளிக்கொண்டு போவதைக் கவனித்த அவன், தனக்கு அக்கம் பக்கத்தில் வந்தவர்களைக் கூச்சலிட்டுக் கொண்டு அடித்தான். "இது என்ன இப்படி! அரசர் என்னைக் கெடுக்க நினைக்கிறாரா?' என்று சொல்லிக்கொண்டு, ஒவ்வொருவரையும் அடித்தான். அடிபட்டவன் பதிலுக்கு உதை கொடுத்து இல்லிசாவைக் கீழே தள்ளினான். காயப்பட்ட இல்லிசா ஆத்திரமடைந்து, தன் வீட்டுக்குள் நுழைந்து, தன்னைப் பாதுகாத்துக்கொள்ள நினைத்தான். உடனே வாயிலில் நின்றவன் அவனைத் தடுத்து நிறுத்தி, "அடே அயோக்கியா! எங்கேடா போக விரும்புகிறாய்?" என்று கேட்டான். பிறகு மூங்கில் கழிகளால் நன்றாக உதைத்து, கழுத்தைப் பிடித்து வீட்டைவிட்டு வெளியே தூக்கிப் போட்டுவிட்டார்கள். "அரசனைத் தவிர்த்து எனக்கு நியாயம் செய்ய வேறு எந்த மனிதனும் இல்லை" என்று சொல்லிக் கொண்டு இல்லிசா அரண்மனைக்குப் போனான். "ஏன் ஐயனே! என்னை இப்படிக் கொள்ளையடிக்கச் செய்திருக்கிறீர்கள்?' என்று கேட்டான்.

"தலைமைக் கருவூலக்காரரே! நான் செய்யவில்லையே இதை. நீர் தரும் செல்வத்தை நான் ஏற்றுக்கொள்ளாவிட்டால் அதை விநியோகித்துவிடப் போவதாக நீர்தானே என்னிடம்

வந்து சொன்னீர்? நீர்தானே பறை அறைந்து இந்த எண்ணத்தை அறிவிக்கச் செய்தீர்?" என்று அரசன் சொன்னான்.

"ஐயனே! இவ்வாறு செய்ய வேண்டும் என்று உம்மிடம் நான் வரவே இல்லையே! நான் எவ்வளவு கருமி என்பதையும், புல் நுனி மேல் தங்கும் சிறு துளி தண்ணீரைக் கூடக் கொடாதவன் என்பதையும் தாங்கள் அறிவீர்களே! ஆகவே எனது செல்வத்தை வாரிக்கொடுத்து அக்கிரமம் செய்தவன் யார் என்பதை அறிந்து அழைத்து வரச் செய்து விசாரியுங்கள்" என்று வேண்டினான்.

போலி இல்லிசாவாக நடிக்கும் இந்திரனை அரசன் அழைத்துவரச் செய்தான். போலி இல்லிசாவும் அசல் இல்லிசாவும் ஒன்று போலவே இருந்ததால் அரசனாலும் சபையோராலும் உண்மை இல்லிசா யார் என்பதைத் தெரிந்து கொள்ள முடியவில்லை. இதைப் பார்த்ததும் கருமி இல்லிசா "அரசே! நான்தான் உண்மையான கருவூலக்காரன்" என்று கூறினான்.

இப்படி அவன் சொன்னதும் அரசன் "யார் உண்மையானவன் என்பதைக் கண்டுபிடிப்பது சிரமமாய் இருக்கிறது. உண்மையானவன் யார் என்பதைத் தெரிந்து சொல்லக் கூடியவர்கள் யாராவது இருக்கிறார்களா?" என்று அரசன் கேட்டான்.

"என் மனைவி சொல்வாள்" என்று இல்லிசா கூறினான்.

உடனே அரசன் இல்லிசாவின் மனைவியை அழைத்துவரச் செய்தான். வந்ததும் இருவரில் யார் அவள் கணவன் என்பதைத் தெரிவிக்கும்படி அரசன் கேட்டான்.

அவள் இந்திரனைத் தனது கணவன் என்று கூறி, அவன் பக்கம் போய் நின்றுகொண்டாள்.

இதன்பின்னர் அரசன் இல்லிசாவின் குழந்தைகளையும், வேலைக்காரர்களையும் அழைத்துவரச் செய்து அதே கேள்வியைக் கேட்டான். அவர்களும் இந்திரனையே தங்கள் தந்தையாகவும் எஜமானனாகவும் கூறி, அவன் பக்கத்தில் போய்ச் சேர்ந்து நின்றுகொண்டார்கள்.

இதைக் கவனித்ததும் கருமி இல்லிசாவுக்குத் திடும் என ஒரு எண்ணம் உதித்தது. அவன் தலையில் ஒரு மரு உண்டு. தலைமுடிக்கு இடையே மரு ஒன்று இருப்பது, குடும்ப நாவிதனைத் தவிர்த்து வேறு யாருக்கும் தெரியாது. ஆகவே, கடைசி முயற்சியாக அரசனை நோக்கி அவன் "அரசே! என் குடும்ப நாவிதனை அழைத்து வரச் செய்து, விசாரியுங்கள். உண்மைக் கருவூலக்காரன் யார் என்பதை அவன் கண்டுபிடித்து விடுவான்" என்று கூறினான்.

அரசன் நாவிதனை அழைத்து வரச் செய்தான். இது சமயம் போதிசத்துவர் நாவிதனாய் இருந்தார். வந்த நாவிதரிடம் "உண்மை இல்லிசா யார் என்பதை உன்னால் கண்டுபிடித்துச் சொல்ல முடியுமா?" என்று அரசன் கேட்டான்.

"ஆம். அரசே! சொல்ல முடியும். தலையைச் சோதித்துப் பார்த்தால் உண்மை இல்லிசா யார் என்பதைக் கண்டுபிடித்து நான் சொல்லிவிடுவேன்" என்று கூறினான்.

"அப்படியானால் இருவர் தலைகளையும் சோதித்துப் பார்த்துச் சொல்" என்றான் அரசன்.

இது சமயம் இந்திரன் தனது தலையில் ஒரு மருவை உண்டாக்கிக் கொண்டான். நாவிதன் இருவர் தலைகளையும் சோதித்துப் பார்த்தான்; இருவர் தலைகளிலும் மரு ஒன்று போலவே இருப்பதைக் கவனித்துவிட்டு அரசனிடம் "அரசே! உண்மையான இல்லிசா யார் என்பதை என்னால் கண்டு பிடித்துச் சொல்ல முடியவில்லை" என்று சொல்லிவிட்டு, அடியில் வரும் பாடலை அவன் சொன்னான்.

இருவரும் கோணல் கண்ணர்கள்; குட்டையானவர்கள்;
கூனல் உள்ளவர்கள். இருவருக்கும் மரு ஒன்றுபோலவே இருக்கிறது. இருவரில் உண்மை இல்லிசா யார் என்பதை என்னால் சொல்ல முடியாது.

தனது கடைசி முயற்சியும் தோல்வியடைந்து போனதைக் கண்டு, நம்பிக்கை இழந்து கருமி இல்லிசா நடுநடுங்கிப் போனான். தனது செல்வம் முழுவதையும் இழந்துவிட்டதால் தாங்க முடியாத கவலைக்கு உள்ளானான்; மூர்ச்சித்துக் கீழே சாய்ந்தான்.

இதைக் கவனித்த இந்திரன் தனது தெய்வீக ஆற்றலினால் ஆகாயத்துக்குக் கிளம்பி, அரசனைப் பார்த்து பின்வரும் வார்த்தைகளைச் சொன்னான். "அரசே! நான் இல்லிசா அல்லன், நான் இந்திரன்"

இதைக் கேட்டவர்கள், உண்மை இல்லிசாவின் முகத்தில் தண்ணீரைத் தெளித்தார்கள். மயக்கம் தெளிந்து, தேவர்களுக்கு அரசனான இந்திரனை இல்லிசா கும்பிட்டான்.

அப்போது இந்திரன் அவனிடம் "இல்லிசா! இந்தச் சொத்து முழுவதும் என்னுடையதே யன்றி, உன்னுடையதன்று. நான் உன் தந்தை. நீ என் புதல்வன். எனது வாழ்நாளில் ஏழை எளியவர்களுக்குத் தாராளமாக வழங்கி, வழங்கி, நன்மைகளைச் செய்தேன். மகிழ்ச்சியாயும் இருந்தேன். அதன் பயனாக இந்திர பதவி எனக்குக் கிடைத்தது. நீயோ என் வழியைப் பின்பற்றி நடவாமல், கருமியாயும், கசடனாயும் ஆகிவிட்டாய். பிச்சைக்காரர் விடுதியை இடித்துத் தரைமட்டம் ஆக்கிவிட்டு, எழை எளியவர்களை வெளியே விரட்டிவிட்டாய். செல்வத்தைச் சேமித்துக் குவித்துக் கொண்டாய். நீயும் அனுபவிக்கவில்லை. பிறரையும் அனுபவிக்க விடவில்லை. நீ குவித்து வைத்த செல்வம், பூதம் காத்த ஏரிபோல, பிறர் தாகத்தைத் தணித்துக் கொள்ள முடியாதபடி செய்துவிட்டது. இதுவரை எது எப்படி நடந்துவிட்ட போதிலும், நான் நிறுவிய பிச்சைக்கார விடுதியை மீண்டும் கட்டு. ஏழை எளியவர்களுக்குத் தாராளமாக வழங்கு. இது நேர்மையான வழியில் உன்னைச் செலுத்தும். அப்படி நீ செய்யாது போனால், உன்னிடம் இருப்பதை எல்லாம் நான் அபகரித்துக்கொண்டுவிடுவேன். இடியினால் உனது மண்டையைப் பிளப்பேன். நீ இறந்து போவாய்" என்று சொன்னான்.

உயிர் மீது ஆசையுள்ள இல்லிசா இந்தப் பயமுறுத்துதலைக் கேட்டுப் பயந்து போனான். "இன்று முதல் நான் தாராளமாக நடக்கிறேன்" என்று கதறினான்.

இந்திரன் இந்த உறுதிமொழியை ஏற்றுக்கொண்டான். ஆகாயத்தில் இருந்தபடியே தன் புதல்வனுக்கு உண்மைகளை

எடுத்துக் கூறிப் போதனை செய்தான். பிறகு தனது வாசஸ்தலத்துக்கு அவன் திரும்பினான்.

இதன் பிறகு இல்லிசா உண்மையாக நடந்துகொண்டான். ஏழை மக்களுக்குச் சோறு போட்டான். பல நற்காரியங்களைச் செய்தான். மறுபிறவியில் சொர்க்கப் பேறு தனக்குக் கிடைக்கும்படி நடந்துகொண்டான்.